AF755060

*वाचनीय असं सुंदर पुस्तक ..... जिथं आयुष्य संपतं, तिथंच ते सुरूही होतं हे सांगणारं !*

**- गियूलियाना रॅन्किक, अॅन्कर, ई न्यूज**

*लॉरेनचा हा प्रवास प्रेरणादायी आहे. हे पुस्तक एका तरुणीची जिद्द आणि श्रद्धा यांची कहाणीच आहे.*

**- टोनी रोयो, क्वार्टरबॅक, डॅलास काउबॉइज**

*भयंकर अपघातातून वाचलेल्या एका तरुणीची प्रेरक कथा!*

**-स्टीव्ह फॅरार आणि मेरी फॅरार, लेखक**

आपल्या
स्नेहीजनांना
पुस्तके
भेट द्या

'स्टिल लोलो' या इंग्रजी पुस्तकाचा अनुवाद

# एक लढा असाही...

*भयानक अपघातात हात गमावलेल्या फॅशन जर्नलिस्टची गोष्ट*


**लॉरेन स्क्रग्ज**

अनुवाद
**प्रणव सखदेव**



**मेहता पब्लिशिंग हाऊस**

✆ +91 020-24476924 / 24460313 / Mob. No. 9545000513
Email : production@mehtapublishinghouse.com
Website : www.mehtapublishinghouse.com



Translated into Marathi Language by Pranav Sakhadev

**एक लढा असाही...** / अनुवादित सत्यकथा

अनुवाद : प्रणव सखदेव

Email : author@mehtapublishinghouse.com

मराठी अनुवादाचे व प्रकाशनाचे हक्क : मेहता पब्लिशिंग हाऊस, पुणे.

प्रकाशक : सुनील अनिल मेहता, मेहता पब्लिशिंग हाऊस,
१९४१, सदाशिव पेठ, माडीवाले कॉलनी, पुणे – ४११०३०.

मुद्रक : ट्रिनिटी ॲकॅडमी फॉर कॉर्पोरेट ट्रेनिंग लिमिटेड

मुखपृष्ठ : चंद्रमोहन कुलकर्णी

प्रथमावृत्ती : ऑगस्ट, २०१७

किंमत : ₹ २२०

P Book ISBN 9789386745262
E Book ISBN 9789357202022
E Books available on : amazonkindle Apple Books Google Play Books

*अपघातानंतर मला मदत करणाऱ्या प्रत्येकाचे आणि माझ्या कुटुंबाचे मनापासून आभार. तुमच्यातले काही जण मला माहिती आहेत, पण बरेच जण माहितीही नाहीयेत. तुम्ही दिलेल्या प्रोत्साहनाबद्दल, भेटींबद्दल, आधाराबद्दल आणि माझ्यासाठी केलेल्या प्रार्थनांबद्दल मला काय वाटतं, हे शब्दांत सांगणं कठीण आहे. म्हणूनच हे पुस्तक प्रेमपूर्वक तुम्हा सगळ्यांना अर्पण.*

**– लॉरेन**

*'...तर हे आहे जग. इथे चांगल्या आणि भयानक अशा दोन्ही प्रकारच्या गोष्टी घडतील. तेव्हा घाबरू नकोस.'*

**– फ्रेडरिक ब्यूचनेर**

# प्रस्तावना

लॉरेन आणि मी एका नेलसलूनमध्ये बसून आरामशीरपणे आमच्या नखांची रंगरंगोटी करत होतो. बोलता बोलता आम्ही एक जोक मारला- किती छान ना, की एकच हात असल्याने एकाच हाताच्या नखांसाठी पैसे मोजावे लागतात! त्या सलूनमध्ये मुलींनी आम्हाला विचारलं की, तुम्ही 'बेस्ट फ्रेंड्स' आहात का? त्यावर आम्ही हसून उत्तरलो की, खरंतर आम्ही आत्ताच पहिल्यांदा भेटतोय.

मला लॉरेनला भेटून खूप छान वाटलं. काही महिन्यांआधी आम्ही स्काइपवरून एकमेकींशी ऑनलाइन व्हिडिओ चॅटिंग केलं होतं. 'फ्रेंड्स ऑफ बेथनी हॅमिल्टन' या स्वयंसेवी संस्थेनं आमची भेट घडवून आणली होती. ही संस्था मोठ्या अपघातात जखमी झालेल्या आणि शार्कच्या हल्ल्याचे बळी ठरलेल्या लोकांसाठी काम करते. माझ्या टेक्सास भेटीच्या वेळेस मी लॉरेनला भेटायचं ठरवलं होतं. लॉरेन, मी आणि आमच्या आया आम्ही एकत्रच दुपारचं जेवण घेतलं. त्या वेळी आम्ही आमच्या संघर्षाबद्दल, व्यावसायिक कारकिर्दीबद्दल, भविष्यातल्या योजनांबद्दल, मित्र-मैत्रिणींबद्दल आणि देवावरील श्रद्धेबद्दल मनमोकळ्या गप्पा मारल्या. आम्ही अनेक पातळ्यांवर एकमेकींशी जोडल्या गेलो. पहिली म्हणजे, आमची ख्रिस्तावरची- देवावरची श्रद्धा, तसंच दोघींनाही भोगाव्या लागलेल्या यातना, करावा लागलेला संघर्ष. त्यामुळे आम्ही एकमेकींच्या अगदी घनिष्ठ मैत्रिणी झालो.

आम्ही (आणि आमच्या आयादेखील) समान अनुभवांना सामोरे गेल्यामुळे आम्हाला परस्परांना समजून घेताना फारच सोपं गेलं. साधारण आठ वर्षांपूर्वी, समुद्रात सर्फिंग करत असताना माझ्यावर शार्कनं भयंकर हल्ला केला होता. त्यात मला माझा डावा हात गमवावा लागला होता. या घटनेने माझं आयुष्यच जवळपास उद्ध्वस्त झालं होतं. पण अत्यंत कठीण परिस्थितीतदेखील देवानं दिलेले आशीर्वाद कसे वरदान ठरू शकतात याची प्रचिती, मला त्यातून आलेले अनुभव घेतल्यावर आली. मी लॉरेनसोबत गप्पा मारत बसले होते. सहा महिन्यांपूर्वीच एका अपघातात

तिनं डावा हात आणि डोळा गमावला होता. तरीही देवावर मोकळ्या मनानं संपूर्ण विश्वास ठेवल्यावर मिळणारा दैवी आनंद आणि शक्ती तिच्या प्रफुल्लित हास्यातून आणि चेहऱ्यावरून झळकत होती.

आमच्या भेटीनंतर मी हे पुस्तक वाचायला घेतलं. मला यातल्या अनेक भावभावना ओळखीच्या वाटल्या; जणू त्या माझ्याच आहेत असं वाटलं. लॉरेनची ही सत्यकथा वाचून मी हसले, रडले, अंतर्मुख झाले. बऱ्याचदा आयुष्य खूप मोठा, खडतर चढाचा रस्ता असल्यासारखं वाटतं. लॉरेन ज्या ज्या वेदनांमधून, संघर्षांमधून गेली, ते वाचून मला तिचं दुःख जाणवत होतं. या दुःखात तिच्या लहानपणी तिच्या पालकांनी केलेला संघर्ष होता, यात स्वतःचा मार्ग शोधू पाहणाऱ्या, आव्हानांना तोंड देणाऱ्या एका तरुणीची धडपड होती आणि त्या भयंकर रात्री हात गमावलेली, आयुष्य उद्ध्वस्त झालेली ती होती... असं बरंच काही होतं.

लॉरेनचं आयुष्य बदलणाऱ्या या घटना-प्रसंगांबद्दलचं हे कथन मी मोठ्या जिव्हाळ्यानं आणि प्रेमानं वाचलं. अगदी मी आणि माझ्या कुटुंबासारखाच, लॉरेन, तिचे आई-वडील आणि जुळी बहीण ब्रिटनी यांनी अनेक कठीण आव्हानांचा सामना केला होता. त्यासाठी त्यांनाही येशू ख्रिस्तावरील श्रद्धेतूनच शक्ती मिळाली होती.

या पुस्तकात लॉरेनच्या कुटुंबीयांनीदेखील घडलेली कथा आपापल्या दृष्टिकोनातून सांगितली असल्यानं ते इथंही एकत्र आहेत. त्यांचा संघर्ष आणि समोर उभ्या ठाकलेल्या आव्हानांवर त्यांनी केलेली मात, हे सगळं ज्या पद्धतीनं या कुटुंबानं या पुस्तकातून शेअर केलंय, ते खरंच सुंदर आणि वाचनीय आहे. यातून त्यांना देवानं कशी प्रेरणा आणि शक्ती दिली हे कळतं. प्रत्येक कठीण प्रसंगाचा सामना करताना त्यांना देवानं एकत्र कसं आणलं, एक कुटुंब म्हणून ते कसे एकरूप झाले, हेही यातून कळतं.

त्या भयानक अपघातानंतर लॉरेन कशी कष्टपूर्वक, एकाग्रतेनं परिस्थितीला सामोरी गेली आणि तिला कायम तिच्या कुटुंबाचं प्रेम कसं मिळत गेलं, हे वाचताना आनंद होतो. या पुस्तकातल्या लॉरेनच्या अनेक गोष्टी-प्रसंग मला आवडतात. पण त्यांतली एक फारच महत्त्वाची ठरते. अपघातानंतर काही दिवसांनी लॉरेन जेव्हा चालू लागली, तेव्हा तिच्या फिजिकल थेरपिस्टचा अंदाज होता की, ती वीसेक पावलं चालू शकेल; पण लॉरेन मात्र मुद्दामहून तीस पावलं चालली. मला ही जास्तीची 'दहा पावलं' फारच महत्त्वाची वाटली. या गोष्टीमुळे मला प्रेरणा आणि प्रोत्साहन मिळालं. जीवनाकडे पाहण्याचा नवा दृष्टिकोन मला मिळाला. कोवळ्या सुंदर सूर्यकिरणासारखी लॉरेन माझी मैत्रीण आहे, याचा मला फार आनंद आहे.

मी हे पुस्तक वाचल्यावर मला पुन्हा त्या सलूनमधल्या आमच्या भेटीची आठवण झाली. आम्ही तेव्हा लहानपणापासूनच्या खास मैत्रिणी असल्याप्रमाणे

आमच्या आयुष्यातल्या गोष्टी एकमेकींशी शेअर केल्या. माझ्या या नव्या मैत्रिणीला सापडलेल्या आशावादानं मलादेखील प्रोत्साहित केलं होतं, हे मला माहीत आहे.

मला असं वाटतं की, तुम्ही जसजसं हे पुस्तक वाचत जाल, लॉरेनचा जीवनाकडे पाहण्याचा दृष्टिकोन समजावून घेत जाल, तसतशी त्यातून तुम्हाला शक्ती आणि प्रेरणा मिळत जाईल. आणि जीवनात कोणतंही आव्हान आलं किंवा संघर्ष करावा लागला तरी, त्यावर मात करण्यासाठी हा दृष्टिकोन तुम्हाला मदत करेल. कदाचित लॉरेनच्या जीवनाच्या व्याख्येमध्येच तुम्हाला जीवन जगण्याची कला गवसेल, ती व्याख्या अशी – 'जीवनानं तुमच्यावर जरी मोठ्ठा आघात केला, तरी चालत राहा, पुढे जात राहा.'

मला असं नक्की वाटतं की, लोलो आयुष्यात यशस्वी होईल. भविष्यातल्या तिच्या योजनांमध्ये मलाही सहभागी होता येईल, अशी मला आशा आहे.

तेव्हा या कुटुंबाच्या प्रेरणादायी प्रवासात सामील व्हा!

**– बेथनी हॅमिल्टन**

**'सोल सर्फर : अ ट्रू स्टोरी ऑफ फेथ, फॅमिली ॲण्ड फायटिंग टु गेट बॅक ऑन द बोर्ड' या पुस्तकाची लेखिका**

# पुस्तकाविषयी

ती रात्र लॉरेनसाठी काळरात्रच ठरली... कारण त्या रात्रीनंतर तिचं सगळं आयुष्यच बदलून गेलं, त्याचीच ही कहाणी...

'रात्र गडद होती. पाऊस पडत होता. आकाशात ढगांची दाटी होती आणि त्यामुळे चांदण्या दिसत नव्हत्या. अचानक मला थंडी वाजू लागली, खरंतर विमानातला हीटर चालूच होता. पण मला वाजणारी थंडी तशी नव्हती, वेगळीच होती. मी थरथरू लागले. शहारे येऊ लागले. मी एक दीर्घ श्वास घेतला आणि खिडकीतून खाली पाहिलं.

'दिवे किती छान दिसताहेत,' वैमानिक म्हणाला.

माझ्या मणक्यातून काहीतरी झणझणत गेल्यासारखं मला वाटलं. विचित्र अशी भीती. हा मूर्खपणा आहे, मी विचार केला, पूर्णत: मूर्खपणा. उडत असल्याने असं होत नव्हतं. ही निश्चित अशी भीतीची भावना माझ्या अंगांगातून वाहत जात होती. मी स्वत:ला शांत व्हायला सांगितलं.

वर आकाशात गेल्यावर, वातावरणात स्तब्ध शांतता पसरली. पाऊस भुरभुरू लागला. कदाचित तो थांबलाही असावा. आकाशात विजा चमकत नव्हत्या किंवा गडगडाटही होत नव्हता. मला फक्त ऐकू येत होता तो विमानाच्या इंजिनाचा आवाज आणि मायक्रोफोनच्या कानातून मध्येच येणारी तुटक खरखर. पण मला या विचित्र अशा भीतीवर मात करता येत नव्हती.

मला तिला पळवून लावता येत नव्हतं.'

# अनुक्रमणिका

# सुरुवात

## लॉरेन

तो म्हातारा माणूस देवदूतासारखा दिसत नव्हता. पण त्यानंतर काही वर्षांनी, तो खरंच देवदूत तर नसावा, या विचारानं मी आश्चर्यचकित झाले.

टेक्सासमधल्या प्लेनो इथल्या खेळांचं साहित्य विकणाऱ्या एका दुकानाबाहेरच्या बेंचवर तो बसला होता. त्यानं त्याचा एक पाय सहजतेनं दुसऱ्या पायावर टाकला होता. त्यानं मागे रेलून आकाशाकडे पाहिल्यावर, त्याची पँट फाटल्याचं माझ्या लक्षात आलं. त्याच्या शर्टाच्या खिशावर पेनातून ओघळलेल्या शाईचा मोठा डाग पडला होता. त्याच्या शेजारी पारदर्शक, झिप लॉक असलेली प्लॅस्टिकची पिशवी पडली होती. एकटक पाहत, त्या बॅगेत काय काय आहे, हे खरंतर मला अजिबात जाणून घ्यायचं नव्हतं; पण मला त्यात पुरुषांच्या अंडरवेअरची एक जोडी, एक टूथब्रश आणि एक शर्टाची घडी स्पष्टपणे दिसत होती. २००२ सालातला तो सुंदर दिवस होता- खूप उष्ण नसलेला. आकाश डेनिमच्या कापडासारखं निळं होतं. त्यामध्ये तुरळक पिसांसारखे ढग होते. मी तेव्हा पंधरा वर्षांची होते.

आम्ही त्या बाकाजवळून जाताच, माझा बाबा काही क्षण थांबला. मग म्हणाला, "तो जोशुआ आहे बहुतेक... बरोबर ना, तुम्ही जोशुआच आहात ना?"

"बरोबर मित्रा, मीही तुला ओळखलं. मागच्या आठवड्यात मी चर्चमधल्या तुझ्या संडे स्कूल क्लासला आलो होतो." तो माणूस वेगळाच होता. त्याची बोलण्याची लकब टेक्सासची वाटत नव्हती. त्याच्या बोलण्यावरून वाटलं की, तो केनिया किंवा युगांडामध्ये राहिलेला असावा.

बाबा म्हणाला, "हो, बरोबर; मला वाटलंच. मी तुम्हाला चर्चमध्ये पाहिलं असावं." मी आणि बाबा आम्ही दोघंच होतो. माझी आई आणि जुळी बहीण ब्रिटनी

घरी गेल्या होत्या. बाबानं हळुवार आवाजात विचारलं, "तुम्ही कोणाची वाट पाहताय का?"

"नाही नाही, अरे, मी तर छानपैकी या सुंदर दिवसाचा आनंद घेतोय."

डोळ्यांच्या कडेतून मी बाबाकडे पाहिलं. तो त्या जोशुआकडे बारकाईने पाहत होता. तो त्याला म्हणाला, "तुम्ही इथंच जवळपास कुठं राहता का?"

"नाही, इथं नाही," तो माणूस हळूच म्हणाला. तो आपलं म्हणणं मांडण्यासाठी योग्य शब्द शोधत पुढे म्हणाला, "मी तिथं राहतो, त्या ब्रिजच्या खाली."

बाबाला फार वाईट वाटलं असावं. तो म्हणाला, "जोशुआ, तुम्हाला एक विचारू... तुम्ही काही खाल्लं-प्यायलं आहे का?"

त्यांनी नकारार्थी मान हलवताच बाबा म्हणाला, "मग तुम्ही असं का नाही करत, आज रात्री जेवणासाठी आमच्याकडे या, प्लीज..."

मी कपाळावर आलेली केसांची बट कानामागे सरकवत, त्यांचं बोलणं शांतपणे ऐकत उभी होते. बाबाच बोलत होता. बऱ्याचदा, मी आणि ब्रिटनी बाबाबरोबर गरीब लोकांना मदतकार्य करण्यासाठी डॅलासला जायचो. पण एखाद्या गरिबाला आपल्या घरी जेवणाचं आमंत्रण देणं, ही गोष्ट पहिल्यांदाच घडत होती. आमचं चौघांचं छान चौकोनी कुटुंब होतं. आमच्याकडे दोन कार होत्या, टुमदार घर होतं. बाबानी त्या माणसाला दिलेल्या जेवणाच्या आमंत्रणामुळे मला थोडं अस्वस्थ वाटलं खरं; पण मी विचार केला, एका गरजवंताची सेवा करणं बाबाचं आवडतं काम आहे, त्यामुळे त्याला छान वाटेल. पण आम्ही अज्ञाताकडे जात होतो आणि पुढे काय घडणार, याची आम्हाला कोणालाच कल्पना नव्हती.

जोशुआचे डोळे चमकले. "मला जेवणासाठी यायला नक्की आवडेल, अर्थातच तुमच्या पत्नीला ते चालणार असेल तरच..."

बाबानं त्वरित फोन काढून नंबर डायल केला. "थांबा, मी शेरीलला फोनच करतो; मला खात्री आहे की, तिची काही हरकत नसेल."

मला इथं सांगणं आवश्यक वाटतं की, एखाद्या फारशी ओळख नसलेल्या माणसाशी बाबा अगदी सहज बोलायचा. त्याला माणसांशी बोलायला, त्यांच्यात राहायला आवडायचं. पण त्यांच्या संडे स्कूलला आलेल्या एका माणसाला ओळखून त्याच्याशी संवाद साधणं, ही गोष्ट मात्र नक्कीच नेहमीची नव्हती. कारण संडे स्कूल हे छोट्या गॅदरिंगसारखं नसतं, जिथं एखादा नवीन माणूस लगेच तुम्हाला ओळखता येईल. ते स्कूल फारच मोठं होतं. तिथं प्रत्येक आठवड्याला शेकडो-हजारोंनी लोक भेट द्यायचे. म्हणजे चर्चमध्ये एक छोटं चर्च असल्यासारखा मोठा समूह होता. त्यात विविध प्रकारचे लोक यायचे-जायचे.

त्या रात्री जोशुआ आमच्या घरी आला. तो एखादा जुना, ओळखीचा मित्र

असल्याप्रमाणे आम्ही सगळ्यांनी त्याच्याशी छान आणि सहजपणे गप्पा मारल्या. तो सहजपणे बोलत होता, आपलं म्हणणं योग्य शब्दांत मांडत होता.

पण तो थोडासा विचित्रही होता. त्यानं सॅलड, पॉट रोस्ट आणि बटाटे खाल्ले. मग चहा प्यायला, त्याबद्दल आमचे आभार मानले. नंतर त्याने आम्ही खात असलेल्या अन्नाविषयी बरेच प्रश्न विचारल- ते तुम्ही कसं तयार करता आणि ते कुठून आणता वगैरे. त्यानं मांसाचा पानातल्या भाज्यांना जराही स्पर्श होऊ दिला नाही. जणू त्याची स्वतःची एक जीवनपद्धती ठरलेली होती. त्याची ही सवय कोणत्यातरी दुसऱ्या संस्कृतीशी जोडलेली होती. जेवणानंतर त्यानं अंघोळ करण्याची परवानगी मागितली. त्यामुळे आई जरा अस्वस्थ झाली; पण बाबा मात्र 'जरूर, का नाही' असं म्हणत बाथरूम कुठं आहे हे दाखवण्यासाठी उठले. त्यानंतर बाबांनी त्याला टूथपेस्ट, डिओडरंट आणि काही कपडेही दिले.

त्या रात्री चर्चमध्ये महत्त्वाची मीटिंग असल्यानं आई-बाबा जोशुआला घेऊन तिथं गेले. मी आणि ब्रिटनीनं घरी बसून अभ्यास केला. ते परतेपर्यंत बरीच रात्र झाली होती. आईनं बाबांकडे सूचकपणे पाहिल्यावर बाबांनी खांदे उडवले. त्यानंतर जोशुआला गेस्टरूम दाखवून त्याला ब्लँकेट आणि स्वच्छ चादरी दिल्या.

आमच्या घरी आलेल्या या छप्पर नसलेल्या माणसाविषयी काय आणि कसा विचार करायचा, हे मला कळत नव्हतं. तो बाबांसारखा उंचनिंच किंवा भरदार खांद्याचा, धष्टपुष्ट माणूस नव्हता. त्याच्या बोलण्यात कुठंही हिंस्रपणा नव्हता किंवा संशयास्पद काहीही नव्हतं. त्यानं चाकू लपवला असेल का... पण जरी तसं असेल तरी मला खात्री होती की, बाबा आमचं रक्षण करेल. सकाळी बाबाला कामानिमित्तं दोन दिवस बाहेर जावं लागलं. मला या सगळ्या गोष्टी अनाकलनीय वाटत होत्या.

दुसऱ्या दिवशी सकाळी, जोशुआनं आमच्यासोबत न्याहारी केली. त्यानं फळं आणि पॅनकेकबद्दल बरेच प्रश्न विचारले आणि कॉफी न पिता, संत्र्याचा ज्यूस प्यायला. दौऱ्यावरून परत आल्यावर बाबा जोशुआला शेजारच्या मॅककिनी शहरात असलेल्या अनाथालयात घेऊन जाणार होता; तसं त्यांनी वचन दिलं होतं.

आम्ही जोशुआला मिठी मारली आणि त्याचा निरोप घेतला. बाबांनी त्याला हॉटेलमध्ये सोडलं आणि दौऱ्यावर रवाना झाला. आता फक्त आम्ही तिघीच- मी, आई आणि ब्रिटनीच घरी होतो. मला आठवतंय की, मी माझे दात घासत होते, शाळेत जाण्यासाठी आवराआवर करत होते. तेवढ्यात मला ब्रिटनीची हाक ऐकू आली. ती गेस्ट रूममध्ये आवरत होती. ती आईला मोठ्यानं बोलावत म्हणाली, "आई! हे बघ जरा काय आहे ते!" तिच्या आवाजात भीती होती. मला

आईच्या पावलांचा आवाज ऐकू आला. मी तिच्या मागे गेले. ब्रिटनीचे डोळे मोठे झाले. तिनं एक पाकीट आईला दिलं.

पाकिटाच्या आत जोशुआनं हातानं लिहिलेलं पत्र होतं. छोट्या, प्रमाणबद्ध अक्षरात, व्यवस्थित मोकळ्या जागा सोडून लिहिलेलं ते सात पानी होतं. सगळं वाचून झाल्यावर आईनं ते माझ्याकडे दिलं. माझ्या तोंडून आश्चर्योद्‌गार बाहेर पडला. जोशुआनं त्या पत्रात आमच्या सगळ्या कुटुंबाबद्दल लिहिलेलं होतं. ते लेखन वर्तमानाच्या पलीकडे पाहू शकणाऱ्या एखाद्या द्रष्ट्या माणसासारखं होतं. आणि यातला हा भागच धक्कादायक आणि आश्चर्यकारक होता. बायबलमधल्या स्क्रिप्चर या भागातल्यासारखी वचनं त्या पत्रामध्ये होती. जणूकाही तो आमचं भविष्यातलं चित्र आरशामध्ये स्पष्टपणे पाहत होता आणि आम्हाला मात्र ते अस्पष्ट, धूसर दिसत होतं. मी त्याच्या पत्राची तुलना शाळेतल्या प्रगतिपुस्तकाशी करेन. त्यात झालेल्या वर्षाचा आढावा असतो, पण त्याबरोबरच पुढील वर्षातल्या गोष्टींबद्दलचं भाकीत केलेलं असतं, येत्या काळाबद्दलचं सूचन असतं. कदाचित बरेच दिवसांनी आमच्या कुटुंबामध्ये त्याला प्रेम आणि जिव्हाळा अनुभवता आल्यानं आमच्याबद्दल त्याला वाटलेल्या भावना त्यानं सहजपणे कागदावर उतरवल्या होत्या.

'तुमच्या दोन्ही मुली खरंच देवदूतासारख्या आहेत,' त्यानं पत्राच्या सुरुवातीला लिहिलं होतं. त्यानंतर आमच्या कुटुंबातल्या प्रत्येकाबद्दल त्यानं अत्यंत प्रेमानं लिहिलं होतं. पानामागून पानं, एखाद्या धर्मग्रंथामधील प्रेषितासारख्या अधिकारवाणीनं त्या निराश्रितानं आत्मविश्वासानं लेखन केलं होतं. कपडे म्हणून उंटाची कातडी पांघरलेला, कंदमुळं आणि रानातला मध खाणाऱ्या जोशुआची मी कल्पना करू लागले.

खासकरून, त्यानं ब्रिटनीबद्दल अधिक तपशिलात लिहिलं होतं – 'स्वयंपाकात जसं मिठाला महत्त्व असतं, तशीच तुमच्या कुटुंबात ब्रिटनी आहे. ती एका माणसासोबत खूप छान आयुष्य व्यतीत करेल. हा माणूस तिला तिच्या उच्च ध्येयापर्यंत घेऊन जाईल. हा प्रवास यशाचं प्रवेशद्वार असेल. तिच्यामुळे कुटुंबाला शुभ गोष्टींचा लाभ होईल.'

माझ्याबद्दल त्यानं लिहिलं होतं- 'तिची बहीण ही एखाद्या योद्ध्यासारखी आहे. आयुष्यात ती नेहमीच लढाया जिंकून सुवार्ता आणेल आणि उच्च मूल्यं प्रस्थापित करेल. प्रसिद्ध, महत्त्वाच्या व्यक्तींशी तिचा नेहमी संबंध येईल. तिच्या कुटुंबावरील प्रेमामुळे, जीवनाकडे पाहण्याच्या दृष्टिकोनामुळे आणि स्वभावामुळे जगातल्या महान लोकांचे आशीर्वाद तिला प्राप्त होतील. ती खूप प्रवास करेल. तिचे शब्द, तिचं बोलणं स्त्री-पुरुषांच्या हृदयामध्ये वास करेल. तिचा जीवनप्रवास एक शोधयात्रा असेल... आणि त्यामुळे ती एका वेगळ्याच प्रकारच्या नेतृत्वाचं उदाहरण जगापुढे

*निर्माण करेल.''*

*माझ्याबद्दल त्या गूढ माणसाला हे सगळं कसं काय ठाऊक होतं? मला खरंच काही कळत नव्हतं. पण त्याच्या सांगितलेल्या सगळ्या गोष्टींचं मर्म माझ्या आत, खोल कुठंतरी घर करून बसलं. त्याचं भाकीत असं होतं की, आयुष्यात माझ्यासाठी काहीतरी भव्य, मोठं ठेवलेलं असणार आहे. देवानं माझ्यासाठी काही योजना तयार करून ठेवली आहे. या योजनेत सर्जन, प्रवास, लेखन, प्रसिद्ध व्यक्ती असणार आहेत. आणि मी कल्पनाही केली नसेल असा मोठा लढा असणार आहे.*

*अर्थातच यामुळे मी उत्साहित झाले आणि उत्सुकही. मला कळत नव्हतं की, एका निराश्रित माणसानं केलेली भाकितं सत्य असतील की नाही! पण ती सत्यात उतरणार असतील तर मात्र असं वाटत होतं की, ते चांगलं किंवा वाईट- जे काही असेल ते अत्यंत वेगानं माझ्याकडे येत आहे!*

# अपशकुनाचा अचूक अंदाज

## लॉरेन

बाबा एखाद्या भुतासारखे दिसत होते.

नाही नाही, ते त्या हॉरर चित्रपटांमधल्या किंचाळणाऱ्या भुतांसारखे नाही, तर बाबांच्या नेहमीच्या चेहऱ्याचा पांढराफट्ट अवतार म्हणावा, असे दिसत होते. फक्त त्यांच्या डोळ्यांखालची काळी वर्तुळं तेवढी उठून दिसत होती.

ते खोकत हळू आवाजात म्हणाले, "शेरिल, माझी एकूणच परिस्थिती पाहता, मला नाही वाटत आज रात्री मी येऊ शकेन."

आई म्हणाली, "आपण घरापासून फार लांब नाहीयोत. आपण घरी परत जाऊ, चालेल?"

बाबा गाडी चालवत होते. आईच्या म्हणण्यावर त्यांनी मान हलवली. ते पुन्हा खोकले. मग त्यांनी कार घराच्या दिशेने वळवली. त्याच्या कपाळावर घामाचे थेंब जमा झाले होते.

तो होता शनिवार. तारीख होती ३ डिसेंबर, २०११. दुपारचे चार वाजले होते.

आमचं घर वेस्ट प्लेनोत होतं. आम्ही डॅलासमधल्या फ्लॉवर माउंड या उपनगरातल्या चर्चच्या दिशेने जात होतो. तिथे आम्ही बऱ्याचदा जायचो, वीकेंडला सेवाकार्यात सहभागी व्हायचो. सगळं वातावरण भारलेलं होतं. जणू काही ख्रिसमसचं आगमन वातावरणात भरून राहिलं होतं. मी कारमध्ये मागच्या सीटवर बसले होते. पुढे झुकून मी बाबांच्या खांद्यावर हाताने हळुवारपणे थाप मारली. मी त्यांना म्हणाले, "थोडंसं चिकन सूप घ्या. ओरेगॅनोचं तेल आणि संत्र्याचा ज्यूस यांच्या मिश्रणानेही तुम्हाला जरा बरं वाटेल. स्वयंपाकघरात असेल बहुतेक थोडंसं."

बाबा पुन्हा खोकले आणि मंद हसले.

आई-बाबांना लहान बाळ असल्यासारखं वागवायची मला अजिबात सवय नव्हती. पण कधी कधी मला त्यांच्यासोबत असताना मी मोठी झाल्यासारखं वाटायचं. मी त्यांची मुलगी नसून त्यांची एक सहकारी असल्यासारखं वाटायचं. आणि अर्थातच वयाच्या तेविसाव्या वर्षी मी नक्कीच लहान मूल राहिले नव्हते. कारण तेव्हा मी नुकतंच एक ऑनलाइन फॅशन मॅगझिन सुरू केलं होतं. त्याचं नाव होतं, 'लोलो मॅगझिन'. मी घरूनच त्याचं काम करायचे. पण घरी राहणं तात्पुरतं होतं. मी उत्तम मार्कांनी पदवी संपादित केली होती. त्यानंतर मी न्यू यॉर्क सिटीमध्ये यशस्वीरीत्या माझ्या दोन इंटर्नशिप्सही पुऱ्या केल्या होत्या. मी न्यू यॉर्क, पॅरिस,मॉन्ट्रिअल इथे तिथल्या फॅशन वीकचे वृत्तान्त देण्यासाठीही गेले होते. त्या सात दिवसांत तिथे नवी डिझाइन दाखवली जात असल्यामुळे पुढच्या सीझनमधली डिझाइन पाहता येतात. मी हे काम खूप मनापासून केले. यात मी बरेच व्हिडिओ तयार केले. या व्हिडिओमध्ये अहवाल असायचे, बातम्या-वृत्तान्त असायचे, तसेच त्यात फॅशन जगतातले मान्यवर, अभिनेते, सेलिब्रिटी इत्यादींच्या मी घेतलेल्या मुलाखती असायच्या. त्या निरश्रित माणसाने 'मला आयुष्यात खूप संघर्ष करावा लागेल,' असे भाकीत करून आता नऊ वर्षे उलटली होती, तरी फार काही घडले नव्हते. कधीकधी आयुष्य खूप मोठे आहे असे वाटायचे, पण त्यात फार भव्यदिव्य असे काहीही नव्हते. किमान तेव्हापर्यंत तरी नक्कीच काही नव्हते.

मी घरी परतले, कारण मॅगझिनमधून थोडीफार मिळकत होऊन जम बसेपर्यंत आई-बाबांनी मोठ्या मनाने मला एक खोली आणि टेबल रिकामे करून दिले होते. मी माझ्या 'लोलो मॅगझिन'च्या निर्मितीसाठी जिवापाड मेहनत घेत होते. माझ्या दिवसाचा प्रत्येक क्षण मॅगझिनचाच विचार करायचे. बऱ्याचदा मी सकाळी आठ वाजता कामाला सुरुवात करायचे आणि मध्यरात्रीपर्यंत काम करत बसायचे. मॅगझिनचा कर्मचारी वर्ग होता- मी आणि शॅनन योचम. शॅनन ही उत्साही, तरुण आणि या क्षेत्रात काहीतरी करू इच्छिणारी व्यावसायिक पत्रकार होती. ती आमच्या घरापासून काही तासांच्या अंतरावर असलेल्या ऑस्टिनला राहत होती. आम्ही झोकून देऊन काम करत होतो. आमची टॅगलाइन होती– 'Live Out Loud – मुक्तपणे जगा'. आम्ही आमच्या कामाकडेही याच दृष्टिकोनातून पाहत होतो. मी आणि शॅनन, आम्ही किंडरगार्टनमध्ये असल्यापासून एकमेकींच्या चांगल्या मैत्रिणी होतो. आम्ही विविध प्रकारची कामे करायचो- स्तंभलेखन करणं, लेख संपादित करणं, छायाचित्रांसाठी प्रेस एजंट्सशी संपर्क साधणं, डिझायनर्सच्या मुलाखती घेणं आणि फ्रीलान्सर्सकडून लेख मिळवणं. मॅगझिन सुरू होऊन काही महिनेच झाले होते; पण त्याला दर महिन्याला हजारांवर हिट्स मिळत होत्या. मी स्वतंत्रपणे लिहीत असलेल्या फॅशन ब्लॉगलाही चांगला प्रतिसाद मिळत होता.

आम्ही बाबांना घरी सोडलं, जेणेकरून ते आराम करू शकतील. मग मी आणि आई चर्चकडे निघालो. मला फक्त आई बरोबर असताना बाहेर जायला आवडतं. मला माहीत असलेल्या स्त्रियांपैकी ती एक हुशार आणि काळजीवाहू स्त्री आहे. ती आणि बाबा विवाहविषयक समुपदेशक म्हणून काम करतात. त्यासाठी ते देशभरात फिरून त्यांची गोष्ट इतरांना सांगत असतात. त्यांनी लिहिलेल्या एका पुस्तकाचा फायदा  कित्येकांना त्यांचे नातेसंबंध अधिक चांगले व सुदृढ करण्यासाठी झाला आहे.

आम्ही थोडे लवकरच चर्चमध्ये पोहोचलो आणि मित्रांसाठी जागा धरून ठेवल्या. त्यात माइक, शॅनन आणि कर्ट, त्याची पत्नी होते. शिवाय चॅडही होता. तो माझ्यापेक्षा काही वर्षांनीच मोठा होता. चर्चमधून आम्ही, माइक आणि शॅनन यांच्याकडे मेजवानीसाठी जाणार होतो. माइक आणि शॅनन यांच्या मुलीला मी अनेक वेळा सांभाळले होते आणि शाळेच्या अभ्यासात तिला मार्गदर्शनही केले होते. ते बाहेरगावी गेल्यावर मी त्यांच्या घराची काळजी घ्यायला त्यांच्या घरीही राहायचे. खरेतर मी त्यांच्या कुटुंबातला एक घटकच झाले होते.

चर्चमध्ये सगळे जण आल्यावर बँड सुरू झाला. आम्ही प्रार्थनेसाठी थोडा वेळ उभे राहिलो आणि एकत्र गाणी म्हटली. त्या रात्री भाषण करणारे वक्ते पॉल ट्रिप व्यासपीठावर आले. त्यांनी बोलायला सुरुवात केली. ''तुम्ही याचा विचार केला आहे का नाही, याची मला कल्पना नाही; पण तुम्ही आशेच्या तंतूशी घट्ट जोडलेले असता. तुम्ही केवळ तुमच्या अंतःप्रेरणांनुसार जगत नाही. तुमच्या आयुष्यातल्या प्रत्येक निर्णयामध्ये आणि घटना-प्रसंगांमध्ये, तसेच नातेसंबंधामध्ये दिलेला प्रत्येक प्रतिसाद यामागे आशा असते. जगण्याची गाडी आशेच्या इंधनावर चालते. तुमच्या आयुष्याची तुमची गोष्ट म्हणजे एका आशेची गोष्ट असते. तुमचे आनंदी क्षण हे आशादायी क्षण असतात, तर तुमचे दुःखद प्रसंग किंवा क्षण हे निराशेचे, आशा संपल्यावरचे क्षण असतात. तुम्ही नेहमी आशेच्या शोधात असता. तुम्ही नेहमी तुमच्या अंतःकरणातील आशेला कशाशीतरी जोडून घेत असता.''

मी लवकरच या आशेच्या प्रवासाला निघणार असल्याची मला सुतराम कल्पनाही नव्हती. पॉल जे सांगत होते, ते मला थोडेथोडे समजत होते. कारण आधीच मी खूप आशावादी होते. मला माझे मॅगझिन खूप यशस्वी व्हावे असे वाटत होते. माझ्या मॅगझिनमुळे लोकांना अधिक चांगले जगता यावे, अशी मला आशा होती. अर्थातच, ते फॅशनबद्दल- चांगले कसे दिसावे याबद्दलच होते. तरीही त्यात आत्मविश्वास कसा वाढवायचा, तुम्ही खरेच कोण आहात हे जगासमोर अभिव्यक्त कसे करायचे, असेदेखील विषय असायचे.

आपली कोणीतरी खास- 'स्पेशल' व्यक्ती असावी असेही मला वाटायचे. मला वाटते, त्या वयात प्रत्येकालाच असे वाटत असते. जेम्स माझा बॉयफ्रेंड होता. एका महिन्याआधीच आमचा ब्रेक-अप झाला होता. माझ्या मते, तो योग्य निर्णय होता. तपकिरी केसांचा जेम्स सहा फूट म्हणजे चांगला उंचापुरा होता. तो दिसायला चांगला असल्याने, अर्थातच बऱ्याच जणी त्याच्या मागे होत्या. जेम्स ही गांभीर्याने तुम्हाला योग्य ते सांगणारी, काही झाले तरी तुमच्यामागे खंबीरपणे आधार म्हणून उभी राहणारी व्यक्ती होती.

पण... ते नक्की काय होते? माझ्या मनात एका वेगळ्याच व्यक्तीची प्रतिमा तरळत होती; अर्थात ती काल्पनिक होती. त्या आदर्श प्रतिमेचा मी विचार करायचे. मी तिचे मनातल्या मनात चित्र काढायचे- ती व्यक्ती म्हणजे माझा आदर्श बॉयफ्रेंड - उंच, राजबिंडा, आकर्षक व्यक्तिमत्त्वाचा, माझी काळजी घेणारा, हळुवार, खेळकर आणि हुशार, आस्तिक आणि आयुष्यात काय करायचेय याची निःसंदिग्धपणे दिशा सापडलेला. पण मला स्वतःला फसवायचे नव्हते. काही झाले तरी हे खरे-वास्तव आयुष्य होते. एखाद्या मुलीला हवे असलेले सगळे गुण जेम्समध्ये होते. पण या कल्पनेतल्या 'पर्फेक्ट जोडीदारा'च्या आदर्श प्रतिमेसाठी, निदान काही काळ तरी वाट पाहणे आवश्यक होते. ती एक भयंकर कल्पितकथा होती, एखाद्या मॅगझिनवरच्या चकचकीत फोटोसारखी.

जेम्सने ब्रेक-अप अत्यंत चांगल्या रीतीने घेतले. 'आपण चांगले मित्र राहू या,' असे आम्ही एकमेकांना सांगितले आणि तसे झालेही. आमचे त्याआधीही एकदा ब्रेक-अप झाले होते आणि मग आम्ही पुन्हा एकत्र आलो होतो. ब्रेक-अप झाल्याच्या दिवशी, रात्री जेम्स मला घरी सोडायला आला होता. तेव्हा तो म्हणाला, "तू नीट राहशील, काळजी घेशील, असं मला वचन दे लो. मी कदाचित नीट सांगू शकणार नाही, पण मला असं वाटतंय की, काहीतरी अघटित- वाईट तुझ्याकडे चालून येतंय."

मी मान हलवली आणि आम्ही मिठी मारली. जेम्स माझ्यासाठी नेहमीच होता; तो घडणाऱ्या प्रत्येक गोष्टीमध्ये- अगदी कठीण गोष्टीमध्येही, यात काहीतरी दैवी हेतू असणार, असा विचार करीत असे. एखाद्या मुलीला यापेक्षा काय हवे असणार?

***

चर्चमधून आम्ही माइक आणि शॅननच्या घरी जायला निघालो. त्यांचे घर आमच्या घरापासून साधारण वीस मिनिटांच्या अंतरावर असलेल्या मॅककिनीमध्ये होते. कधीकधी टेक्सासच्या बाहेरच्या व्यक्तीला या प्रांतात मिळणाऱ्या गोष्टींचा आकार समजून घेणे कठीण जाते. उदाहरणार्थ, रेस्टॉरंटमध्ये सॉफ्ट ड्रिंक मागितल्यास, तुम्हाला स्मॉल, मीडियम का लार्ज असे पर्याय उपलब्ध नसतात. बऱ्याचदा इथे स्मॉल, मीडियम आणि 'टेक्सास-साइज' असतो! इथे लोक गोष्टी मोठ्या-भव्य

स्वरूपात करतात.

याला माइक आणि शॅननही अपवाद नाहीत. माइक प्रत्येक गोष्ट 'टेक्सास-साइज'ची करतो. तो कंपन्या विकत घेऊन विकतो. शिवाय तो स्थावर मालमत्ता विकासकही आहे. एका खासगी धावपट्टीच्या आजूबाजूला असलेल्या १३० घरांपैकी एक घर त्याचं आहे. माइकला विमान उडवायला आवडत असल्याने त्याची स्वतःची तीन विमाने आहेत.

माइक आणि शॅननच्या डायनिंग रूममध्ये आम्ही लाकडी टेबलावर बसून मेजवानीचा आस्वाद घेतला. इतर काही मित्रही आले होते. एकूण मिळून आम्ही बाराएक जण होतो. वातावरणात ख्रिसमसच्या गाण्यांचे सूर तरंगत होते. प्रत्येक जण बोलत होता, हसत होता. कोणीही मद्यपान करत नव्हतं, ती तशा प्रकारची 'ओली' पार्टी नव्हती.

कर्ट म्हणाला, "आज रात्री, सगळीकडे लावलेले ख्रिसमसचे दिवे आकाशातून फारच सुंदर दिसतील, विमानातून ते पाहायला कोणाला आवडेल?" काही लोकांनी हात वर केले. "माइक, मी तुझं विमान चालवलं तर चालेल ना?"

माइक म्हणाला, "खुशाल, चालेल." माइक, कर्ट आणि चॅड, प्रत्येकाकडे विमान चालवायचे परवाने होते. मी तीन दिवसांपूर्वीच चॅडबरोबर विमानातून प्रवास केला होता.

माहीत नाही का आणि कशी, पण पहिल्या फेरीसाठी मीच प्रथम गेले. त्यामुळे मी कर्टच्या मागून बॅकयार्डमधून पुढे गेले. तिथे हँगर होता. तो माइकच्या घराच्या मागच्या बाजूस होता. मला विमानामध्ये चढण्यास मदत करण्यासाठी चॅडही आमच्यासोबत आला होता. हँगरच्या एका बाजूला भलंमोठं विमानाचं गॅरेज होतं. त्याच्यापलीकडे डांबरी रस्ता होता. मग टॅक्सी-वे, म्हणजे विमानाला धावपट्टीवर नेण्यासाठीचा रस्ता होता आणि त्याच्या पलीकडे धावपट्टी होती. हे गोल्फच्या मैदानाभोवती बांधलेल्या घरासारखं होतं, फक्त इथं गोल्फच्या मैदानाऐवजी धावपट्टी होती.

चॅडनं मला विमानात चढण्यासाठी मदत केली. मी कर्टच्या मागच्या बाजूस असलेल्या सीटवर बसले. दोनच सीट असलेलं ते छोटं विमान होतं. आकाशात गेल्यावर एकमेकांशी बोलता यावं म्हणून आम्ही कानांवर हेडफोन्स घातले. कर्टनं सगळ्या आवश्यक गोष्टींची खातरजमा करून घेतली आणि विमान सुरू केलं.

रात्र गडद होती. पाऊस पडत होता. मोठ्या काळ्या ढगाने आकाशातले तारे झाकोळले होते. अचानक मला थंडी वाजायला लागली. त्या छोट्याशा विमानातला हीटर सुरू होता, पण मला वाजणारी थंडी वेगळीच होता. नेहमी जशी थंडी वाजते तशी ती नव्हती. एक शहारा. मी दीर्घ श्वास घेतला आणि खिडकीतून बाहेर पाहिलं.

कर्ट म्हणाला, "दिवे काय सुंदर दिसताहेत!"

"हं..."

मला माझ्या मणक्यांतून भीतीची लहर सरसरत गेल्यासारखी वाटली. भीती, खरीखुरी भीती. 'हे जरा विचित्र आहे, मूर्खपणा, खरंच!,' मी विचार केला. मला उगाचच वाटणारी ही भीती मूर्खपणाच होता. कर्ट एक उत्तम पायलट असल्याची खात्री माइकने दिली होती. 'लो, शांत हो, स्वतःला सांभाळ,' मी स्वतःलाच म्हणाले.

वातावरण हळूहळू शांत होऊ लागलं. पाऊस थांबला. हवा धूसर झाली. त्या वेळी गडगडाट नव्हता किंवा विजाही चमकत नव्हत्या. वारे जोरात वाहत नव्हते. इंजिनाचा नेहमीचा आवाज आणि मायक्रोफोनवर मधूनच येणारी खरखर, एवढाच काय तो आवाज येत होता. मला अजूनही ती विचित्र भीती वाटत होती.

मला काही केल्या तिच्यावर मात करता येत नव्हती.

मी ताठरले आणि मला धाप लागली. माझं हृदय जोरात धडधडू लागलं. यात घाबरण्यासारखं काही नव्हतं. आणि अशा परिस्थितीत तर नक्कीच नाही. मला साहस आवडायचं; त्यातही, आत्ता आम्ही जे करत होतो अशा प्रकारचं साहस तर खूपच आवडायचं. मला बाइकवरून राइड करायला, स्कीईंग किंवा वॉटरस्कीईंग करायला खूप आवडायचं. माझ्याकडे एक लॉंगबोर्डही होता. त्यावरून मी सर्फिंगही करायचे. मी आणि माझी बहीण, आम्ही लहान असताना बाबांनी आम्हाला स्कीईंग करण्यासाठी नेलं होतं. तेव्हा मी बहिणीपेक्षा जास्त धाडसी असल्याचं सिद्ध करून दाखवलं होतं. असं असताना, या साध्या विमानातून उडण्याला काय घाबरायचं? मी विमानाच्या दोन्ही बाजूंना घट्ट पकडलं आणि क्षणभरात मी समजून चुकले- आम्ही क्रॅश होणार होतो! भीतीनं माझ्या हृदयाचा स्फोट होईल की काय, मला वाटलं. 'देवा, परमेश्वरा,' मी प्रार्थना केली. 'हे विमान खाली जातंय. आम्ही दोघं मरणार आहोत. नक्कीच! ईश्वरा, माझे आई-वडील-बहीण, त्यांच्यावर लक्ष ठेव, त्यांची काळजी घे. देवा, काहीही झालं तरी आता माझं आयुष्य तुझ्या हातात आहे.'

अर्थातच, त्या रात्री ख्रिसमसचे दिवे सुंदर दिसत होते. पण मला त्याचा फारसा आनंद घेता आला नाही. खरंतर आता मला त्यातलं काहीच आठवत नाही. ठिकाणं नाहीत... शॉपिंग सेंटरवरचे मोठे डिस्प्ले बोर्ड नाहीत... फक्त गडद अंधार आणि दिवे आणि शेतं आणि मॅककिनीच्या आसपासचे रस्ते. विमान एका मोठ्या वर्तुळाकार कक्षेत फिरलं आणि आम्ही उतरलो.

फाटक्या टायरमधून हवा जोरात निघून जावी तसं माझं झालं होतं. माझी भीतीही तशीच पळून गेली. आम्ही सुरक्षित होतो, पूर्ण सुरक्षित. विमान पुन्हा माइकच्या घरी नेण्यात आलं आणि टरमॅक रस्त्यावर पार्क करण्यात आलं. त्यानंतर पुढच्या फेरीसाठी पुन्हा सज्ज झाले. कदाचित मला वेड लागलं असावं, मी विचार

केला. मला आश्चर्य वाटलं, जे घडलं ते काय होतं?

कर्ट थेट माझ्याशी काही बोलल्याचे मला आठवत नाही. तो माझ्याशी काहीही बोलल्याचे माझ्या स्मरणात नाही. तो नक्कीच काहीतरी बोलला असणार. पण मला काहीच आठवत नाही. माझे स्पीकर सुरू असल्याशिवाय त्याचे बोलणे ऐकणे कठीण होते. टरमॅकवर, विमानाच्या इंजिनाचा आवाज चांगलाच मोठा होता.

मला आठवतेय, मी विमानातून खाली उतरले.

मला आठवतेय, माझे पाय जमिनीला टेकले.

मला आठवतेय, आकाश गडद होते आणि मी विमानाच्या अंधारात होते.

मी दोन पावले टाकेपर्यंत या तीन आठवणी सेकंदाच्या एका भागात चमकून गेल्या.

तो दिवस होता – ३ डिसेंबर, २०११ आणि त्यानंतर मला काहीही आठवत नाहीये.

# भय... भयानक भय!!

## शेरिल (लॉरेनची आई)

शॅनन किंचाळत होती.

माइक आणि शॅनन यांच्या घरी मी कॉफी पीत बसले होते. जेवण झालं होतं आणि मी गप्पा मारत होते.

आरडाओरडा. किंचाळणं.

मी कॉफीचा कप खाली ठेवून भीतीनं ताठ उभी राहिले. शॅनन काय म्हणत होती? ''लॉरेन! ती लॉरेन आहे! तिचा डावा हात...'' शॅनन माझ्याकडे धावत आली.

मला अचानक मला पाय असल्याची जाणीव झाली. मी शक्य तितक्या जोरात धावत विमानाच्या हॅंगरकडे गेले. टरमॅकवर गेल्यावर काळोखात अस्पष्टपणे मला विमान दिसलं. त्याचा प्रोपेलर  फिरत होता. लॉरेन टरमॅकवर पडली होती, तिचा चेहरा वेडावाकडा झाला होता, तिचा डावा हात तिच्या शरीराखाली होता. त्यामुळे मी तिचा हात पाहू शकत नव्हते. माइक खाली झुकून तिच्याजवळ ओणवा होता. लॉरेन अजिबात हलत नव्हती. लाल चिखलासारखं रक्ताचं थारोळं तिच्याभोवती साचलं होतं. ती चैतन्यहीन दिसत होती. मी तिच्याजवळ जाताना देवाची करुणा भाकली. मी तिच्या जवळ जाऊन माझा हात तिच्या खांद्यावर ठेवला. ''लॉरेन, मी आई. तुला ऐकू येतंय ना?''

लॉरेननं कण्हत-कण्हत हालचाल करायला सुरुवात केली. मी तिच्या डोक्यावर हात ठेवून तिच्या केसांवर हलक्यानं थोपटलं. मी हात बाजूला घेतल्यावर पाहिलं, तर तो रक्तानं माखला होता. लॉरेन पुन्हा कण्हू लागली. ती उठायचा प्रयत्न करत होती; पण माइकनं तिला पडून राहायला सांगितलं. तो पुटपुटला, ''आपल्याला

मदत लवकरच मिळेल, हलू नकोस, अजिबात हलू नकोस.'' ती वेदनेनं कळवळली आणि हालचाल करण्याआधी काही क्षण तशीच पडून राहिली. तिला कशा प्रकारे मदत करायला हवी, याबद्दल मला काहीही सुचत नव्हतं. ती भयंकर रात्र माझ्याभोवती फिरत होती. सगळं धूसर वाटत होतं. मला माझ्या आजूबाजूला काही आवाज येत होते- पावलांचे, धावण्याचे. मी थरथरू लागले, माझी शुद्ध हरपेल की काय असं वाटू लागलं. मी प्रार्थना, प्रार्थना आणि फक्त प्रार्थना करत होते. हेल्पलाइनला केलेल्या कॉलेजचं संभाषण ऐकल्यावरती माझ्या अंगावरून भीतीनं काटा सरसरत गेला.

शॅनन – विमानाच्या पंख्यात जाऊन एका मुलीचा अपघात झालाय. मला लवकरात लवकर ॲम्ब्युलन्स हवीय. त्वरित.
ऑपरेटर – तुम्ही कुठं आहात, मॅडम? (मदतनिसाला अधिक तपशील हवे होते.) नेमकं काय घडलं जरा सांगाल?
शॅनन – जरूर. मला वाटतंय की, तिचा हात कापला गेलाय.

मी डोळ्यांच्या कडांतून पाहिले, शॅननन फोन दुसऱ्या कोणाकडे तरी दिला. त्यानं ऑपरेटरला सांगितलं की, लॉरेन काही प्रमाणात प्रतिसाद देतेय. खूप रक्तस्राव झाला आहे; पण तो नेमका कुठून होतोय, हे स्पष्ट होत नाहीये.

ऑपरेटर – ती शुद्धीवर आहे का?
माणूस – हो.

शॅनन माझ्याजवळ येऊन ओणवी झाली. लॉरेनच्या कण्हण्याचा आवाज हळूहळू मोठा होत होता. मी प्रार्थना करतच होते.

माणूस – तिला आम्ही हलवू का?
ऑपरेटर – ती प्रयत्न करतेय का?
माणूस – हो, करतेय. हो.
ऑपरेटर – ठीकेय, तिला अजून दुखापत व्हायला नको; तेव्हा नको.
माणूस – बरोबर, मान्य.

मी माझ्या घड्याळ्याकडे पाहिलं. ८ वाजून ५४ मिनिटं. माइकच्या घराच्या अगदी जवळ, कोपऱ्यापाशीच फायर स्टेशन होतं. आगीचा बंब वेगानं घराजवळच्या

रस्त्यावरून टरमॅकवर आला. अपघात घडून काही मिनिटंच झाली होती, पाच; कदाचित सहा. त्याच वेळेस ॲम्ब्युलन्सदेखील आली. एक मिनिट गेलं, अजून एक आली. लॉरेनच्या कण्हण्याचं आता आक्रंदनात रूपांतर झालं होतं. माझ्या डोक्यावर मला हेलिकॉप्टरचेही आवाज ऐकू येऊ लागले. क्षणातच मदत करणारा चमू, त्वरित वैद्यकीय सेवा मिळावी म्हणून हवाई मार्गाचा वापर करणारं दल आलं. माझ्याशेजारी पॅरामेडिक्स आले. ते म्हणाले, "तुम्ही कृपया जरा एका बाजूला होता का?" त्याचं बोलणं स्पष्ट आणि रोखठोक होतं. माइकनं माझा हात धरून मला हँगरमध्ये आणलं. हँगरच्या उघड्या दरवाजातून आम्हाला सगळं नीट ऐकू येत होतं. लॉरेन किंचाळत होती, वेदनेनं आक्रोश करत होती. माइक माझं लक्ष दुसरीकडे वळवण्याचा प्रयत्न करत होता. भयकारी, भयंकर किंकाळ्या. अंगावर शहारा आणणाऱ्या. पॅरामेडिक्सदेखील विचलित झाल्यासारखे दिसत होते. काम करत असताना ते मोठ्यानं प्रार्थना म्हणत होते.

माइक मला हळू आवाजात म्हणाला, "ती शुद्धीवर आहे हे फारच चांगलं. त्यांनी तिला विचारलं की, तुला तुझं नाव माहित्येय का आणि तू आत्ता कुठे आहेस, तर ती त्यावर उत्तरली, 'लॉरेन स्क्रग्स' आणि 'विमानतळावर'."

माझ्या शरीरातून हजारएक गॅलन अॅड्रेनलिन वेगानं वाहत गेलं. मला असहाय वाटत होतं. शक्तिहीन, मी केवळ हँगरमध्ये उभी राहू शकत होते, मदतीमध्ये अडथळा निर्माण होऊ नये म्हणून बाजूला राहू शकत होते. माझ्या मनात दोन वर्षांच्या लॉरेनची प्रतिमा तरळली. एकदा ती व्हरांड्यात चाकं असलेल्या घोड्यावर बसून खेळत होती. तेव्हा ती पडली आणि तिची हनुवटी क्रॉंक्रीटवर आपटली होती. ती जखम अगदीच किरकोळ होती, टाकेबिके घालण्याची काहीही आवश्यकता नव्हती किंवा काही गंभीरही झालं नव्हतं. पण त्या वेळेस कोणतीही प्रेमळ आई करेल, तसंच मी तिला माझ्या मिठीत घेऊन तिची पापी घेतली होती. आता मी तसं काहीच करू शकत नव्हते, काय केल्यानं मला तसंच करता आलं असतं...

माइक म्हणाला, "पार्कलँड किंवा बेलर यांपैकी कोणत्यातरी एका ठिकाणी तिला नेतील. त्यांनी उड्डाण केल्यावर ते लगेचच आपल्याला कळवणार आहेत."

"मला तिच्यासोबत जायचंय. माझ्या मुलीसोबत आत्ता मी असायला हवं."

माइक म्हणाला, "ते तुम्हाला हेलिकॉप्टरमधून येऊ देणार नाहीत. पण काळजी नका करू, सगळं ठीक होईल. आत्ता त्यांना त्यांचं सगळं लक्ष लॉरेनवर द्यायचंय. आपण कारनं त्यांच्या मागोमाग जाऊ." पावसाची भुरभुर सुरू झाली. ओलसर, धूसर. शॅननं धावत जाऊन घरातून माझ्यासाठी जाकीट आणलं. मी प्रचंड थरथरत होते.

त्यांनी लॉरेनला स्ट्रेचरवर हलवायला सुरुवात केली. किंचाळतानाच लॉरेननं मोठ्याने विचारलं, ''मला माझा हात पांढरा का दिसतोय? मला काहीच दिसत नाहीये, काहीच नाही!'' तिचा शर्ट तिच्या हातावर होता.

मला धावत लॉरेनकडे जायचं होतं, पण माइकनं मला जाऊ दिलं नाही. मी प्रार्थना करत होते. त्यांनी लॉरेनला व्यवस्थितपणे हेलिकॉप्टरमध्ये हलवलं.

मार्क मला ऐकू जाऊ नये, म्हणून तोंडातल्या तोंडातच म्हणाला, ''त्यांनी आता निघायला हवं. ते निघत का नाहीयेत? काय झालंय?''

हातामध्ये फ्लॅशलाइट घेऊन एक पॅरामेडिक टरमॅकवर काहीतरी शोधत होता. दुसरा टॅक्सी-वेच्या कडेवर, गवतामधून चालत होता. त्याच्याकडेही एक फ्लॅशलाइट होता.

अजूनही, हेलिकॉप्टर उड्डाण घेत नव्हतं, त्याची पाती फिरत होती.

पहिला पॅरामेडिक उघड्या हँगरपाशी आला. त्याला जमिनीवर खाली काहीतरी दिसलं होतं. तो अपघातस्थळापासून साधारणतः चाळीसएक फूट लांब होता. त्यानं माइककडे पाहिलं.

माइकनं विचारलं, ''मी काही मदत करू शकतो का?'' त्याचा आवाज मोठा होता. त्यातून त्याची अस्वस्थता स्पष्टपणे व्यक्त होत होती. पॅरामेडिकनं मात्र तोंडावर बोट ठेवून माइकला 'शांत राहा' असं सांगितलं आणि मग सूचकपणे माझ्याकडे पाहिलं. मला त्यातली सूचकता कळली; मी माझी नजर दुसरीकडे वळवली.

त्याला लॉरेनचा हात सापडला होता आणि तो मी पाहावा, असं त्याला अजिबात वाटत नव्हतं.

# भरधाव... हॉस्पिटलकडे

## जेफ (लॉरेनचा बाबा)

एका क्षणापूर्वी, मी घरी आरामखुर्चीत टीव्ही पाहत बसलो होतो.

पुढच्या क्षणी मी मटकन खाली बसलो.. माझ्या पायांतलं त्राणच गेलं होतं.

त्या मधल्या दोन क्षणांच्या कालावधीत, माइकच्या बायकोचा, शॅननचा फोन आला होता. तिच्या आवाजावरून ती घाबरलेली, अस्वस्थ वाटत होती. मला तपशीलवार सगळं आठवत नाहीये; पण मला मुख्य गोष्ट कळण्याइतपत मला आकलन झालं. विमान अपघातात माझी मुलगी गंभीररीत्या जखमी झाली होती. तिला त्वरित बेलर मेडिकल सेंटरमध्ये हलवण्यात आलं होतं. ती यातून वाचेल का... सगळंच अज्ञात होतं.

फोन ठेवल्यानंतर मला एक ओरडण्याचा, कण्हण्याचा आवाज ऐकू आला. मला माहीत नाही, कदाचित हा मी अर्ध्या तासापूर्वी घेतलेल्या औषधाचा परिणाम असेल. पण मला खरंच तो आवाज ऐकू आला, भिंतीवरून त्याचे प्रतिध्वनी आले आणि माझ्या मनाला अक्षरशः भेदून गेले. मी विचार केला, 'कोण आक्रोशतंय?' मग मला कळलं की, मीच!

पुढच्या क्षणी मी स्वयंपाकघरात उभा होतो. मिनिटभरानं बाथरूममध्ये होतो. मग मी बाहेर आलो. मी गॅरेजमध्ये गेलो. वेग, वेग, वेग. पुढे काय करायचं हे ठरवत होतो. रडत होतो, प्रार्थना करत होतो. वेग. वेग. लवकर. देवाचा पुकारा करत होतो, "परमेश्वरा, माझ्या मुलीला वाचव!" मग मीच विचार केला, 'शांत हो, जेफ. शांत हो. नीट विचार कर. परिस्थिती लक्षात घेऊन त्यावर ताबा मिळव. कोणालातरी सोबतीला बोलव. आत्ता तू एकटा राहू नकोस. तू आत्ता वाहन चालवण्याच्या मनःस्थितीत नाहीयेस.'

मी माझ्या मित्राला- ख्रिस क्रॉफर्डला बोलावलं. तो त्वचारोगतज्ज्ञ आहे. तो आणि त्याची बायको डॅना, माझ्यासाठी आणि शेरिलसाठी बहीण-भावाप्रमाणेच आहेत. ते दोघं त्यांच्या मुलीसोबत बाहेर जेवायला गेले होते. त्याची मुलगी कॅन्डिस लॉरेनपेक्षा थोडीशीच मोठी आहे. मी नेहमीप्रमाणे जेवण झाल्यानंतर आमच्या घरी गप्पा मारायला येण्याचं निमंत्रण देण्यासाठीच त्यांना फोन केला असावा, असं त्यांना वाटलं. त्यांनी नुकतीच जेवणाची ऑर्डर दिली होती. ख्रिस फोनवर म्हणाला, "हे जेफ, काय म्हणतोस, कसं चाललंय?" नेहमीप्रमाणेच त्याचा आवाज खेळकर होता.

शांतता.

पुन्हा तोच आवाज, तसा भयंकर. भिंतीवर आदळून येत होता तसाच. कुठून येत होता तो? पुन्हा, मला कळलं की तो माझ्याच घशातून येतोय.

"जेफ? काय झालं? तू ठीकेस ना? काही झालंय का? कुठेस तू? तुला काही झालंय का?"

माझ्या दाटलेल्या गळ्यातून कसाबसा एक शब्द बाहेर आला – "नाही." पण मला पुढे काहीच बोलता आलं नाही. मी सांगायचा प्रयत्न केला, "लॉरेनचा मोठ्ठा अपघात झालाय..." "विमान अपघात, विमानाचा पंखा..." आणि "प्लीज, लवकरात लवकर इथं ये, प्लीज, लवकर." माझ्या तोंडून नक्की काय बाहेर पडलं, मला कळत नव्हतं. मला फक्त ख्रिसचा आवाज ऐकू आला. "जेफ, जिथं आहेस तिथंच थांब. मी लगेचच येतो तिथं. कुठंही जाऊ नकोस."

भयंकर कण्हण्याचा आवाज, प्रार्थना, वेग. मी अजून एका जवळच्या मित्राला, ख्रिस विल्सनला फोन केला. मी आणि तो एकत्र व्यायाम करायचो. त्याची तब्येत कमावलेली होती, तो शक्तिमान होता. अशा वेळी मदतीला त्याचासारखा माणूस जवळ असणं केव्हाही चांगलं होतं. त्याचा फोन थेट व्हॉइसमेलला जोडला गेला. 'बीप' असा आवाज झाल्यावर मी ओरडतच बोललो, "कुठं आहेस तू? फोन का उचलत नाहीयेस. लॉरेनचा भयंकर मोठा अपघात झालाय. मोठा, भयंकर मोठा. खरंच भयंकर."

मी फोन ठेवला. वेगानं इकडून तिकडे फेऱ्या मारू लागलो. ख्रिस विल्सनचा मला त्वरित फोन आला. "मी ताबडतोब तिथं येतोय."

मी माझ्या दुसऱ्या मुलीला, ब्रिटनीलाही फोन केला. ती आणि तिचा नवरा शॉन, दोघंही नाटकाच्या प्रयोगाला गेले होते. त्यामुळे तिथं त्यांचा फोन चालू असण्याची शक्यता कमीच होती, हे मला माहिती होतं.

शॉन म्हणाला, "बोला, बाबा, तुम्हीच बोलताय ना?" मागून गर्दीचा आवाज ऐकू येत होता. "आता मध्यंतर झालंय. म्हणूनच मी आत्ताच फोन सुरू केलाय. काय झालं, तुम्ही ओरडताय का?"

मध्येच आवाज बंद. कॉल कट झाला. मी पुन्हा लावला. आता ब्रिटनी बोलत होती, "बाबा, शांत व्हा. ओरडून काहीच होणार नाहीये. थांबा, मी फोन शॉनकडेच देतेय."

मी विमानाबद्दल, अपघाताबद्दल आणि लॉरेनला हॉस्पिटलमध्ये घेऊन गेल्याबद्दल बोललो.

शॉन त्वरित म्हणाला, "थांबा तिथंच, आम्ही लगेच तिथं येतोय."

दोघंही ख्रिस एकाच वेळी माझ्याकडे आले. मला खरंच कल्पना नाही की ख्रिस क्रॉफर्ड डॅलासहून प्लॅनोला इतक्या कमी वेळात कसा काय पोहोचला ते. दार वाजलं. दोघंही घाईत आत आले.

मी म्हणालो, "तिला बेलरला नेण्यात आलंय." मी आधीच माझा कोट घातला होता. "चला, जाऊ यात."

ख्रिस विल्सन म्हणाला, "तू चांगलास पांढराफट्ट पडलायस. तू डॉक्टरबरोबर जा, मी तुमच्या मागून येतो."

डॉक्टर ख्रिसच्या गाडीत बसून आम्ही निघालो. इंजिन सुरू होताना, गर्रगर्र असा आवाज आला. त्यानंतर भर्रकन ॲक्सिलरेट केल्यामुळे चाकांचा सर्रर्र असा आवाज झाला. मला प्रत्येक गोष्ट धूसर दिसत होती. आम्ही वेगानं रस्त्यावरून जात होतो. आम्ही डॅलास नॉर्थ टोलवेवर जाऊन पुढे जाऊ लागलो. फारसं ट्रॅफिक नव्हतं. मी स्पीडोमीटरमध्ये पाहिलं तेव्हा, आकडा११० किमी प्रति तासाच्या आसपास होता.

मी वास्तवात येत होतो, जात होतो. मध्येच मी ओरडत, किंचाळत होतो. मध्येच शांत बसत होतो. ख्रिस मोठ्यानं प्रार्थना म्हणत होता. मध्येच कधीतरी मी घाईत प्रार्थना म्हणत होतो, "देवा, परमेश्वरा, हे असं कसं झालं?" मी सीटवर पुढे-मागे, मागे-पुढे करत होतो. मी प्रचंड अस्वस्थ होतो. शिसारी, लाटा, शिसारीच्या लाटा. कदाचित सर्दी-खोकल्यानं त्रस्त मी घरी टीव्ही पाहत असतो. नाही, पण ते वास्तव नव्हतं. मी ख्रिससोबत कारमध्ये होतो आणि आम्ही वेगानं हॉस्पिटलच्या दिशेनं जात होतो. आमच्या मागे असलेल्या ख्रिस विल्सनची गाडी दिसत नव्हती. कदाचित मला वाटलं की, त्यानं शांतपणे आपला वेग ८५च्या आसपास केला असावा.

"जेफ, इकडे पहा, माझ्याशी बोल, जेफ..." ख्रिसच्या आवाजातून 'डॉक्टर'चा सूर येऊ लागला. "शॅननं तुला काही अधिक तपशील सांगितलेत का? अपघात किती गंभीर आहे याबद्दल तुला माहित्येय का?"

मी अजूनही घटनांचे तुकडे जोडून, जुळवून त्यांची संगती लावण्याच्या प्रयत्नांत होतो. "नाही, फार नाही. ती फक्त तिच्या हाताबद्दल काहीतरी म्हणाली."

"विमानाचा पंखा लॉरेनच्या डोक्याला किंवा चेहऱ्याला लागला का?"

"पंखा तिच्या डोक्याला लागल्याचं ती म्हणत होती, एवढंच मला स्मरतंय – आणि ते फारच वाईट-भयंकर होतं."

मला माहिती होतं, ख्रिस काय विचार करतोय ते. डॉक्टर नेहमीच वाइटातला वाईटच विचार करतात. ते नेहमी मृत्यूच्या जवळपासच असतात, त्यांनी खूपसे मृत्यू पाहिलेलेही असतात. त्वचारोगतज्ज्ञही. त्याचं मन वेगानं विचार करत होतं. विमानाच्या पंख्यानं डोक्याला लागल्यावर घडू शकणार असलेल्या गोष्टींचा तो विचार करत होता. डॉक्टरी डोक्यानं त्याची गणितं मांडत होता. त्यानं सुरुवात केली शक्तिशाली इंजिनापासून. एका क्षणात काही हजार वेळा फिरणारा पंखा- अत्यंत नाजूक पेशींवर, मेंदूवर, हाडांवर, त्वचेवर आदळला. विद्यार्थिदशेत असताना त्यानं पाहिलेली पुस्तकातली, मोठा अपघात घडल्यानंतरची चित्रं तो डोळ्यांसमोर आणत होता. लॉन एकसारखं करणाऱ्या मशिननं कापलेला हात... लाकूड कापण्याच्या मशिनमध्ये सापडलेला हात... ख्रिसला परिस्थितीचं गांभीर्य लक्षात आलं. त्याला मला स्पष्टपणे सांगता येत नव्हतं. लॉरेन अशा प्रकारच्या गंभीर अपघातातून वाचणं जरा कठीणच होतं. आमची कार आवाज करतच, हॉस्पिटलच्या आवारात थांबली असती आणि मग सर्जन आले असते. म्हणाले असते, "सॉरी, आम्ही आमच्या परीनं पूर्ण प्रयत्न केले."

मी म्हणालो, "मला असं वाटतंय की मला वेड लागेल!"

ख्रिस आरशातून मागे पाहत रस्त्याच्या कडेला गाडी घेऊ लागला. म्हणाला, "ठीके, आपण थांबू या थोडा वेळ."

मी स्वतःलाच म्हणालो, "नाही, नको! आपल्याला लवकरात लवकर हॉस्पिटलमध्ये जायला हवं."

ख्रिस पुन्हा मोठ्यानं प्रार्थना करू लागला. त्याच्या प्रार्थनेतही त्याचं डॉक्टर व्यक्तिमत्त्व होतं. "देवा, परमेश्वरा, ईश्वरा, त्यांना मदत कर, तिची प्रकृती स्थिर करण्यासाठी त्यांना मदत कर. तिचा रक्तदाब वाढू दे. तुला तिला यातून बाहेर काढायलाच हवं."

मी भावनिक-मानसिक लाटांवर तरंगत होतो. त्याचा एक पॅटर्न ठरला होता. थोडा वेळ मला ठीक वाटायचं आणि नंतर पुन्हा मी अस्वस्थ व्हायचो. मी ओरडायचो आणि मध्येच शांत व्हायचो. मी माझ्या मनात येईल ते बोललो आणि मोकळा झालो, "मला माहिती होतं की त्या विमानफेरीच्या वेळी काहीतरी वाईट घडणार म्हणून. मला कधीच ती नीट, सुरक्षित वाटायची नाही. तिथं मी का नव्हतो? मी काहीतरी करू शकलो असतो." आणि मग मी मोठ्यानं देवाला उद्देशून हाक मारली, "परमेश्वरा, प्लीज माझ्या मुलीला वाचव, प्लीज."

तेवढ्यात फोन आला. हेलिकॉप्टरचा मार्ग बदलला असून, ते लॉरेनला बेलरऐवजी, पार्कलँड मेमोरिअल हॉस्पिटलला घेऊन जाणार होते. ख्रिसनं लगेच मार्ग बदलला आणि त्या वेळेस पहिल्यांदा मी त्याच्या चेहऱ्यावर हलकं हसू पाहिलं. तो म्हणाला, ''फारच बरं झालं, पार्कलँडला नेताहेत ते. ते अशा प्रकारच्या गंभीर अपघातासाठी योग्य हॉस्पिटल आहे. मला खात्री आहे, तिला सर्वांत उत्तम उपचार मिळतील.''

आम्ही भराभर मार्ग कापत, योग्य ठिकाणी वळणं घेत पार्कलँड हॉस्पिटल गाठलं. आम्ही खाली उतरलो, तेव्हाच हेलिकॉप्टरही उतरत होतं. अगदी सारख्याच वेळेला. देवानं हा प्रसंग बरोबर जुळवून आणला होता. आता लॉरेनचं कुटुंब तिच्यासोबत असणार होतं.

नेहमीप्रमाणे हॉस्पिटलच्या आत-बाहेर वर्दळ होती. प्रवेशद्वारावर एक पोलीस होता. आम्ही काचेच्या दरवाजातून आत गेलो आणि तिथल्या काउंटरवरच्या माणसाला आमची ओळख सांगितली. त्यांनी आम्हाला इमर्जन्सी रूमच्या प्रतीक्षालयाकडे बोट दाखवून तिथं जायला सांगितलं. पार्कलँड हे तालुका पातळीवरील हॉस्पिटल असल्यानं तिथं बरेच जण येत-जात असतात. त्याच्या प्रवेशद्वारावर लिहिलेलंही होतं– 'स्थापना १९८४.'

प्रतीक्षालयातल्या खुर्च्या धातूच्या, थंड होत्या. त्यावर कुशन्स नव्हती. खरंतर त्या लाल रंगाच्या होत्या, पण आता त्यांचा रंग फिकट झाला होता. मी त्या थंड खुर्च्यांवर बसलो. माझ्या आजूबाजूला अनेक जण होते, पण कोण काय सांगत-बोलत होतं, याचं मला अजिबात भान नव्हतं. ख्रिस माझ्या शेजारी बसून होता.

काही क्षणांपूर्वी फक्त आम्ही दोघंच होतो. पण आता बरेच जण येत होते. एक चॅप्लेन- धर्मगुरू आल्या. त्यांनी स्वतःची ओळख करून दिली. त्या म्हणाल्या, ''मी तुमची फॅसिलिटेटर आहे. मला लॉरेनबद्दल कळलंय. आणि मला माहित्येय, ती जिवंत आहे.'' मग आम्ही एकत्र प्रार्थना केली.

कदाचित दहाएक मिनिटांनी, शेरिल शॅननबरोबर आली. आम्ही दोघं अजून एकही शब्द बोललो नव्हतो. शॅननंच मला घडलेली सगळी हकिकत फोनवरून सांगितली होती. मला पाहताच शेरिलला रडू फुटलं. आम्ही धावत एकमेकांना मिठीत घेतलं. आम्ही रडू लागलो. ती म्हणाली, ''आम्ही तिथंच होतो.'' मी सगळं पाहिलं. तिचा शर्ट रक्तानं माखला होता.

मला माझ्या पत्नीसाठी नीट राहायला हवं होतं. मी धैर्य गोळा केलं. लोक येऊ लागले. आमचे मित्र, चर्चमधले ओळखीचे, स्टीव्ह आणि मेरी फॅरर. मॅट चँडलर, आमचे प्रमुख. ख्रिसची पत्नी डॅना आणि मुलगी कॅन्डिस. धर्मगुरूनं आम्हाला एका

आणखी छोट्या आणि खासगी प्रतीक्षालयात नेलं. ओळखीचे, मित्र येत होते. येतच होते. ख्रिस विल्सनसोबत शॉन आणि ब्रिटनी, दोघंही आले. तेही पार्किंगमध्ये एकाच वेळी आले होते. त्या छोट्याशा खोलीत चांगलीच गर्दी झाली होती. हॉस्पिटल कर्मचाऱ्यानं आम्हाला एका वेगळ्या कॉन्फरन्स रूममध्ये जायला सांगितलं. तिथं काही टेबलंही होती. आम्हाला जागा उपलब्ध करून दिल्याबद्दल आम्ही त्याचे आभार मानले. अजून मित्र आले. अजून आले. ही रूमही भरून गेली. साधारण सत्तर-ऐंशी किंवा कदाचित शंभरएक लोक जमले असावेत.

डॉ. ख्रिस म्हणाला, "लोकहो, आपला जादुई शब्द आहे – स्थिर प्रकृती! प्रार्थना करा की, लवकरात लवकर आपल्याला हा शब्द ऐकायला मिळेल. लवकरच आपल्याला ऐकायला मिळेल की, तिची प्रकृती स्थिर आहे. ही प्रार्थनाच बदल घडवेल. आपण अशी प्रार्थना करू या, हा शब्द ही रात्र संपण्याआधी आपल्याला ऐकायला मिळेल."

घड्याळाचे काटे धावत होते; पण तो जादूचा शब्द काही ऐकू येत नव्हता. मी एखाद्या भयानक स्वप्नात असल्यासारखं मला वाटत होतं. मी बसलो होतो, मध्येच जमिनीकडे वाकायचो, मध्येच मागे-पुढे, पुढे-मागे करायचो. आम्ही पुन्हा आमचं धैर्य गमावून बसलो होतो. खुर्चीवर बसलेली शेरिल मुसमुसत होती. मध्येच अस्वस्थपणे हालचाल करत होती. डॅना तिच्या पाठीवरून हात फिरवत तिला आधार देत होती.

मध्यरात्रीच्या आधी डॉक्टर खोलीत आले. घसा खाकरत म्हणाले, "मला तिच्या पालकांशी बोलायचंय." त्यांच्या चेहऱ्यावर ताण होता.

त्यांच्या शब्दांनी सगळी रूम स्तब्ध आणि शांत झाली.

मी म्हणालो, "तुम्हाला जे काही सांगायचंय ते तुम्ही इथं सांगू शकता. आम्ही सगळेच जण एक कुटुंब आहोत."

त्यांनी भुवई उंचावत विचारलं, "तुम्ही सगळे, ऐंशी जण?"

मी होकारार्थी मान हालवली.

ते म्हणाले, "लॉरेनची प्रकृती आता स्थिर आहे." तो जादुई शब्द! सगळ्यांनी मिळून एकच सुटकेचा निःश्वास टाकला. तणाव बराच हलका झाला. मला वाटतं, कोणीतरी आनंदानं चीत्कारलंही!

डॉक्टर म्हणाले, "हृदयाचे ठोके, रक्तदाब, श्वासोच्छ्वास- सगळं चांगलं आहे. ती नक्कीच जगेल. पण अजून खूप गोष्टी महत्त्वाच्या आहेत आणि त्या करायच्या बाकी आहेत. तिच्यावर रात्रभर सर्जरी केल्या जातील. त्याआधी, तिच्या घरातले लोक पाच मिनिटं तिला पाहू शकतील."

शेरिलने माझ्याकडे पाहून होकारार्थी मान हलवली. आम्ही डॉक्टरांच्या

मागोमाग एका लहानशा खोलीकडे जाऊ लागलो. ब्रिटनी, शॉन आणि डॉ. ख्रिस आमच्यासोबत आले. आम्ही खोलीत गेलो.

मला पहिल्यांदा दिसले ते लॉरेनचे ओठ.

तिचा चेहरा सुजला होता. तिला बऱ्याच नळ्या जोडलेल्या होत्या. त्यातून विविध द्रव देण्यात येत होते. तिच्या हनुवटीखाली, मानेत, प्लॅस्टिकची इंग्रजी व्ही अक्षराच्या आकाराची कॉलर होती. तिचे ओठ बंद होते आणि जिवणीची डावी बाजू जराशी मागे सरकल्यासारखी वाटत होती. लॉरेन हसत किंवा कण्हत नव्हती. ती फक्त तिथं होती. तिचे ओठ बरोबर होते तसेच होते. अस्पर्शित.

तिच्या भोवती राखाडी, लाल आणि हिरव्या अशा रंगांच्या विविध नळ्या आणि ट्यूब्ज गुंडाळलेल्या, तिला लावलेल्या होत्या. तिच्या अर्ध्या डोक्यावरचे केस काढले होते. डाव्या खांद्यावर जाड पांढरं बँडेज गुंडाळलेलं होतं. पलंगाच्या बेडशीटवर फक्त उजवा हात दिसत होता. त्याच्यावर जागोजागी जखमा, व्रण दिसत होते. तिचा डावा हात मात्र पूर्णत: झाकलेला होता. हार्ट मॉनिटर आणि इतर मशिन्स बेडच्या जवळच असल्याचं पटकन माझ्या लक्षात आलं नाही. एका बाजूला एक लाल दिवा लागत होता, विझत होता. लागत होता, विझत होता.

ख्रिस म्हणाला, ‘‘सगळ्या परिस्थितीचा विचार करता, ती खूपच छान वाटतेय.’’ तो हे वैद्यकीय दृष्टिकोनातून बोलत होता. आम्हाला माहीत होतं की, याहीपेक्षा वाईट काहीतरी घडलं असतं. आता निदान लॉरेनचा चेहरा नीट, व्यवस्थित तरी आहे. नाहीतर गोल्फच्या मैदानात खेळताना जसा गवतासकट मातीचा तुकडा विलग होतो, तसा तिच्या त्वचेचा किंवा डोक्याच्या त्वचेच्या बराच भाग जाऊ शकला असता....

मला झालेल्या सर्दी-खोकल्याचा जंतुसंसर्ग होईल, या भीतीनं मी तिला स्पर्श करायला घाबरत होतो. पण मला तिला कवेत घ्यायचं होतं, स्पर्श करायचा होता, सगळं काही ठीक होईल, असं तिला सांगायचं होतं. लहानपणी मी तिच्यासाठी जे गाणं म्हणायचो ते तिच्या कानात हलकेच गुणगुणायचं होतं.

शेरिलनं वाकून लॉरेनच्या चेहऱ्यावर ओठ टेकले. शेरिल मऊ आवाजात म्हणाली, ‘‘बेटा, आई आलीये हां. आता सगळं काही व्यवस्थित होणार आहे.’’ शेरिल अतिशय शांत होती. मला माहीत होतं, ती आमच्या दोघांच्या वतीनं बोलतेय. तिला कुठूनतरी खूप दूरवरून एक शक्ती प्राप्त झाली आहे.

खोलीत सर्वत्र शांतता पसरली. लॉरेनकडून काहीही प्रतिसाद आला नाही. आता आमच्या लढाईला खरी सुरुवात होणार होती.

# जीवनाची अनिश्चितता

## शेरिल

लॉरेनच्या खोलीतून बाहेर पडून प्रतीक्षा कक्षाकडे जाताना मला काहीतरी बदल जाणवला. पार्कलँड हॉस्पिटलच्या भिंती पूर्वीसारख्याच कळकट पांढऱ्या आणि मधूनच हिरवे धब्बे असलेल्या होत्या. नेहमीसारखा जंतुनाशकांचा वास हवेत भरून राहिला होता. जमीन पॉलिश केल्यासारखी, पण मधूनमधून चरे पडलेली होती. बदल हाच होता की, कित्येक तासांनंतर आत्ता प्रथमच मी नेहमीसारखा श्वासोच्छ्वास करत होते.

रविवार, ४ डिसेंबर २०११. माझं घड्याळ मध्यरात्रीनंतरची वेळ दाखवत होतं. लॉरेनच्या अपघातानंतरचा पहिलाच पूर्ण दिवस. जेफनं माझा हात हातात घेत मला जवळ ओढलं. त्यामुळे चालत असताना आमचे खांदे एकमेकांना स्पर्श करत होते. आम्ही नक्की यातून बाहेर पडणार होतो. आम्ही सगळे- लॉरेन तर नक्कीच, पण तिच्यावर मनापासून प्रेम करणारे बाकी सारेही. त्यामुळेच वेगळं, शांत वाटत होतं. आम्ही काहीही करून नीट होणार होतो. या घट्ट मैत्रीमुळेच मला बळ मिळालं. आम्ही सारे यात सोबत होतो. आम्ही एकटे नव्हतो.

प्रतीक्षा कक्षात गेल्यावर, लॉरेन कशी आहे आणि तिच्या उपचारांची दिशा काय असेल याबद्दल ख्रिस क्रॉफर्डनं जमलेल्या सगळ्यांना सांगितलं. सर्जनच्या अनेक टीम रात्रभर लॉरेनवर सर्जरीज करणार होत्या. मेंदूसाठी एक टीम. डोळ्यावर दुसरी आणि तशाच टीम्स हात, चेहरा, खांदा यांवर. अजून आम्हाला या सर्जरीच्या वेळापत्रकाबद्दल पूर्ण माहिती नव्हती. पण प्रत्येक नव्या सर्जरीसाठी नवी टीम येणार होती.

हॉस्पिटलचा एक व्यवस्थापकीय कर्मचारी वेगवेगळी कागदपत्रं, फॉर्म घेऊन आला. मी आणि जेफनं बरीच कागदपत्रं, फॉर्म आणि काय काय भरलं, सह्या केल्या

आणि निमूट बसून राहिलो. नंतर आणखी एका कर्मचाऱ्यानं आणखी कागदपत्रं आणली. पुन्हा आम्ही पानांमागून पानं भरली, सह्या केल्या. आपण काय करतोय हेही धड मेंदूत शिरत नव्हतं आमच्या. मग आम्ही बसलो. फेऱ्या मारल्या. पुन्हा एकदा एक गठ्ठा पेपर भरायला लागले. असं वाटत होतं की, नवीन घर घेण्याचे करार आहेत की काय?

एक वाजला, मग दोन, मग तीन. काही जण घरी गेले; पण बरेचसे थांबले होते. छोट्या छोट्या गटात प्रार्थना करणं चालू होतं. प्रार्थना आणि वाट पाहणं एवढंच तर होतं आमच्या हातात.

बिचारा जेफ. आधीच तो सर्दीनं बेजार झाला होता. जसजशी रात्र सरत होती तसंतसं माझ्यात बळ संचारत होतं, माझा आत्मविश्वास वाढू लागला. मी अधिक स्वच्छ आणि शांतपणे विचार करू शकत होते. पण जेफची स्थिती मात्र पूर्ण उलट होती. त्यानं जमिनीवरच झोपायचा प्रयत्न केला. मग फेऱ्या मारल्या. मग तो हातात डोकं गच्च धरून बसला आणि रडू लागला.

ख्रिस क्रॉफर्ड आणि ख्रिस विल्सन, दोघंही तासन्‌तास जेफशेजारी बसून होते. ते त्याच्याशी बोलले, त्याच्याबरोबर त्यांनीही प्रार्थना केली. मला माहीत होतं, जितकी जेफला आत्ता त्याच्या बायकोची गरज होती तितकीच किंवा त्याहून थोडी जास्तच, आपल्या मित्रांची होती. गेली अनेक वर्षं त्यांची मैत्री गाढ होत गेली होती. आणि आत्ताच्या कठीण प्रसंगात ते शूर सैनिकांसारखे त्याच्या खांद्याला खांदा लावून लढत होते.

माझं मन भरकटू लागलं. खूप वेळ प्रतीक्षा कक्षात बसल्यावर असं होतंच. मी प्रार्थना केली, वाट पाहिली, लोकांशी बोलले, पण अध्येमध्ये माझं मन रिक्त होऊन भलतीकडेच धाव घेत होतं. कदाचित माझ्या मनात काळ भरभर सरकत होता, कारण लॉरेनच्या आयुष्यातले क्षण, चित्रं, संवादाचे तुकडे, गमतीजमतीचे प्रसंग माझ्या डोळ्यांसमोर तरळू लागले होते.

मी विचार केला, लॉरेन जन्मली हीच मुळात एक आश्चर्यकारक बाब होती. ती जन्माला यायच्या आधीच मला कळलं होतं की यामागे काहीतरी दैवी हेतू होता. आणि देवाला तिच्याकडून जे काही अपेक्षित होतं त्याला तिने नुकतीच सुरुवात तर केली होती. तिची प्रत्येक कृती देवाला ठाऊक होती आणि जोवर तिच्या आयुष्याचं उद्दिष्ट सफल होत नाही, तोवर त्यानं तिला नक्कीच जाऊ दिलं नसतं. लॉरेन नक्की बरी होणार. मला हे पूर्णपणे कळून चुकलं होतं. माझ्या श्रद्धेमुळेच मला हे समजलं.

***

लॉरेनच्या जन्मामागे खरंतर काही विचित्र घटना होत्या. बऱ्याच वर्षांपूर्वी माझ्या बाळाचा जन्म होऊ शकणार नाही अशा बऱ्याच बाबी होत्या. पहिल्यांदा तर मी

दुसऱ्याच एकाशी लग्न करणार होते. १९८१मध्ये जेव्हा मी विशीत असेन, तेव्हा मी मेम्फिसमध्ये कॉलेजचं शिक्षण पूर्ण करत होते. मी तेव्हा बिल नावाच्या एका तरुणाशी डेटिंग करत होते. आम्ही त्याबाबत गंभीरही होतो. मी एका मोठ्या रेस्टॉरंटमध्ये नोकरी करत होते. एका रात्री, एक उंचापुरा अनोळखी माणूस माझ्याजवळ येऊन बसला. त्यानं ऑर्डर दिली आणि मग मला डेटवर येशील का म्हणून विचारलं. त्या वेळी बिल त्याच रेस्टॉरंटच्या दुसऱ्या शाखेत जवळच काम करत होता. मी त्या अनोळखी माणसाला 'हो' म्हणणं शक्यच नव्हतं. मी जरी हसून नकार दिला तरी त्यानं मला खिळवून ठेवलं होतं, हे नक्की.

या माणसाला मी आयुष्यात पुन्हा पाहीन की नाही, हेही मला माहीत नव्हतं. पण जणू कोणत्यातरी मालिकेला सुरुवात झाली होती. माझा आणि माझ्या बॉयफ्रेंडचा ब्रेकअप झाला आणि काही आठवड्यांतच सुदैवानं जेफ पुन्हा त्या रेस्टॉरंटमध्ये आला. माझ्या छातीतली धडधड अचानक वाढली. 'माझी ऑफर अजून तीच आहे. तुझं मन बदललंय का?' त्यानं विचारलं.

पहिल्या डेटवर आम्ही रॅकेटबॉल खेळलो आणि एकत्र जेवण केलं. फार काही रोमँटिक नाही, पण त्यानं मला काहीच फरक पडला नाही. जेफच्या निर्मळ, आपलंसं करणाऱ्या हास्यानं आणि त्याच्या दिसण्यानंच मी खलास झाले होते. हा मुलगा अगदी कोणाशीही कोणत्याही विषयावर बोलू शकत असे. आम्ही दोघंही खूप महत्त्वाकांक्षी होतो. आयुष्यात आम्हाला सर्व उत्तमोत्तम गोष्टी उपभोगायच्या होत्या आणि त्यासाठी एका उत्तम नोकरीची गरज होती. आम्हाला मोठं घर, गाड्या आणि मौजमजेची आस होती. जेफ माझ्यापेक्षा एक वर्षानं मोठा होता आणि ग्रॅज्युएशन संपवून साउथ कॅरोलिनात नोकरी करत होता. तिथल्या एका टेक्सटाइल कंपनीत त्याची बढतीही झाली होती. मला 'नवऱ्यात' हवे असलेले सगळे गुण त्याच्यात होते. अगदी 'नवरा छाप' मुलगा होता तो, घरी घेऊन जाण्यासारखा.

आमच्या पहिल्याच डेटनंतर मी आईला फोन करून सांगितलं होतं, "आई, मी कोणाशी लग्न करायचं ते ठरवलंय."

"अगं पण बिलचं काय?"

"नाही, मला दुसरं कोणीतरी भेटलंय आई आणि मला खात्री आहे की, हाच तो!"

जेफ आणि मी जास्तीत जास्त वेळ एकमेकांसोबत घालवू लागलो. मी ग्रॅज्युएशननंतर एका कंपनीत सेल्स विभागात नोकरी पकडली. साधारण वर्षभरानं आम्ही लग्न केलं आणि लॉस एंजलिसला गेलो. तिथं जेफची बदली झाली होती. आम्ही दोघांनीही आपापल्या कामात स्वतःला झोकून दिलं होतं. जेफ २५

वर्षांचा होता आणि मी २४. आम्ही दोघंही चांगलं कमवत होतो. आम्ही एक फ्लॅट विकत घेतला. आम्ही उत्तमोत्तम रेस्टॉरंटमधलं जेवण आणि मोठमोठ्या ब्रँड्सचे कपडे वापरू शकत होतो. वीकेंडला सिनेमा नाहीतर एखादा संगीताचा कार्यक्रम ठरलेला असे.

चार वर्षांत आम्ही आणखी प्रगती केली होती. १९८६ मध्ये आम्ही एका उच्चभ्रू वस्तीत स्वतःचं घर घेतलं; चार बेडरूम असलेलं आणि समुद्र किनाऱ्याला लागून असलेलं. आम्ही खूप खूश होतो.

एकच गोष्ट खटकत होती, ती म्हणजे चार चार रिकाम्या बेडरूम्स. यावरही आम्ही लवकरच उपाय शोधला. आम्हाला जेव्हा एखादी गोष्ट हवी असे, तेव्हा आम्ही ती मिळवतच असू. त्यामुळे आम्ही मूल होऊ देण्याचा निर्णय घेतला. सहा महिन्यांनंतर मी जनरल चेकअपसाठी गेले आणि कळलं की काहीतरी गडबड होती.

माझ्या गर्भाशयाला ओव्हरीजशी जोडणाऱ्या नळ्या बंद होत्या. मी खचले. मला अपराधीही वाटू लागलं. माझ्यात काहीतरी कमतरता होती. मी माझ्या नवऱ्याला कधीच मूल देऊ शकत नव्हते. आमच्या आयुष्यात सगळं योग्य होतं – मी सोडून !

दोन पर्याय होते. एक म्हणजे शस्त्रक्रिया करून ट्यूब उघड्या करायचा प्रयत्न करायचा. त्यानंतर सहा आठवड्यांत त्या पुन्हा बंद होणार होत्या. म्हणजेच त्या सहा आठवड्यांतच मी गर्भवती राहणं अत्यंत गरजेचं होतं. कारण नंतर मी पुन्हा गर्भवती होणं जवळपास अशक्य असणार होतं. आम्ही या पर्यायावर फुली मारली.

दुसरा पर्याय अधिक प्रायोगिक स्वरूपाचा आणि विवादास्पद होता.

टेस्ट ट्यूब बेबी किंवा इन व्हिट्रो फर्टिलायझेशन. जेफ आणि माझ्या बऱ्याच तपासण्या झाल्या. जेफमध्ये काही कमी आढळली नाही आणि मग ही प्रक्रिया चालू झाली. आमचं लग्न म्हणजे एक विज्ञान प्रकल्पच बनला! नऊ महिने माझ्या शरीराला 'तयार' करण्यात गेले. मला हार्मोन्सची इंजेक्शनं दिली गेली. रक्ताच्या अगणित तपासण्या झाल्या. आम्ही इन व्हिट्रो फर्टिलायझेशनबद्दल उलटसुलट ऐकून होतो, की बऱ्याच वेळा त्यात यश मिळत नाही. खूप काळ थांबावं लागतं आणि कधी तर जुळी, तिळी किंवा चार चार बाळंही होतात. या प्रक्रियेतून जाताना आमच्या संबंधावर ताण येणं साहजिक होतं. त्यामुळे हॉस्पिटलनं आम्हाला मोफत काऊन्सेलिंग देऊ केलं. पण आम्हीच त्याला नाही म्हणालो. आम्ही जे करतो त्यात यश मिळतंच, असा आमचा दृष्टिकोन होता.

शेवटी एकदाचं माझं शरीर यासाठी तयार झालं. हीच आमची संधी होती.

मला हार्मोनचं इंजेक्शन दिलं. त्यामुळे ओव्ह्युलेशन होणार होतं.

दुसऱ्या दिवशी त्यांनी माझ्यातली बीजांडं आणि जेफचे शुक्राणू यांना एकत्र केलं आणि अशी सहा बीजांडं माझ्या गर्भाशयात सोडण्यात आली. मला चार दिवस नुसतं झोपून राहायला सांगितलं होतं.

त्या वेळी मी ख्रिश्चन नव्हते. मी जरी नावापुरती कॅथलिक होते, तरी श्रद्धाळू वगैरे अजिबातच नव्हते. कोणताही फॉर्म भरताना तेवढा माझा आणि माझ्या धर्माचा संबंध येत असे. जेफ बाप्तिस्त म्हणून वाढवला गेला होता. पण तोही या सगळ्यापासून दूरच होता. आम्ही देवापासून पळून जाणारी मुलं होतो; पण एक दिवस आम्हालाही परतून यावंच लागणार होतं.

पण मला नीटच आठवतंय की, मी त्या चार दिवसांत पलंगावर नुसती पडून होते, तेव्हा काहीतरी दैवी अनुभूती मला आली. माझ्या खोलीची खिडकी उघडी होती आणि वारा वाहत होता. त्या वाऱ्याबरोबरच अचानक एक शांततेची लाट माझ्यावर आली. इतकं शांत मला याआधी कधीच वाटलं नव्हतं. जणू एखादा महाकाय सिंह स्वर्गातून उच्छ्वास सोडतोय आणि त्या उच्छ्वासाबरोबर एक नवं साहस वाहतंय. पण भीतिदायक नाही, तर सुरक्षित.

मला कळलं, मी गर्भवती होते.

माझी खात्री पटली होती की मला दिवस गेले होते. कोणत्यातरी श्रेष्ठ शक्तीसमोर मी नतमस्तक झाले होते. माझ्या गर्भधारणेसाठी जरी विज्ञानाचा हातभार लागलेला होता, तरी हे नवं जीवन सुरू करण्यात नक्कीच एका वेगळ्या शक्तीचा हात होता. चार दिवस काय पूर्ण होत नाहीत आणि मला तर आत्ताच एक सुंदर जीव माझ्यात आकाराला येत असल्याचं जाणवत होतं.

आम्हाला माहीत होतं की, ही सगळी प्रक्रिया अवघड होती. त्यात यश मिळण्याचं प्रमाणही कमी होतं. पण आम्ही त्यामुळे खचणारे लोक नव्हतो. आम्ही विजेते होतो- हार न मानणारे. मूल गमावण्याची शक्यता तर कधी माझ्या मनाला चाटूनही गेली नाही.

पण पुढे खूप अवघड दिवस वाढून ठेवले आहेत, हे मला तेव्हा माहीत नव्हतं.

# जुळ्या मुली !

## जेफ

इन व्हिट्रो फर्टिलायझेशननंतर दीड आठवड्यांनी आम्ही हॉस्पिटलमध्ये गेलो. तिथं काही तपासण्या झाल्या. रिपोर्ट पाऊण तासानं मिळणार होता. आम्ही बाहेर चक्कर मारली आणि मग पुन्हा आत गेलो. नर्स सुहास्य वदनानं आमच्याकडे आली आणि म्हणाली, "चांगली बातमी आहे हं! तुला चांगलेच दिवस गेलेत!"

"चांगलेच? म्हणजे नक्की काय म्हणायचंय तुम्हाला?" मी विचारलं.

"तिळी; नाहीतर जुळी तर नक्कीच."

बापरे! आम्हाला माहीत होतं की या पद्धतीत एकापेक्षा जास्त मुलं होण्याच्या शक्यता असतात; पण दोन किंवा तीन बाळांचा आम्ही विचारच केला नव्हता! एक बाळसुद्धा आमच्यासाठी खूप होतं. पण कदाचित आमच्या बाकीच्या क्षेत्रातील यशाप्रमाणेच आम्ही इथंही एकदम बाजी मारली असावी.

शेरिलचं गरोदरपण सुरळीत चालू होतं. सगळ्या तपासण्या नॉर्मल होत्या. आम्ही मुद्दामच मुलगा आहे की मुलगी हे जाणून घेतलं नव्हतं. त्यामुळे आम्ही दोघांसाठीही नावं ठरवली होती. ब्रिटनी मेरी हे एक नाव नक्की झालं होतं आणि मुलासाठी मार्क थॉमस किंवा ॲडम डेव्हिड. पण जर दोन्ही मुली असल्या तर? असो, तेव्हाचं तेव्हाच पाहू, असं आम्ही ठरवलं होतं.

संपूर्ण गरोदरपणात शेरिल आत्मविश्वासपूर्ण वागत होती; पण तितकीच काळजीही घेत होती. बऱ्याचदा जुळं असलं की चाळीस आठवड्यांऐवजी छत्तीस आठवड्यांतच प्रसूती होते. त्यामुळे बाळाचं वजन कमी असण्याचा धोका असतो. शेरिलच्या अतिकाळजीमुळे आमच्या संबंधावर जरा ताणच येत होता. पण माझी हरकत नव्हती. मला माहीत होतं की आपली बायको गरोदर असताना प्रत्येक

नवऱ्यानं तेवढं समजूतदारपणे वागायलाच हवं. एकदा प्रसूती झाली की सगळं सुरळीत मूळ पदावर येईल याची मला खात्री होती.

पण शेरिलनं अडतीस आठवडे बाळं पोटात वाढवली आणि त्यामुळे आम्ही दोघंही खूपच आनंदी होतो. १८ जुलै १९८८ रोजी सीझेरियन ठरलं होतं आणि आम्ही हॉस्पिटलमध्ये पोहोचलो.

आणि ऑपरेशनमधून त्या दोघी बाहेर आल्या! आमच्या दोन जुळ्या मुली!

दोघीचंही वजन ७ पौंड होतं, म्हणजेच एकदम व्यवस्थित. दोघी चिकट, बरबटलेल्या आणि इवल्या लालबुंद चेहऱ्याच्या होत्या. त्या रडत आणि किंचाळत असतानाच एकेकीला माझ्या हातात दिलं गेलं. माझ्यासाठी त्या जगातील सर्वांत सुंदर बाळं होत्या.

आमची पहिली मुलगी रात्री १ वाजता जन्मली. ती गोरीगुलाबी आणि टकलू होती. जणू एखादी छोटी राजकन्याच. तिला आम्ही ब्रिटनी मेरी नाव दिलं. पण दुसऱ्या मुलीसाठी आम्ही नावच ठरवलं नव्हतं. त्यामुळे नर्सनं नुसतंच 'बेबी B' असं नाव लिहिलं. माझ्या दोन्ही मुलींकडे पाहताना माझा ऊर अभिमानानं भरून येत होता.

काही दिवसांनी आम्ही लॉरेन निकोल हे नाव निश्चित केलं. ही दोन्ही नावं मस्त वाटत होती एकमेकांसोबत. लॉरेन निकोल!

आम्ही बाळांना घरी घेऊन गेलो आणि नवीन आयुष्याच्या रुटीनमध्ये स्थिरावलो. शेरिलची सहा आठवड्यांची सुटी संपल्यावर ती पुन्हा नोकरीवर रुजू झाली. आम्ही याविषयी काही चर्चा केली नव्हती; पण तिच्या निर्णयाला माझा पूर्ण पाठिंबा होता आणि तसंही दोन-दोन बाळांसाठी आम्हाला जास्त पैसे लागणारच होते. मग आम्ही झॉयला नावाची एक नॅनी ठेवली. ती आमच्याचकडे राहून बाळांची देखभाल करत असे. आमच्या मुली अजिबातच किरकिऱ्या नव्हत्या. ब्रिटनी जास्त धीट आणि मोठ्यानं ओरडणारी होती. तिच्यात आणि माझ्यात लगेचच एक वेगळा बंध निर्माण झाला होता. 'स्क्रग्ज' कुटुंबात अगदी 'फिट्ट' बसेल अशी होती ती. पण लॉरेन जास्त शांत आणि लाजाळू होती. ती फारसा आवाज करत नसे. माझं तिच्यावरही प्रेम होतं; पण तिला माझ्याविषयी ती खास भावना निर्माण व्हायला जास्त काळ जावा लागला. ती अगदी पहिल्या दिवसापासून 'मम्माज गर्ल' होती!

शेरिल तिच्या नवीन भूमिकेत अगदी आरामात रुळली. ती बऱ्याचदा खरेदीला जाऊन मुलींसाठी काय काय आणत असे- कपडे, खेळणी. घरी असताना ती सारखी त्यांच्या जवळपास असे, त्यांना जोजवत असे. गोष्टी वाचून दाखवत असे आणि त्यांच्याकडे पूर्ण लक्ष पुरवत असे. अजूनही आमच्या संबंधात थोडा दुरावा होता; पण मला खात्री होती की लवकरच सगळं नीट होईल.

***

मुली सव्वा वर्षांच्या असताना एकदा रात्री झॉयला सारखी म्हणू लागली की लॉरेन खूप फिकुटलेली दिसतेय. ती नक्की काय म्हणत होती हे आम्हाला समजायला जरा वेळच लागला. आम्हाला वाटलं की असेल काहीतरी तिच्या वाढीमधलाच भाग; तसं बाळांचं काही नक्की सांगता कुठं येतं? पण दुसऱ्याच दिवशी आमच्या शेजारणीनं लॉरेनला खेळताना पाहिलं आणि तिलाही ती खूप बारीक, फिकुटलेली वाटली आणि तिची त्वचा पिवळट भासली.

त्याच दिवशी दुपारी आम्ही लॉरेनला डॉक्टरकडे नेलं. त्यांनी तपासणीसाठी तिचं रक्त घेतलं आणि दुसऱ्या दिवशी कळवतो म्हणून सांगितलं. त्याच रात्री त्यांचा फोन आला. त्यांनी आमच्यासाठी एका ऑन्कॉलॉजिस्टची (कॅन्सरतज्ज्ञाची) अपॉइंटमेन्ट घेतली होती. "त्या क्लिनिकमध्ये कॅन्सर झालेली खूप मुलं असतील; पण तुम्ही एकदम घाबरून जाऊ नका." तो म्हणाला.

कॅन्सर?

त्या एका नुसत्या शब्दानंही आमच्या पाठीतून भीतीची थंडगार लहर दौडत गेली.

आम्ही लॉरेनला घेऊन गेलो. तिच्या काही तपासण्या करण्यात आल्या. पुन्हा काही तपासण्या. मग आणखी तपासण्या. दोन-तीन आठवडे सारखं तिचं रक्त तपासत होते आणि अजूनही रिपोर्टमधून काहीच निष्कर्ष निघत नव्हता. इकडे लॉरेनची तब्येत अजून खालावत होती. डॉक्टरांनी एक शक्यता व्यक्त केली.

ल्युकेमिया! रक्ताचा कॅन्सर.

मग लॉरेनच्या मणक्याची एक तपासणी बाकी होती. डॉक्टरांनी मला तिला पालथं झोपवून घट्ट दाबून ठेवायला सांगितलं. ती हातपाय झाडत होती, झगडत होती आणि किंचाळत होती. डॉक्टरांनी तिच्या पाठीमध्ये भलीमोठी सुई खुपसल्यावर तिने जो काही आकांत केला की बस!

या तपासणीचे रिपोर्ट आले. लॉरेनला ल्युकेमिया नव्हता. आम्ही हुश्श केलं. पण अजूनही धोका पूर्णपणे टळला नव्हता.

डॉक्टर म्हणाले, "तिला रक्त द्यावं लागेल."

पण मी नकार दिला. त्या दिवसात AIDSच्या बऱ्याच बातम्या ऐकू येत होत्या. जरी लॉरेनची तब्येत ढासळत होती, तरी अगदी नाइलाज असता तरच आम्ही तिला रक्त देण्याची परवानगी दिली असती. आम्ही शेजारीपाजारी, मित्रमंडळींमध्ये चौकशी करून तिच्या रक्ताशी मिळताजुळता रक्तगट कोणाचा आहे ते शोधत होतो. आम्हाला ठोस उत्तरं हवी होती. शेवटी एकदाचा शेवटचा रिपोर्ट आला. डायग्नोसिस होतं– काहीही नाही. लॉरेनला काहीच झालं नव्हतं.

अजूनही मी सांगू शकत नाही की तिला नक्की काय झालं होतं. काहीतरी लाखात एक होणारा, मोठ्या लॅटिन नावाचा आजार होता तो. त्याचा अर्थ इतकाच होता की लॉरेनच्या हिमोग्लोबिनची पातळी अडकली होती. व्हायरसमुळे असं होऊ शकतं. ती पातळी वाढण्याची वाट पाहणं एवढंच आता हातात होतं.

हळूहळू तिचं वजन वाढलं. चेहऱ्याची लाली परत आली. पण तरी पुढे बरेच महिने आम्ही तिला त्या क्लिनिकमध्ये नेऊन रक्त तपासणी करत होतो. पण सगळं नॉर्मल होतं. एक मोठा अनर्थ आमच्या कुटुंबात येतायेताच निघून गेला होता.

त्या क्लिनिकमध्ये नेहमी इतर मुलं दिसत. अशक्त, फिकुटलेली आणि डोक्यावरचे केस गेलेली. त्यांना पाहून माझ्या काळजात चर्रर होत असे. कदाचित लॉरेनही अशी असू शकली असती.

लॉरेनला गमावण्याची भीती आमच्या कुटुंबात खोलवर रुजली होती. तिला सहजी झटकता आलं नाही. पण पुढच्या वर्षीपर्यंत सगळं सुरळीत झालं. तेव्हापासून मी लॉरेनला जास्त जपू लागलो. कदाचित गरजेपेक्षा जास्तच. माझी छोटी मुलगी मरणाच्या दारातून परत आली होती आणि तिला जगातल्या कोणत्याही संकटापासून वाचवायचा मी पूर्ण प्रयत्न करीन, असं मी मनोमन ठरवलं होतं.

पण मला काय माहीत होतं की अजून एक भयानक संकट भविष्यात दबा धरून बसलंय? मला त्याची चाहूलही लागली नाही. मला माहीतही नव्हतं की त्यामुळे आमचं सगळं जगच जणू उद्ध्वस्त होणार आहे.

# हृदयात उठलेली वेदनेची कळ

## जेफ

१९९०च्या मार्च महिन्यातल्या त्या शनिवारी सकाळी मी आणि शेरिल समुद्रकिनाऱ्यावर सायकल चालवायला बाहेर पडलो. आम्ही असे नेहमी जात असू. मुलींना गाडीत बसवून सायकल गाडीवर बांधून आम्ही निघालो. किनाऱ्यावर पोहोचल्यावर मुलींना हेल्मेट घालून एकेकाने आपल्या मागे बसवलं. मी लॉरेनला घेतलं तर शेरिलनं ब्रिटनीला. मी लॉरेनला गळ्याला हलकेच गुदगुल्या करून तिला हसवत होतो.

दोघींना सारखेच फ्रॉक घातले होते. ब्रिटनीला जांभळा आणि लॉरेनला गुलाबी. त्याच कपड्यांच्या कंपनीत मी नोकरी करत होतो. मला हवी तशी माझी प्रगती होत होती. मी भरपूर काम करत होतो आणि भरपूर कमवतही होतो.

त्या दिवशी माझ्या मनात विचार तरळून गेला की, माझं आयुष्य किती उत्तम चाललंय. एखाद्या माणसाला जे जे हवं असेल ते ते सगळं आज माझ्याकडे होतं. दोन सुंदर मुली. एक छान बायको, जिचं आणि माझं व्यवस्थित पटत होतं. शेरिलही भरपूर कष्ट करत होती आणि आमच्या एकत्रित कमाईत आम्हाला अक्षरशः सगळं परवडत होतं. आलिशान गाड्या, मोठं घर...सगळंच.

आम्ही सायकल चालवत निघालो. मी पुढे तर शेरिल मागे. छोट्या दोघी हसत खिदळत होत्या. आपल्या बोबड्या बोलांत एकमेकींशी संवाद साधत होत्या. "मी जरा दमलीये." काही वेळानं शेरिल मागून ओरडली. "आपण जरा वेळ थांबून गप्पा मारू या का?"

"अगं आपण आता मॅनहॅटनच्या किनाऱ्यावर पोहोचूच. चल लवकर," मी म्हणालो.

मला अजिबात थांबण्याची इच्छा नव्हती. सकाळ रम्य होती. मंद वारा आणि उबदार ऊन होतं. मुलीही खूप खूश होत्या. शेवटी, सायकल चालवायलाच तर आम्ही इथं आलो होतो ना? शेरिल मग काहीच बोलली नाही. मी पण तो विचार झटकून टाकला.

आम्ही शहरात पोहोचलो आणि आमच्या आवडत्या ठिकाणी नाश्त्यासाठी थांबलो. मी भरपूर नाश्ता मागवला. शेरिलनं मात्र थोडाच मागवला. "जेफ," ती म्हणाली आणि थांबली.

"हं?" मी खाताखाताच तिच्याकडे पाहिलं.

"अं... नाही काही नाही. जाऊ दे," तिनं रुमाल नीट करत उत्तर दिलं.

"काय?"

"काही नाही," ती बळंबळं हसत उत्तरली.

"छान सकाळ आहे, नाही? एवढंच सांगणार होते मी." एवढं बोलून ती मुलींची तोंडं पुसणं, त्याचं आवरणं या कामांत गढून गेली.

"काय झालंय हिला? अशी विचित्र का वागतेय?" मी विचार केला. "कदाचित ती दमली असेल. किंवा तिचा मूड नसेल." माझं माझ्या बायकोवर मनापासून प्रेम होतं. पण मला तिचं वागणं कधीकधी समजतच नसे. काही वेळा मी घरी आल्यावर मला ती चटकन डोळे पुसताना किंवा नाक पुसताना दिसे. जसं काही ती नुकतीच रडली असावी. पण तिला काय होतंय, काय खुपतंय, हे तिनं कधीच सांगितलं नाही. मी जर कधी खोदून विचारलंच तर ती 'सगळं ठीक आहे,' एवढंच म्हणत असे.

आम्ही घरी गेलो. दुसऱ्या दिवशी मी माझ्या मित्रांबरोबर गोल्फ खेळायला जाणार होतो. शेरिल मात्र मुलींजवळ घरीच थांबणार होती. रविवारी दुपारी मी निघताना शेरिलला सांगायला बेडरूममध्ये गेलो. दार लोटलेलं होतं. मी बाहेरच थबकलो. शेरिल कोणाशीतरी फोनवर बोलत होती. तिला वाटलं असणार मी आधीच बाहेर पडलोय. ती दबक्या आवाजात बोलत होती. सावधपणे. मी दार लोटून आत गेलो. "आईशी बोलत होते." एवढं बोलून तिनं फोन ठेवून दिला. ती रडत होती.

"काय झालं, हं?" मी घड्याळाकडे कटाक्ष टाकत विचारलं. मला उशीर करायचा नव्हता.

"जेफ..." ती अडखळली आणि मग एका दमात बोलली, "मला नाही वाटत मी हे करू शकेन." "काय बोलत्येस तू?" मी गोंधळून तिच्या चेहऱ्यावरचे भाव पाहू लागलो. पण ती माझ्याकडे बघतच नव्हती.

मग तिनं जे शब्द उच्चारले त्यांनी आमचं अख्खं आयुष्य बदलून जाणार होतं.

"मला नाही वाटत जेफ, की माझं तुझ्यावर प्रेम आहे. खरंतर कधीच नव्हतं.'' तिचे रोखठोक शब्द माझ्यावर येऊन आदळले.

मी स्तंभित झालो. आमचं लग्न घट्ट पायावर बांधलेलं होतं. आमच्या दोघांकडे पाहून तर आमचे मित्रही जळायचे. कदाचित ती खूपच दमली होती. "शेरिल तू काय बोलतेस? तुला कधीपासून असं वाटतंय?'' मी खोदून खोदून विचारत राहिलो; पण जणू टीव्हीचं बटण बंद केल्यासारखी शेरिल 'बंद' झाली होती. ती माझ्यासमोर उभी होती; पण मनानं ती पलीकडे पोहोचली होती. संवाद बंद. संपला. याउप्पर मी काय करू शकत होतो? त्यामुळे मी आधी ठरल्याप्रमाणे मित्रांबरोबर गोल्फ खेळायला गेलो. शेरिलच्या बोलण्यामुळे मला धक्का बसला होता. मी सुन्न झालो होतो. आमच्यात आत्ता असा काही संवाद झालाय यावर विश्वासच बसत नव्हता. एकतर मी जगातला काहीच न कळणारा माणूस होतो किंवा शेरिलनं तिच्या भावना फारच खुबीनं लपवून ठेवल्या होत्या. पुढच्या काही दिवसांत आम्ही एकमेकांशी बोलायचे काही निष्फळ प्रयत्न केले. आपण समुपदेशकाची मदत घेऊ या असं मी तिला मनवलं. त्याप्रमाणे आम्ही गेलोही. पण एखाद्या पूर्ण अनोळखी व्यक्तीसमोर आपलं मन उघड करायला खूप विचित्र वाटत होतं. शेरिलनं तर फक्त 'हो-नाही' पलीकडे काहीच उत्तरं दिली नाहीत. जणू ती मुद्दामच काही सांगू इच्छित नव्हती. मला कळलं की हे म्हणजे नुसताच पैसा वाया जातोय. मग आम्ही तेही थांबवलं.

एक-दोन आठवड्यांनंतरची गोष्ट असेल. मला माझ्या मॅनेजरनं बोलावलं आणि म्हणाला, "तू डॅलासला जायचं आहेस. तिथं तुझी गरज आहे. लवकरात लवकर शिफ्ट हो.'' मला वाटलं होतं शेरिल हे सगळं अचानक सोडून जायच्या बातमीनं नाराज होईल. पण झालं उलटंच! मी तिला ही बातमी सांगितल्यावर तिला खूपच आनंद झाला. जणू तिला कशाबद्दल तरी हायसं वाटलं होतं.

"वा! मला अगदी हा बदल हवासा वाटतोय!'' ती म्हणाली. तिचा उत्साह पाहून मलाही बरं वाटलं. मला आमच्या लग्नाबद्दल थोडी आशाही वाटली. आम्ही अजून तरी त्याबद्दल काहीच बोललो नव्हतो. पण मला वाटलं, कदाचित आता सगळं नीट होईल.

एप्रिल १९९०मध्ये बदलीची नोटीस आली आणि आम्ही आमचं घर विकलं. मुली दोन वर्षांच्या झाल्या होत्या. ऑगस्टमध्ये आम्ही डॅलासला शिफ्ट झालो. आम्ही तात्पुरते एका फ्लॅटवर राहत होतो. दरम्यान एका आर्किटेक्टला नेमून आमच्या 'स्वप्नातल्या घरा'साठी काम सुरू केलं होतं.

शेरिलच्या गोल्फप्रेमाच्या दृष्टीनं तर हे घर मस्तच असणार होतं. तिच्या माहेरी घराशेजारी गोल्फकोर्स होतं आणि ती खेळतच मोठी झाली होती. आत्ताच्या आमच्या घरातही ती हवं तेव्हा खेळू शकली असती.

काही आठवडे सगळं सुरळीत चालू होतं. पण शेरिल सारखी रडत असे. मला वाटलं बदली आणि लहान मुलींच्या जबाबदारीचा ताण आला असेल. आमच्या लग्नासाठी ही नवी सुरुवात आशादायक ठरेल, असं मला खरोखरच वाटत होतं.

आमच्या मित्रांनी आम्हाला त्यांच्या चर्चमध्ये येण्याचं आमंत्रण दिलं. आम्ही फक्त त्यांच्या विनंतीचा मान राखायचा म्हणून गेलो. पण मग चांगलं वाटू लागलं. आमच्या लग्नात जर खरंच काही अडचणी असतील तर चर्चमध्ये जाण्यानं नक्कीच मदत झाली असती. मी काही चर्च किंवा येशूच्या विरुद्ध नव्हतो. फक्त माझ्या आयुष्याच्या प्लॅनमध्ये त्यांना काही फार स्थान नव्हतं. मला काही हे चर्च फार आवडलं होतं अशातला भाग नाही; पण शेरिलला तिथं जाणं आवडतंय, असं मला वाटलं आणि तिला जे हवं ते मी तिच्यासाठी करायला तयार होतो.

आता मुलींना सांभाळायला नॅनी नव्हती; त्यामुळे शेरिलनं नोकरी सोडली. सुदैवानं माझा जॉब उत्तम सुरू होता.

आम्ही डॅलासला गेल्यानंतर ५ वर्षांनी आमचं 'स्वप्नातलं घर' बांधून तयार झालं आणि आम्ही तिथं राहायला गेलो. घर अप्रतिम होतं. १९९१च्या व्हॅलंटाइन डेच्या दिवशी मी शेरिलला गोल्फ क्लबचा सर्वांत महागडा, उत्तम सेट सरप्राइज गिफ्ट म्हणून दिला. आम्ही तो आमच्या पलंगावर चादरीखाली लपवला होता. झोपायच्या वेळी शेरिलला तो सापडला. तिला खूप आनंद झाला, ती तोंडभर हसली. "वा, जेफ, किती मस्त!" एवढंच म्हणाली ती. तिनं मला किससुद्धा केलं नाही. पण तरीही मी मनातल्या मनात स्वतःची पाठ थोपटली. मी नक्कीच एक चांगला नवरा होतो.

महिनाभरानंतरची गोष्ट असेल. मी मुलींना रात्री गोष्ट सांगत होतो, तेवढ्यात बेल वाजली. शेरिल खालच्या मजल्यावरच होती, त्यामुळे ती दार उघडेल असं मी गृहीत धरलं. पण पुन्हा बेल वाजली. मी हातातलं पुस्तक मिटलं, तेवढ्यात तिसऱ्यांदा बेल वाजली.

"ही दार का नाही उघडत?" मी रागानं म्हणालो. "मुलींनो, बाबा येतोच आहे हं एक मिनिटात."

"मला पण यायचं." असं म्हणून लॉरेननं माझा दंड घट्ट पकडून ठेवला. चौथ्यांदा बेल वाजली. "बरं, बरं चल." असं म्हणून मी तिला कडेवर घेतलं आणि खाली गेलो.

"जेफ स्क्रग्ज?"

"हो," मी त्या युनिफॉर्ममधल्या माणसाकडे साशंकतेनं पाहत विचारलं. "काय झालं?"

"हे तुमच्यासाठी आहेत." शेरिफनं मला एक फाइल दिली. "इथे, इथे आणि या इथे सह्या करा." त्यानं निर्देश केला. मी क्षणभर थबकलो आणि मग सह्या केल्या. शेरिफ काहीही न बोलता कारच्या दिशेनं निघून गेला.

मी दार लावण्याइतका विचार करू शकत होतो. लॉरेनला कवटाळून वर नेऊन दोघींना झोपवण्याइतका विचार मी करू शकत होतो. मी तर त्यांना गोष्टही पूर्ण वाचून दाखवली. मग त्या झोपी गेल्यावर त्यांची पापी घेऊन मी दार बंद केलं. माझं हृदय धडधडत होतं. मी धडाधडा जिना उतरून आमच्या खोलीकडे गेलो. दार घट्ट बंद होतं. मी तसंच ढकलून आत घुसलो. "शेरिल! हा काय वेडेपणा आहे?"

माझी बायको अर्धवट डोळे बंद करून पलंगावर पडली होती. तिनं माझ्याकडे थंडपणे पाहिलं आणि मान हलवली. ती काहीच बोलली नाही.

आमच्यात अक्षरशः काहीच चर्चा झाली नाही. वादविवाद नाहीत. भांडणं, आरडाओरडा नाही. काहीच पत्ता लागू दिला नाही तिनं. या अशा प्रकारे माझ्या बायकोनं मला घटस्फोटाचे कागद दिले होते!

***

१९९२मध्ये आम्ही आमचं ते घर विकून टाकलं. शेरिलनं एक छोटं घर विकत घेतलं आणि तिथून पाच मिनिटांच्या अंतरावरच मी एक भाड्यानं घेतलं. त्यामुळे मला मुलींच्या शक्य तितकं जवळ राहता आलं असतं. आम्ही मुलींसमोर 'घटस्फोट' हा शब्द खरंतर कधीच उच्चारला नाही. त्यांच्या वयाला त्याचा अर्थही कळला नसता. पण आम्ही त्यांच्याबरोबर एकत्र बसलो आणि म्हणालो, "आता आई आणि बाबा काही एकत्र राहणार नाहीएत." ब्रिटनी धावत तिच्या खोलीत गेली आणि तिनं धाडकन दार लावलं. तर लॉरेन जी दुसऱ्या खोलीत जाऊन बसली ती बाहेर यायलाच तयार होईना. आमचं बोलणं त्यांना बरोबर समजलं होतं.

"नीट होतील त्या," शेरिल म्हणाली.

"ठीके. ओके," मला इतका राग अनावर झाला होता.

तेव्हापासून वेगळं व्हायच्या दिवसापर्यंत आम्ही वेगवेगळ्या खोलीत झोपू लागलो. मग अखेर तो दिवस उजाडला. दोन ट्रक आले होते आणि आमच्या 'स्वप्नातल्या' घरातल्या सगळ्या सामानाची वाटणी करत होते. म्हणजे आमच्याच सूचनांनुसार. फर्निचर, सोफे, टेबलं, कपडे, दिवे, टीव्ही, गोल्फ क्लब. आमच्या सगळ्या आयुष्याचे ओरबाडून दोन तुकडे केले जात होते. त्या ट्रकवाल्यालाही पाहवलं नाही. "अरेरे, मी ही खूपच वाईट गोष्ट पाहतोय," तो म्हणाला, "तुम्ही दोघं एकमेकांसाठी योग्य होतात. तू कधी तिला फुलं द्यायचा विचार केला आहेस?"

"थँक्स, पण गोष्टी कधीच त्यापलीकडे पोहोचल्या आहेत." मी म्हणालो.

२१ ऑगस्ट १९९२ला आमचा घटस्फोट झाला. मुली नुकत्याच ४ पूर्ण

झाल्या होत्या. आमच्या लग्नाला १० वर्षं झाली होती. पण आता सगळं संपलं होतं. आता आम्ही श्री. व सौ. स्क्रग्ज नव्हतो.

आम्ही मुलींना भेटण्याचं एक वेळापत्रकच बनवलं. पहिल्या, तिसऱ्या आणि पाचव्या वीकेंडला मुली माझ्याकडे असणार असं ठरलं आणि त्या त्या आठवड्यांच्या बुधवार आणि गुरुवारीसुद्धा. किंवा त्या आईकडे वीकेंडला असतील तर माझ्याकडे सोमवार आणि मंगळवार येणार होत्या. सुरुवातीला हे खूप गुंतागुंतीचं वाटलं; पण मग सवय झाली.

शेरिल मित्रत्वाने वागत होती. नम्र, आदरातिथ्य करणारी. 'एक्स-वाइफ'चा उत्तम नमुना. आमच्यात कधीच वाद झाले नाहीत. आमच्या कुटुंबाची वाताहत होऊनसुद्धा आम्ही सगळ्या गोष्टी योग्य रीतीने पार पाडत होतो. आमचा घटस्फोटही उदाहरण द्यावं असा 'पर्फेक्ट' होता!

महिना उलटला. मग अजून सहा महिने लोटले, मग आठ, मग एक वर्ष. हे सगळं खरंच घडत होतं. एकदम खरं. एक तुटलेलं कुटुंब, हेच आता आमचं वास्तव होतं. आमचा 'पर्फेक्ट' घटस्फोटही तितकाच त्रासदायक होता.

मी आणि एका मित्रानं मिळून डॅलासपासून जवळच एक तळ्याकाठचं घर विकत घेतलं. तिथं सुट्ट्या घालवता आल्या असत्या असा माझा विचार होता. मी आणि मुली तिथं खूप मजा करायचो- वॉटरस्कीईंग, पोहणं, बोट चालवणं. मी जितकं हे घर मुलींवरच्या प्रेमाखातर घेतलं होतं, तितकंच माझ्या बायकोवरच्या रागामुळेसुद्धा. कारण ती कधीच तिथं येऊ शकली नसती. कधीच नाही. ही अशी एक जागा बनली की तिथली मजा ती माझ्यापासून कधीच हिरावून घेऊ शकणार नव्हती.

कसा विचित्र योगायोग होता पाहा- मी आणि शेरिल दोघंही नियमितपणे चर्चमध्ये जाऊ लागलो. ती एका बायबलच्या अभ्यास वर्गालाही जाऊ लागली होती. आत्तापर्यंत कधीच तिनं देवाविषयी इतका अभ्यास केला नव्हता. आणि तिला कोणीच हे शिकवलं नव्हतं की, येशूच्या दुव्याद्वारा आपण वैयक्तिक पातळीवर देवाशी जोडले जाऊ शकतो.

पहिल्यांदाच कुठंतरी काहीतरी जुळू पाहत होतं, असं तिनं मला सांगितलं. मी नुसतीच मान हलवली. मनात विचार आला, 'हं! आता काय? खूप उशीर झालाय.'

मीही माझ्यानुसार आध्यात्मिक मार्गावर पावलं टाकू लागलो होतो. एका तरुण गटाला मदत करण्याचं काम मी चर्चच्या पॅस्टरच्या विनंतीवरून स्वीकारलं. सुरुवातीला मी नुसती देखरेख करायचो, मुलांसोबत वेळ घालवायचो आणि लागेल ती मदत करायचो. वर्षभरानंतर त्यांनी मला एका अभ्यास गटाचं नेतृत्व करायला सांगितलं. मग मी सगळ्यांसाठी 'डिसिप्लिन्स ऑफ अ गॉडली मॅन'

हे पुस्तक आणलं. दर बुधवारसाठी मी रविवारी त्यातलं एक एक प्रकरण तयार करत असे. मी जरी ३६ वर्षांचा होता, तरी या मुलांपेक्षा माझी या विषयातली प्रगती काही तोपर्यंत फार झालेली नव्हती.

आमच्या घटस्फोटानंतर साधारण वर्षभरानंतरची गोष्ट असेल- मी मुलींना शनिवारी सकाळी बागेत घेऊन गेलो होतो. मी ज्यूस, बिस्किटं घेतली होती. आम्ही ते खाल्लं. मग बागेत गेलो, बेडूक पाहिले, पकडापकडी केली आणि खेळलो. मग मी एका बाकावर बसलो आणि मुली खेळायला पळाल्या. ब्रिटनी बारवर लटकत होती, तर लॉरेन शिडीवर चढली होती.

"लॉरेन सांभाळून. ब्रिटनी तूसुद्धा – नेहमी सांभाळून राहा!"

पण नुकसान तर आधीच झालं होतं. मुली माझ्याकडे- त्यांच्या बाबाकडे बघत तेव्हा त्यांच्या डोळ्यांत मला खूप आनंद दिसे. पण त्याचबरोबर त्यात एक उदासीची छटाही असे.

# कडू-गोड बालपण

## ब्रिटनी (लॉरेनची जुळी बहीण)

मला लॉरेनविषयी एक जबाबदारीची जाणीव नेहमीच असते. आम्ही चार वर्षांच्या असताना आमच्या आई-बाबांचा घटस्फोट झाला. तेव्हापासूनच मी 'मोठ्या' भावंडाच्या-रक्षणकर्त्याच्या भूमिकेत शिरले, जरी मी लॉरेनहून फक्त १ मिनिटाने मोठी होते. घटस्फोटानंतर आमचं आयुष्य इतकं सैरभैर झालं होतं की, बऱ्याच गोष्टींचे अर्थच लागत नव्हते. पण तरीही आम्हाला पुढे चालत राहावं लागणार होतं.

जुळ्या बहिणी म्हणून आम्ही सतत एकमेकींसोबत असायचो; घटस्फोटानंतर तर जास्तच. आपल्याबरोबर सतत आपली जवळची मैत्रीण आहे, ही गोष्ट आम्हा लहान मुलींच्या सुरक्षिततेच्या भावनेसाठी खूप महत्त्वाची होती. जन्मापासूनच आमच्या दोघींमध्ये हा अनोखा दुवा होता. आयुष्याच्या कुठल्याच टप्प्यावर आम्ही कधी एकमेकींशी भांडलो नाही. आम्हाला कधीच एकमेकींची असूया वाटली नाही. नेहमी भावंडांत होणाऱ्या कुरबुरींचा आम्हाला काहीच अनुभव नाही! लॉरेन आणि मी फक्त एकमेकींच्या डोळ्यांत बघून एकमेकींशी संवाद साधू शकत असू. तसंच आम्ही जोकही सांगत असू आणि एक शब्दही न बोलता गडाबडा लोळेपर्यंत हसत हसू. आमचं बालपण हे असं गेलं. आम्ही कायम एकमेकींच्या बाजूनं असायचो. लॉरेन शेजारी नसेल तर मला 'मी' होताच येत नसे! कधी कधी तर असं वाटायचं की, आम्ही एकच व्यक्ती आहोत.

ॲक्सिडेंटच्या रात्री आम्ही सगळे प्रार्थना करत होतो. सर्जनच्या प्रत्येक टीमकडून चांगल्या व वाईट बातम्या कानावर येत होत्या. लॉरेनची तब्येत स्थिर आहे आणि जिवावरचा धोका टळला आहे, असं आम्हाला समजलं होतं. पण तिच्या दुखापतींविषयीचे तपशील हळूहळू कळत गेले. तिच्या मेंदूवरच्या शस्त्रक्रियेनंतरची

बातमी पचवायला मोठी कठीण होती. विमानाचा प्रॉपेलर तिच्या डोक्यावर आदळला होता तेव्हा एकापेक्षा जास्त पाती तिला लागली होती. एका क्षणभरात तिचं शरीर प्रतिक्षिप्त क्रियेने दूर झालं होतं, पण तेवढ्या क्षणभरात व्हायचं ते नुकसान झालंच होतं. तिच्या कवटीच्या काही भागाचा चक्काचूर झाला होता. ते तुकडे तिच्या मेंदूत घुसले होते. तिचा न्यूरोसर्जन आम्हाला म्हणाला, ''मेंदूच्या शस्त्रक्रिया या नेहमीच अवघड असतात.'' त्याचा चेहरा गंभीर होता. आम्हाला कळलं की तो आम्हाला वाईटातल्या वाईट बातमीसाठी तयार करतोय. ''कदाचित लॉरेनला पुन्हा कधीच पूर्ण वाक्य बोलता येणार नाही. जरी ती पूर्ण बरी झाली तरी ती कदाचित पूर्णपणे बदललेली व्यक्ती असू शकते. तिचा स्वभाव वेगळा होऊ शकतो.''

मला हे सहनच होत नव्हतं. मन मानतच नव्हतं. मला काहीही करून माझी पूर्वीची बहीण परत हवी होती- सुंदर, उत्साही- शरीरानंही आणि मनानंही. ती अजूनही तीच लोलो होती ना, इतकंच मला समजायला हवं होतं.

लोला- हेच तिचं टोपणनाव होतं आमच्या घरी- किंवा मग नुसतं लो. आम्ही लहान असताना आईनंच या नावानं तिला हाक मारायला सुरुवात केली होती. पण पुढे ते नाव तसंच राहिलं. ती आमची एक गंमत होती.

घटस्फोटानंतर बाबा ऑफिसमधून येताना रॅव्हिओली पास्ता आणत असे. मग तो, मी आणि लो किचनमध्ये जाऊन इटलीतले मोठे शेफ असल्याचा आव आणून पास्ता शिजवत असू. मग बाबा खोटं खोटं इटालियन बोलत असे आणि आम्हाला लॉरेन्सिमो आणि ब्रिटचेस्सी म्हणून हाका मारत असे! आम्हाला खूप मजा वाटत असे. मग आम्ही त्याला 'डॅचेस्सी' म्हणत असू. जरी आम्ही एकत्र कुटुंब नव्हतो तरी आम्ही अशी मजा करत असू. आम्ही काही नेहमीच दुःखी नसायचो. आम्ही आई आणि बाबा दोघांबरोबरही खूप मजा करायचो. आम्हाला माहीत होतं की त्यांचं आमच्यावर खूप प्रेम आहे आणि एक 'नॉर्मल' बालपण आमच्या वाट्याला यावं म्हणून ते किती प्रयत्न करायचे ते.

मोठ्या झाल्यावर आम्ही आपापल्या मार्गाला लागलो. पण एका मर्यादेपर्यंतच आम्ही वेगळ्या झालो होतो. लॉरेन फॅशन इंडस्ट्रीत गेली, तर मी शहरातल्या मिनिस्ट्रीमध्ये. बावीस वर्षांची असताना मी माझ्या कॉलेजमधल्या मुलाशी लग्न केलं. शॉन मॉर्गन हा माझ्यासाठी जगातला सगळ्यात छान मुलगा आहे. त्या म्हाताऱ्या निराश्रित माणसानं सांगितलेलं माझं भविष्य खरं झालं होतं. त्यानं सांगितलं होतं की, मी खूप प्रेमळपणे आपलं आयुष्य घालवीन आणि त्यासाठी एक माणूस मला मनापासून मदत करेल. तो माणूस म्हणजे शंभर टक्के शॉनच होता. माझी जरी खात्री होती आणि लग्नाबाबत जरी मी ठाम होते, तरी लग्नापूर्वी

एक महिनाभर आधी मी जरा अस्वस्थच झाले. लॉरेनला एकटीला सोडून तिच्याशिवाय मी कशी जगू? ती नीट राहील ना? मला हा विचारच सहन होईना. मी हे सगळं लॉरेनला सांगून टाकलं आणि आम्ही बहिणी यावर बोललो. शेवटी लॉरेन हसून म्हणाली, ''ब्रिटनी, अगं मी नीट राहीन. मला खरंच तुमच्या दोघांसाठी खूप छान वाटतंय!''

शॉनबद्दल एक गमतीशीर गोष्ट म्हणजे, तो स्वभावानं जणू दुसरी लॉरेनच आहे! मी जणू माझ्या बहिणीच्या पुरुष अवताराशी लग्न केलंय! म्हणजे वाढदिवसाच्या दिवशी तो दोघींसाठीही काहीतरी खास भेट आणतो. त्याला माहितीये की लहानपणापासूनच आमच्यासाठी वाढदिवस हा 'आमचा' आहे, दोघींचा- एकटीचा कधीच नाही.

लॉरेननंही शॉनला तितक्याच आपुलकीनं कुटुंबात सामावून घेतलं. तिच्या ॲक्सिडेंटनंतर तर त्यांच्यातलं दृढ नातं आणखीन दिसून आलं. ती बरी होत असताना बऱ्याचदा ती फक्त शॉनचं ऐकत असे. सुरुवातीला तिला बोलताना अडचण येई. ती काही उच्चार वेगळेच करे किंवा काही अक्षरं वेगळीच बोले. जणू इंग्लिश ही तिच्यासाठी एखादी परकी भाषा होती. तिनं शॉनचं नाव 'बॉसर क्रॅकर' ठेवलं होतं. बहुतेक 'बॉस' या शब्दावरून असेल. रोज सकाळी शॉन तासभर तिच्याजवळ बसत असे. तेवढ्यात मी घरी जाऊन येत असे किंवा आई-बाबा हॉटेलवर जाऊन येत. लॉरेन सकाळी उठे तेव्हा तो तिथं असे. बऱ्याचदा ती सकाळी जास्त नीट असे. मग अडखळत ती त्याच्याशी बोले. मग शॉन हळुवारपणे तिच्या कपाळाची चांगली बाजू दाबून देत असे आणि तिच्याकडून थोड्या सोप्या हालचाली करवून घेत असे.

शॉनचं हे वागणं मला फारच आवडलं. माझ्यासारखी त्यानंही तिची जबाबदारी स्वीकारल्याचं स्पष्टच दिसत होतं. माझ्यासारखाच तोही लॉरेनचं मोठं भावंडं बनला होता आणि माझ्या अनुपस्थितीत तिची पूर्ण काळजी घेत होता.

लॉरेनला काही नेहमीच काळजीची गरज असे असं नाही. ती स्वतः जबाबदार आणि उद्यमशील होती. लहानपणीही ती सगळ्या गोष्टी व्यवस्थित करत असे. ती हुशार होतीच, गमतीशीर आणि कल्पकही होती. फक्त तिची काळजी मी घ्यावी असं आधीच ठरून गेल्यासारखं झालं होतं. यात आमच्या आई-वडिलांचा घटस्फोट हे एक मोठं कारण होतंच, पण आम्ही बाळं असतानाही नेहमीच मी पुढाकार घेत असे. जणू मी तिची छोटी आईच होते! खरंतर ती माझ्या आधी चालायला लागली. नऊ महिन्यांची असताना पळायलाही लागली. पण दोन वर्षांची होईपर्यंत ती बोलत मात्र नसे. उलट मी वर्षाच्या वाढदिवसापर्यंत काही चालायला शिकले नव्हते; पण मी बडबड मात्र अखंड करत असे. लॉरेन जास्त लाजाळू होती. याउलट मी नेहमीच आत्मविश्वासानं बोलत असे आणि पुढाकार घ्यायला नेहमीच तयार असे. आमची

कोणी नावं विचारली तर मीच पहिल्यांदा बोलत असे, ''मी ब्रिटनी आणि हिचं नाव लोलो आहे.''

लोक म्हणत, आम्ही गोड राजकन्यांसारख्या दिसतो. आईच तेव्हा आमचे केस कापून देत असे आणि आम्ही ते नेहमी सारखे ठेवत असू- खांद्यापर्यंत. लॉरेन नाजूक आणि बारीक होती. बरेच दिवस तिचं वजन वाढत नव्हतं. मी मात्र जास्त दणकट होते.

आम्ही पाच वर्षांच्या झाल्यावर छोट्या शाळेत जाऊ लागलो. पहिल्या दिवसासाठी आईनं आमच्यासाठी अगदी सारखे ड्रेस आणले होते. फक्त रंग वेगळे होते.

का कुणास ठाऊक; पण शाळावाल्यांना असं वाटलं की आम्हाला वेगवेगळ्या वर्गात बसवणंच चांगलं पडेल. आम्ही वेगळ्या वेगळ्या वर्गात गेलो. लॉरेनला एकटीला दूर पाठवण्याची कल्पना मला मुळीच आवडली नव्हती. मी नसताना तिची काळजी कोण घेणार? पहिल्या दिवशी आमच्या वर्गात हजेरी घेताना ताईंनी अचानक बघितलं आणि म्हणाल्या, ''मुलांनो, आपल्या वर्गात कोणीतरी नवीन विद्यार्थी दिसतोय.''

मी आत्मविश्वासानं हात वर करून म्हणाले, ''माझी बहीण आहे ती. आम्हाला वेगळं व्हायचं नाहीये.'' लॉरेन हळूच तिच्या वर्गातून पळून गुपचूप माझ्यामागे येऊन लपली होती!

आमचं बालपण तसं मजेत गेलं. दर वर्षी उन्हाळ्यात आम्ही बाबाच्या तळ्याकाठच्या घरी जात असू. आम्ही चौथ्या वर्षीच वॉटर-स्की करायला शिकलो होतो. त्या घरी जायला नेहमीच मस्त वाटे. काहीतरी साहस केल्यासारखंही वाटे. तिथं आमचे बंक बेड होते आणि त्यावर आम्ही उश्या, चादरी रचून गड, किल्ले बनवत असू. मग राजकन्या, राजे आणि ड्रॅगनच्या गोष्टी रचून खेळत असू. तळ्याकाठच्या मातीत आम्ही किल्ले बनवत असू. किंवा पाणी कमी असताना तिथल्या मऊ मातीची भांडी बनवून उन्हात वाळवत असू. बाबांच्या मित्राची मुलं- एमा आणि कार्सनसुद्धा बऱ्याचदा तिथं येत. एमा आमच्याहून थोडी मोठी होती, तर कार्सन थोडा लहान. कार्सन आम्हाला त्रास देत असे आणि आम्ही त्याच्यापासून लपत असू. घराजवळच एक मोठ्ठं, दोनशे वर्षं जुनं ओकचं झाड होतं. बाबांच्या मदतीनं आम्ही त्यावर घर बनवलं होतं. या 'ट्री हाउस'वरून आम्ही दोरानं बादली खाली सोडत असू आणि आमचा खजिना वर नेत असू. एका वर्षी वादळात हे झाड पडलं. आम्हाला सगळ्यांनाच रडू आलं. आम्हाला कळेना, इतकं सुंदर झाड का बरं नष्ट व्हावं?

आई आम्हाला रविवारी नेमानं चर्चमध्ये नेत असे. तिच्यात काहीतरी बदल होऊ लागला होता, जरी आम्हाला तो नेमका काय हे तेव्हा कळत नव्हतं. ती सारखी बायबल वाचत असे. ती प्रार्थना म्हणत असे आणि नियमितपणे चर्चच्या बायबल

अभ्यास वर्गांना जात असे. दुसरीत असताना मी ठरवलं की आपणही याच मार्गानं जायचं. येशूला आपला रक्षणकर्ता आणि देव मानायचं. मी विचार केला, इतकी जुनी झाडंही पडू शकतात. आई-वडीलही कधीकधी आपल्याला हवं तसं वागत नाहीत; पण देव तरी नक्कीच पूर्ण विश्वासार्ह असणार. लॉरेनच्याही मनात हेच विचार घोळत होते. तिनं मला ते बोलूनही दाखवले होते. पण मी पुढाकार घेतल्याशिवाय ती ख्रिश्चन बनली असती का, याबद्दल मला शंका आहे. आम्ही दोघींनीही हा निर्णय आपापला, पण त्याचबरोबर एकत्र घेतला. जरी आम्ही पाच वर्षांच्या होतो, तरी हा आयुष्यभराचा प्रवास आम्ही सुरू केला होता.

त्यानंतर आईनं आमच्यासाठी प्रत्येकी एक एक बायबल आणलं. आणि आम्हाला आपापल्या प्रार्थना कशा लिहायच्या ते शिकवलं. त्यामुळे आमची मनं भरकटली नसती. आईच्या घरी एक मस्त, मोठ्ठा सोफा होता. संध्याकाळी आम्ही त्या सोफ्यावर गुरगुटून बसत असू आणि टीव्ही बघत असू, वाचत असू किंवा काहीतरी मोठी स्वप्नं पाहत असू.

एका रात्री अचानक मी आईला विचारलं, "आई, तुला असं वाटतं का, की बाबा आणि तू परत कधी एकत्र याल म्हणून?"

ती हसली आणि फक्त एवढंच म्हणाली, "त्यासाठी एखादा चमत्कारच व्हावा लागेल."

नंतर रात्री झोपताना मी आणि लॉरेननं एक 'बहिणींची मीटिंग' घेतली. आई म्हणाली तसा चमत्कार होऊन ते एकत्र येऊ शकणार असतील तर मग आम्ही त्यासाठी प्रार्थना करू. आम्ही अशी शपथ घेतली की आई-बाबांचं पुन्हा लग्न होण्यासाठी आम्ही रोज रात्री प्रार्थना करू. लागलं तर संपूर्ण आयुष्यभर असं करू. पण लगेचच आम्हालाच आमच्या या कल्पनेचं हसू आलं. आमचा तरी यावर खरंच विश्वास होता का? आम्हाला कळत होतं की अशी प्रार्थना करून तरी काय होणार होतं? अगदी देवानंच काहीतरी चमत्कार घडवून आणला असता तरच ही खुळचट कल्पना प्रत्यक्षात उतरली असती.

पण तोपर्यंत, मी आणि लॉरेननं ठरवलं की देवाला हवी ती, शक्य ती मदत करायची. आम्ही 'पेरेंट ट्रॅप' नावाचा सिनेमा पाहिला होता. त्यात हेली मिल्सनं जुळ्या बहिणींचं काम केलं होतं. ती आपल्या आई-वडलांना एकत्र आणण्यासाठी वेगवेगळ्या शकला लढवते. आम्हाला सॉलिड आवडल्या त्या कल्पना! आम्हीपण खूप चर्चा करून तशीच कल्पना कशी अमलात आणता येईल, हे ठरवलं. आम्ही हे आमचं गुपितच ठेवलं. मग पुढच्या शुक्रवारी जेव्हा आई आम्हाला बाबाकडे सोडायला आली, तेव्हा आम्ही त्या दोघांना म्हणालो की आम्हाला एकदमच मिठी मारा आणि आमची पापी घ्या. ते जवळ आले तसं आम्ही 'एक

दोन तीन' म्हणून खाली वाकलो. म्हणजे आमच्या आईवडिलांनी चुकून एकमेकांचीच पापी घेतली असती!

हं! पण ते खूपच स्मार्ट निघाले.

मला आणि लोला कळून चुकलं की या आमच्या प्लॅनमध्ये इतरही खूप गुंतागुंत होती. टॉड नावाचा आईचा मित्र होता आणि तो काही केल्या दूर जात नसे. तो काही त्याच शहरात राहायचा नाही आणि आम्हाला त्याच्याबद्दल फारशी माहिती नव्हती. पण तो काही वेळा आमच्या घरी येऊन गेला होता. आई कधीच त्याच्याबद्दल आमच्याशी बोलली नव्हती पण तो या सगळ्यात कुठंतरी होता, हे आम्हाला कळत होतं.

बाबासुद्धा काही मैत्रिणींबरोबर डेट करायचा. त्यातली एक सोनेरी केसांची, चांगली दिसणारी बाई बरीचशी आईसारखीच दिसायची. मला तिचं नाव आठवत नाहीये, पण ती एकदा आमच्याबरोबर त्या तळ्याच्या घरीसुद्धा आली होती. "ती का आली आहे इथं?" ती लांब असताना लॉरेननं रागानं विचारलं होतं. पण काहीच उत्तर मिळालं नाही. आता हेच 'नॉर्मल' बनलं होतं. आम्हाला याची सवय करून घ्यावी लागणार होती. आणि अशाच कडू-गोड आठवणींबरोबर वर्षं सरत होती.

मजा तर आम्ही नक्कीच केली. आम्ही मागच्या अंगणात खेळायचो, सायकली चालवायचो. आम्ही सॉफ्टबॉल, सॉकर, जिम्नॅस्टिक आणि आर्ट अशा कितीतरी नवीन गोष्टी शिकून घेतल्या. आम्ही दोघीही कितीतरी वर्षं पियानो शिकायचो. पण मला जसा तो मनापासून आवडायचा तसं लॉरेनचं नव्हतं. जेव्हा मनात दुःखं किंवा काही खळबळ असे, तेव्हा मी पियानोवादनात तल्लीन होऊन माझ्या भावनांना वाट मोकळी करून देत असे.

याउलट लोला पेंटिंग जास्त आवडे. डॉन नावाची एक हसरी हिप्पी बाई तिची शिक्षक होती. लॉरेन खूप कलात्मक होती. "तुला जितकं मुक्त बनता येईल तितकी हो." ती नेहमी लॉरेनला सांगत असे. आणि या शब्दांनी जादूच केली. डॉनमुळे लॉरेनचा लाजरेबुजरेपणा कमी झाला. तासन्तास लॉरेन स्वतःला पेंटिंग, स्केचिंग, मातीकाम यांत बुडवून घेत असे. तिच्यासाठी जणू ते एक प्रकारचं पुनर्वसनच होतं. आम्ही तिला क्लासला घ्यायला जायचो, तेव्हा ती निघायलाच तयार नसे! सतत ती पुढच्या क्लासपर्यंत दिवस मोजत बसे. तिचा आवडता प्राणी होता- डुक्कर. याबद्दल तिलाही जरा गंमतच वाटे. इतर छोट्या मुलींना घोडे, ससे किंवा कुत्र्याची पिल्लं आवडत; पण लॉरेनला मात्र गुलाबी गुलाबी डुकरं आवडत. डॉननं तिला डुकरांची चित्रं काढायला खूप प्रोत्साहन दिलं आणि लोने काढलीही- जंगली रानटी डुकरं, उडणारी डुकरं, नाचणारी-हसणारी डुकरं!

***

आमच्या रात्रीच्या प्रार्थनांना काहीच यश मिळत नव्हतं. आम्ही कितीही प्रयत्न केला तरी ही गोष्ट पचवू शकत नव्हतो, की आमचे आई-बाबा पूर्णपणे, कायदेशीरपणे वेगळे झालेले आहेत. यात काहीच बदल होणार नाहीये. कितीही काळ लोटला तरी आमच्या मनांना ही गोष्ट पटत नव्हती. वर्षांमागून वर्षं गेली; पण या जखमेवर कधी खपली धरलीच नाही. बाबाच्या घरी असताना आम्हाला आईची आठवण यायची. आणि आईकडे असताना बाबाची. पण ते दोघं अगदी मनापासून प्रयत्न करत आणि त्यासाठी आम्ही त्यांचे आभारीच होतो. 'पालकत्वा'चा मुद्दा पाहिला तर ते शक्य तितक्या उत्तम प्रकारे एकमेकांसोबत काम करत. आमच्यासाठी त्यांनी जवळजवळ घरं घेतली होती. आमच्या काय काय गोष्टीसाठी आणि कारणांसाठी ते सतत फोनवर संपर्कात असत. जर एखाद्या रात्री आम्ही अस्वस्थ असू, तर बाबा किंवा आई दुसऱ्याला बोलावून आम्हाला झोपवत.

पण यानं हा सगळा प्रकार सोपा कधीच झाला नाही.

आमच्या मनात आमच्या पालकांविषयी राग कधीच नव्हता. उलट सतत एक 'ओढ' म्हणता येईल. घटस्फोटित कुटुंबात वाढत असल्यामुळे आमचं सगळं सामान नेहमी बॅगांमध्येच असे. आम्हाला एक घर नव्हतं. 'दोन' होती. तुम्हाला वाटेल की चांगलंच आहे; पण नाही. कोणत्याही लहान मुलाला दोन दोन घरं नको असतात. एकच घर हवं असतं.

सुट्ट्यांमध्ये सगळ्यात जास्त अवघड परिस्थिती असे. एकदा जुलैमध्ये, आम्ही ८ वर्षांच्या असताना वीकेंडसाठी बाबाकडे होतो. आम्ही तळ्याकाठच्या घरी जाऊन ४ जुलैचे फटाके उडताना पाहणार होतो. पण लॉरेनला जायचं नव्हतं. म्हणजे तिला जावंसं वाटत होतं- पण नव्हतंसुद्धा. तिनं मला बाजूला ओढलं आणि हळू आवाजात सांगितलं, "ब्रिटनी, सगळा वीकेंड आई एकटीच असेल."

"हो माहितेय, पण हा वीकेंड बाबाबरोबरचा आहे. तू काही काळजी करू नकोस. आपण मजा करू तिकडे."

"पण आई तिकडे एकटीच असेल हे मला सहनच होत नाहीये."

"हं... मलापण." मी सुस्कारा सोडला.

त्या दिवशी शुक्रवारी संध्याकाळी निघताना माझ्या बहिणीच्या डोक्यात काहीतरी आलं. बहुतेक पहिल्यांदाच तिनं पुढाकार घेऊन स्वतःचा स्वतः निर्णय घेतला असेल. माझ्याशी न बोलता, मी तिच्यासाठी 'वकिली' न करता तिनं एक धाडसी निर्णय घेऊन टाकला आणि मला समजलं की, आता हिचं मन मी वळवू शकणार नाही. "मी आईकडे जातीये." ती ठामपणे म्हणाली, "तू बाबाकडे थांब. तो समजून घेईल." आई किंवा बाबा कोणीच तिचा निर्णय बदलायचा प्रयत्न केला नाही. त्यांच्या नात्यात कधीच उघडपणे वाद किंवा भांडणं झाली नाहीत. त्या दिवशी

लॉरेननं डॅलासमध्येच आईबरोबर फटाके पाहिले तर मी तळ्याकाठी बाबाबरोबर.

तो वीकेंड उदासही नव्हता किंवा आनंदीसुद्धा. त्यानं फक्त आमचं वास्तव दाखवून दिलं- आम्ही एक विभक्त कुटुंब होतो. त्या रात्री मला अचानक जाग आली. मला खूप घाम आला होता. मी धडपडत उठून दिवा लावला. पलंगावरची लॉरेनची रिकामी जागा पाहून भकास आणि एकटं वाटत होतं. मी तिथं उश्या ठेवल्या आणि दुप्पट प्रार्थना म्हटल्या. त्याच प्रार्थना ज्या मी आणि लॉरेन रोज रात्री म्हणत असू. पण मला नव्यानं एका गोष्टीची जाणीव झाली, की आम्ही एक गोष्ट स्वीकारायलाच हवी होती- ती म्हणजे आमच्या आई-बाबांचा घटस्फोट हे सत्य होतं आणि त्याच्या खुणा कधीच पुसल्या जाणार नव्हत्या. पण रात्रीच्या त्या 'अंधाऱ्या' प्रहरी, कधी 'सकाळ' होईल याची मला खात्रीच वाटत नव्हती.

# नवी पहाट

## लॉरेन

अपघातानंतर कितीतरी दिवस मी अत्यवस्थ अवस्थेत हॉस्पिटलमध्ये पडून होते; हे सगळं मला नंतर समजलं. बहुतेक वेळ मी बेशुद्धच होते. कोमामध्ये नाही, पण त्याच्याच सीमारेषेवर म्हणता येईल. मला मोठ्या प्रमाणावर झोपेची औषधं देण्यात येत होती. माझं शरीर अजूनही त्या धक्क्यातच होतं.

माझ्या आयुष्यातल्या त्या दिवसांबद्दल माझ्या मनात कोणत्याच स्मृती नाहीत. उजेड नाही की कसला आवाज. ना स्वर्गात जाऊन देवाला भेटण्याचा कोणता अनुभव. तास, दिवस किंवा एकूणातच काळ म्हणजे काय, किती काळ लोटला आहे आणि काळ पुढे जातोय म्हणजे तरी काय, मला यातलं काहीच समजत नव्हतं. माझं मन कोरं होतं. डोळ्यांपुढे अंधारही नव्हता. माझे सगळे विचार, आठवणी, आशा-आकांक्षा, महत्त्वाकांक्षा, सारं काही जणू पूर्णपणे पुसलं गेलं होतं.

जशी मी शुद्धीवर येण्यासाठी झुंजत होते, तसतसा हळूहळू माझा मेंदू पुन्हा 'चालू' झाला. एकदम वीज यावी आणि उजेड पसरावा तसं नाही, तर मिणमिण करत हळूहळू पेटणाऱ्या दिव्यांच्या माळेसारखं झालं. माझ्यासमोर सगळं विचित्र, धूसर होतं. त्याचीच मला खूप भीती वाटत होती. जिवंत असणं म्हणजे तरी काय, हे मी आठवायचा प्रयत्न करत होते. माझी मला जाणीव व्हावी यासाठी प्रयत्न करत होते. हळूहळू मला समजू लागलं की, मी कोण होते आणि मी जिवंत होते. पण एखाद्या निर्जीव वस्तूत आणि माझ्यात काय फरक होता तेच मला कळत नव्हतं.

मग मला सावल्या, आकार दिसू लागले. अस्पष्ट, हलते... मग धूसर. मग बहुधा मला स्वप्न पडू लागली असावीत. मग पुन्हा सावल्या... माझ्या मनातलं धुकं

इतकं दाट होतं... सगळं कोरं होतं... संपूर्णपणे कोरं. या अर्धवट बेशुद्धीच्या अवस्थेत मला भीती वाटायची की, मला जिथं पोहोचायचंय तिथं मी कधीच जाऊ शकणार नाही. मी पुन्हा कधीच 'मी' बनू शकणार नाही. पहिल्यांदा मी जरा शुद्धीवर आले तेव्हा मला पहिल्यांदा काय वाटलं तर कोणालातरी काहीतरी सांगावं. माझ्या जवळच्या व्यक्तीशी मला महत्त्वाचं काहीतरी बोलायचं होतं. पण व्यक्ती, शब्द, बोलणं म्हणजे काय तेच मला धड समजत नव्हतं. पुढे जाण्यासाठी झुंजत राहणं, एवढा एकच विचार माझ्या मनात होता- जर याला 'विचार' म्हणता येणार असेल तर!

सांगता येणार नाही अशी भीती मला लहानपणीही वाटल्याचं मला आठवतं. मोठा आरडाओरडा झाल्यावर वाटते तशी भीती नाही. पण शांतपणे, भीतिदायकपणे गुपचूप येणारी भीती. मला नीट सांगता येत नाहीये, पण कित्येकदा माझ्या आईच्या घरी रात्री अंधारात मला वाटायचं की कोणीतरी आहे. कोणीतरी दुष्ट लपलंय. एकदा मध्यरात्री मला या दुष्ट शक्तीची चाहूल लागली. मी अक्षरशः गारठून गेले. देवाचा धावा केला आणि मोठ्यानं ओरडले. आई धावत आली. "तिथं... काहीतरी आहे तिथं!" मी ओरडले. "बघ. पलंगाखाली, कपाटात, सगळीकडे बघ!" आईनं सारं घर अक्षरशः विंचरून काढलं; पण काहीच सापडलं नाही. ती शक्ती निघून गेली होती. पण लहानपणी नेहमी वाटते त्यातली ही भीती नक्कीच नव्हती. कुठलीतरी वाईट शक्ती आमच्या घराभोवती विळखा टाकून होती. काहीतरी होतं जे आम्हाला मारायला, उद्ध्वस्त करायला टपलेलं होतं. यापेक्षा वेगळं मला नाही सांगता येणार.

आम्हाला दोघींना चांगल्या प्रकारे मोठं करण्यासाठी आई आणि बाबा दोघंही खूप कष्ट घेत. आईच्या घरी असताना आम्ही बहुतेकदा तिच्याबरोबरच झोपत असू. पण बाबाकडे लाडीगोडी करून आम्ही ब्रिटनीचा पलंग माझ्या खोलीत हलवला होता. आम्ही बाबाला पटवलं होतं की मग त्या दुसऱ्या खोलीला आम्ही खेळण्याची खोली बनवू. पण खरंतर आम्हाला वेगवेगळं झोपायचं नसे, हेच त्यामागे कारण होतं.

आजसुद्धा हेअरड्रायरचा आवाज ऐकला की मी दोन मिनिटांत झोपून जाते. आईच्या घरी मी बऱ्याचदा लवकर उठत असे, तेव्हा आई तयार होत असे. मग मी बाथरूमपाशी जाऊन तिथल्या गुबगुबीत रगवर लोळत असे. आई आरशासमोर असे. ती मला तिच्या पायाच्या बोटांनी गुदगुल्या करे आणि म्हणे, "अजून थोडा वेळ झोप, बेटा." मग मी तिथंच गाढ झोपून जात असे. कधीकधी ती ड्रायरचा उबदार वारा माझ्यावर घालत असे. जगात सगळ्यात रिलॅक्सिंग आणि आरामदायक वाटत असे मला तेव्हा.

आम्हाला झोपवण्यात बाबाचा हात कुणी धरला नसता. एकदा खूप लहान असताना आम्ही त्याला गाणं म्हणायला लावलं. त्यानं एक-दोन जुनी नवी गाणी एकत्र करून स्वतःचं गाणं तयार केलं. त्याच्या शेवटच्या ओळीत त्यानं आमची नावं गुंफली होती, त्यामुळे ते आमच्या कायम लक्षात राहिलं. मग काय, हे रोजचंच झालं. रोज आम्ही त्याला गाणं म्हणायला लावत असू, अगदी हायस्कूलमध्ये जाईपर्यंत!

आई आणि बाबानं आमच्यासाठी शक्य तितकं व्यवस्थित रुटीन बनवलं होतं. पण तरीही माझ्या मैत्रिणींकडे पाहून मला तसं 'नॉर्मल' जगावं असं फार वाटे. आमच्या शाळेच्या कार्यक्रमांना आई-बाबा दोघंही आले तरी त्यातल्या एकाला एकट्यालाच घरी जावं लागे. एखाद्या मैत्रिणीकडे राहायला बोलवलं तर आम्हाला आधी वेळापत्रक तपासून त्याप्रमाणे त्या-त्या पालकाची परवानगी घ्यावी लागे.

पण मी आणि ब्रिटनीनं कधीच आशा सोडली नाही. आम्ही रोज रात्री प्रार्थना करणं चालूच ठेवलं. कधीकधी आम्हाला आशेचा एखादा किरण दिसे. क्वचित आई आणि बाबा एकत्रच जेवण घेत. एकाच माणसासाठी जेवण बनवत बसणं महाग पडतं, असं कारण ते देत. एखादा जर आम्हाला दुसऱ्याकडे सोडायला आला तर जेवायलाही थांबत असे. मग जेवणानंतर तासभर तिथंच रेंगाळत असे. ब्रिटनी आणि मी ठरवलं होतं की, जमेल तेव्हा एकाकडे असताना आम्हाला झोपवण्यासाठी दुसऱ्याला बोलवायचं. कधीकधी तर आम्ही जास्तच धिटाई दाखवून सरळ फोन करून आई किंवा बाबाला जेवायला बोलवत असू. "चल ये ना बाबा, आम्ही आज तुझ्या आवडीचं जेवण जेवणार आहोत." कधीतरी आम्ही चौघं एकत्र बास्केटबॉलचा गेम बघायला किंवा सिनेमाला जात असू. एकदा आम्ही सगळ्यांनी बाबाकडे एकत्र नाताळ साजरा केला. आम्हाला तुमच्या भेटवस्तू दोन दोन घरी ठेवायला नकोत, असं त्यांनी स्पष्टीकरण दिलं. एकदा बाबा आम्हाला कोलोरॅडोला ट्रिपला नेणार होता तेव्हा आईपण बरोबर आली. काहीच स्पष्टीकरण न दिल्यानं आम्ही बुचकळ्यात पडलो होतो. मग आमच्यात उत्साह संचारला. पण लवकरच सगळं विचित्र झालं आणि बिनसलं. संपूर्ण ट्रिपभर बाबाचा मूड वाईट होता. आम्हाला कळलंच नाही की त्याला आई यायला हवी होती का नाही.

त्यांचं जे काय बिनसलं होतं ते त्यांनी सोडवावं, जे काय प्रॉब्लेम होते ते दूर करावेत, असं आम्हाला फार वाटे. जसजशी वर्षं सरत होती तसतसं बॅगा घेऊन इकडून तिकडे करताना माझी चिडचिड वाढतच होती. एकदा अकरा वर्षांच्या असताना आम्ही बाबाकडे होतो. आमची मैत्रीण एरिकासुद्धा होती आणि आम्ही तिघी वेगवेगळे कपडे घालून 'मेकओव्हर' करण्याचा खेळ खेळत होतो. मी घातलेल्या पॅन्टवर घालायला मला एक शर्ट हवा होता आणि तो नेमका आईच्या घरी होता.

मला दुसरा कुठलाही कपडा नको होता. ब्रिटनीसुद्धा तेव्हा माझी समजूत काढू शकली नव्हती. आम्ही ज्या विचित्र स्थितीत राहत होतो, तेच या सगळ्याला कारणीभूत आहे, असं माझ्या मनात पक्कं बसलं. कधी काही महत्त्वाची गोष्ट हवी असेल तेव्हा नेमकी ती तिथं नसायचीच. मी रडू लागले. माझं रडणं थांबेचना. बाबा खोलीत आला, ''बेटा, तुला दुसरा एखादा शर्ट नक्की सापडेल इथं.''

आम्ही सगळे एरिकाला खूप वर्षं ओळखतोय. तिचे केस लालसर तपकिरी आहेत. ती बेधडक बोलणाऱ्यांपैकी आहे. ती मला आणि ब्रिटनीला तितकीच जवळची आहे. जणू आमच्या कुटुंबातलीच एक. बाबा माझी समजूत काढत असताना एरिका अचानक त्याच्यावर सुटलीच! ''जेफ, हा वेडेपणा आहे! मला कळतच नाही की तू आणि शेरिल एकत्र का येत नाही ते. तुला माहितेय तुला ती आवडते आणि तिचंही तुझ्यावर प्रेम आहे. बऱ्याचशा जोडप्यांपेक्षा तुम्ही दोघं एकत्र असताना कितीतरी सुखी होतात!'' बाबा तोंड वासून तिच्याकडे बघत काही क्षण खिळून उभा राहिला. मग तो एक शब्दही न बोलता बाहेर गेला आणि आपल्या खोलीत जाऊन त्यानं दार लावलं. मला नक्की वाटतं की तो रडत होता.

ओह्! एरिका मला त्या क्षणी इतकी भारी वाटली ना! आम्ही ज्याची इतकी वर्षं नुसती स्वप्नंच पाहत होतो, ते तिनं प्रत्यक्ष बोलून दाखवलं होतं.

***

त्या वर्षीच्या उन्हाळ्यात मी आणि ब्रिटनी एका कॅम्पला गेलो होतो. आम्ही वयात येऊ लागलो होतो. अगदी अडनिडं वय होतं आमचं. माझे केस खांद्याच्या वरच कापलेले होते. मी उंच झाले होते; पण खूपच बारीक होते. त्या मानानं ब्रिटनी जरा 'गुबगुबीत' होती. आपण सुंदर दिसावं अशी भावना अजून तरी आमच्या मनाला शिवली नव्हती. मुलांकडे आमचं नक्कीच लक्ष असायचं; पण ते नुसते त्रास देत म्हणूनच. बाकी आमच्या सगळ्या आवडी या चॉकलेट, मैत्रिणींबरोबर मजा करणं याभोवतीच केंद्रित होत्या.

कॅम्पदरम्यान आम्ही घोडेस्वारी केली, हायकिंग केलं आणि कॅम्प फायरभोवती बसून खाणं-पिणं केलं. कॅम्प संपल्यावर आम्हाला न्यायला आई येणार की बाबा, याचा विचार करत आम्ही वाट पाहत थांबलो होतो. आम्ही कॅम्पमधल्या सगळ्या श्रमांनंतर अगदी दमून गेलो होतो आणि मळलोही होतो.

''बहुतेक आई येणारे घ्यायला,'' मी म्हणाले.

''नाही, बाबा येणारे. मला नक्की माहितेय,'' ब्रिटनी म्हणाली.

तेवढ्यात आम्हाला बाबाची गाडी दिसली. ''ते बघ, दोघंही आलेत!'' मी म्हणाले आणि आम्ही एकमेकींकडे पाहिलं. आम्ही दोघांनाही मिठी मारली, बॅगा गाडीत मागे टाकल्या आणि मागच्या सीटवर जाऊन बसलो.

"शी! तुम्ही दोघींनी अंघोळ करायला हवीये ताबडतोब," आई म्हणाली.

आम्ही नुसत्या हसलो. आम्ही कॅम्पवरच्या कौन्सेलर बाईच्या गमतीजमती एकमेकींना सांगण्यात गुंग होतो. मग आम्ही तिथं शिकलेलं एक गाणं म्हणायला सुरुवात केली. बाबानं आम्हाला मध्येच थांबवलं. त्याच्या डोळ्यांत एक वेगळीच चमक होती. "आई आणि माझ्याकडे तुमच्यासाठी एक सरप्राईज आहे," तो आरशातून आमच्याकडे बघत म्हणाला. "पण ते आम्ही घरी पोहोचल्यावरच सांगू हं."

"काय, काय?" ब्रिटनी लगेच म्हणाली.

"हो. सांगा ना!" मी तिची री ओढली.

"अंहं. आत्ताच नाही," आई म्हणाली. तिच्याही डोळ्यांत तशीच वेगळीच चमक होती.

आम्ही मग फारसं लक्ष दिलं नाही आणि पुन्हा गाणं सुरू केलं. 'कदाचित आम्ही कुठंतरी ट्रिपला जाणार असू. कदाचित आईपण येणार असेल. पुन्हा कोलोरॅडो तर नाही! वॉव!' माझ्या मनात विचार आला.

बाबाच्या घरी पोहोचल्या पोहोचल्या आम्ही पहिल्यांदा आमचे कपडे आणि बॅगा धुवायला टाकल्या. तोपर्यंत आईनं सगळ्यांसाठी ग्लासेसमध्ये ऑरेंज ज्यूस ओतला. ब्रिटनीनं वॉशिंग मशिन चालू केलं आणि म्हणाली, "आता बास हां. लवकर सांगून टाका काय सरप्राईज आहे ते!"

सगळे एकदम शांत झाले. बाबानं ज्यूसचा ग्लास खाली ठेवला आणि तो म्हणाला, "अं... तुम्ही दोघी नव्हतात तेव्हा मी आणि आई बऱ्याच गोष्टींवर बोललोय."

मी श्वास रोखून धरला. माझं हृदय धडधडत होतं. बाबानं आवंढा गिळला आणि तो पुढे म्हणाला, "तर असं आहे की... तुमच्या आईचं आणि माझं एकमेकांवर खरंच प्रेम आहे. आणि... अं... म्हणजे आम्ही पुन्हा लग्न करायचं ठरवलंय." एक सेकंद अक्षरशः काळ थांबला होता. सूर्य थांबला होता. पृथ्वी फिरायची थांबली होती. ब्रिटनीनं आश्चर्यानं एक किंचाळी फोडली आणि मग ओरडत, रडत ती आई-बाबांच्या कुशीत शिरली.

मला दोन मिनिटं काही बोलताच आलं नाही, 'काय! खरंच?' असं झालं होतं. मग मी घरभर नाचत, पळत, खुर्च्यांवर उड्या मारत सुटले.

आमच्या आई-वडलांचा घटस्फोट होऊन सात वर्षं झाली होती. पण देवानं त्यांच्या आयुष्यात बदल घडवून आणला होता आणि एके काळी अशक्य वाटणारी गोष्ट आज घडली होती. त्यांचं पुन्हा एकत्र येणं खरंखुरं होतं.

तीन महिन्यांनंतर कोलोरॅडोतल्या डोंगराळ भागातल्या एका छोट्याशा चर्चमध्ये आम्ही चौघं जमलो. एका स्नेह्यांनी त्यांचं घर आम्हाला आठवडाभरासाठी राहायला

दिलं होतं. आई-बाबांना त्यांचं दुसरं लग्न शक्य तितकं खासगीत व्हायला हवं होतं. त्यामुळे फक्त आम्हीच होतो.

चर्चच्या बाजूनं एक छोटासा झरा वाहत होता. त्याच्याकाठी आम्ही फोटो काढले. ब्रिटनी आणि मी सारखेच लेसचे ड्रेस घातले होते. पण ते काही तितकं महत्त्वाचं नव्हतं. मस्त ऊन पडलं होतं. हवा छान होती आणि चर्चच्या काचचित्रांच्या खिडक्यांमधून सूर्यकिरण आत झिरपत होते. त्यामुळे तिथं इंद्रधनुष्य तयार झाल्यासारखं वाटत होतं. मला खूप मस्त वाटत होतं, एखाद्या दुसऱ्याच जगात आल्यासारखं.

ब्रिटनीनं पियानो वाजवला. ती रडत होती. मी मोठ्या कष्टांनी माझ्या भावनांना आवर घातला होता. आई रडत होती. बाबा रडत होता. कुटुंबातल्या कोणीतरी खंबीर राहणं आवश्यक होतं ना!

पण मी खूप खूश होते.

नुसती खूश नाही, अत्यानंद झाला होता मला. अखेर रात्र सरली होती. देवानं शेवटी आमची प्रार्थना ऐकली होती. आई आणि बाबा पुन्हा एकत्र आले होते. नव्या सुरुवातीची पहाट उगवली होती आणि यापुढे आमच्या कुटुंबाचं सगळं काही नीट होणार, याची मला खात्री वाटत होती.

# शोध

## शेरिल

तो प्रश्न अगदी अनपेक्षितपणे समोर आला. कोणीतरी मला जोरात थप्पड मारावी तशी मी सुन्न झाले. जेफ आणि मी पुन्हा लग्न केल्यानंतर दोन वर्षं झाली असतील. मुली आठवीत होत्या. मी त्यांना शाळेतून आणायला गेले होते. ब्रिटनीनं पुढच्या सीटवर बसून दार लावता लावता धाडकन हा प्रश्न मला विचारला होता.

लॉरेन मागच्या सीटवर बसली होती आणि आश्चर्यानं डोळे मोठे करून बघत होती. त्या दोघी याबद्दल नक्कीच आधी बोलल्या होत्या. दोन तेरा वर्षांच्या मुली. या प्रश्नाच्या मुळाशी कसं पोहोचायचं याची त्यांनी नक्कीच चर्चा केली असणार.

"आई, तुझं कधी अफेअर होतं?" ब्रिटनीनं पुन्हा विचारलं.

"मी पहिल्या वेळेसच ऐकलाय तुझा प्रश्न," मी सावकाश म्हणाले. माझा पाय अजूनही ब्रेकवरच होता आणि गाडी जागच्या जागी उभी होती. "रेबेका काहीतरी म्हणत होती मला," ब्रिटनी म्हणाली. "आम्ही लॉकरपाशी होतो तेव्हा. तिनं असा काहीतरी विचार करावा हे विचित्र नाहीये का? आम्ही म्हटलं की तुलाच काय ते विचारू त्यापेक्षा." ब्रिटनीचा स्वर हायस्कूलच्या मुलीला साजेसा कोरडा, अलिप्त होता.

एखाद्या जोडप्याचा जेव्हा घटस्फोट झालेला असतो, तेव्हा हा अनैतिक संबंधाचा मुद्दा बऱ्याचदा वर येतोच. पण या विषयावर मी अजून बऱ्याच वर्षांनी माझ्या मुलींशी बोलेन असं मला वाटलं होतं. कदाचित त्या कॉलेजात गेल्यावर, याबाबत काही सांगितल्यास पचवू शकतील असं मला वाटलं होतं. किंवा आणखी उशिरा, विशीत किंवा तिशीत असताना आणि त्यांनाही नवरे असताना. मी अशा वेळीच हा संवाद डोळ्यांपुढे आणला होता. त्या दोघी आठवीत असताना नक्कीच नाही!

मी आवंढा गिळला. ''हो,'' मी हळूच म्हणाले. मी ब्रिटनीच्या प्रश्नाचं 'हो' असं उत्तर दिलं होतं आणि मग मला रडू कोसळलं.

मुली सुन्न होऊन नुसत्या बसल्या होत्या. मी गाडी घराकडे वळवली. आम्ही घरी पोचेस्तोवर मी मोठमोठ्यानं हुंदके देऊ लागले होते. मी गाडी पार्क करून बंद करेपर्यंत कोणीच काही बोललं नव्हतं. कोणीच गाडीतून खाली उतरलं नाही. थोडी ताजी हवा आत यावी म्हणून मी गाडीची खिडकी जरा उघडली. डोळे पुसले आणि मी माझी कहाणी सांगू लागले. ''तुम्ही माझ्यावर रागावला असाल तर ते पूर्णपणे योग्यच आहे,'' मी सुरुवात केली.

लग्नानंतर दोन वर्षांनी मला एकटेपणा वाटायला सुरुवात झाली होती. ही भावना नक्की काय असते ते मुलींना समजावून सांगणं अवघड होतं, आणि तेही मी त्यांच्या बाबाशी पुन्हा लग्न केल्यावर तर आणखीनच अवघड होतं. कारण त्यांचा बाबा त्यांच्या नजरेत खूपच 'पर्फेक्ट' होता. आमचं लग्न पहिल्यांदा झाल्यानंतर आणि आता आमच्यात खूप बदल झाला होता. आम्ही जास्त समंजस झालो होतो. बऱ्याच बाबतींत प्रगल्भ झालो होतो. 'लग्नातला एकटेपणा' ही संकल्पना मी त्या दोघींना जास्तीत जास्त नीट समजवायचा प्रयत्न केला.

मी आणि जेफ, आम्ही दोघंही मुळातच चुकीच्या ध्येयांच्या मागे लागलो होतो. हेच आमच्या वैवाहिक समस्यांचं मूळ होतं. आम्ही महत्त्वाकांक्षी आणि तरुण होतो आणि आपापल्या करिअरमध्ये जास्तीत जास्त वर चढत उत्तम आयुष्य जगण्याची आम्हाला इच्छा होती. जोडप्यातला सुसंवाद, निरपेक्ष प्रेम आणि बायबलवरचा विश्वास या गोष्टी निरोगी लग्नासाठी किती आवश्यक आहेत याचा आम्हाला पत्ताच नव्हता. मी जेव्हा जेफशी लग्न केलं तेव्हा मी माझ्या स्वप्नातल्या राजकुमाराची वाट पाहणारी स्वप्नाळू मुलगी होते. आणि जेफ जेव्हा माझ्या आयुष्यात पहिल्यांदा आला तेव्हा तो अगदी तसाच होता. एखाद्या हॉलिवूडच्या हीरोसारखा- माझ्या स्वप्नातला तरुण. पण जसजसा लग्नानंतर काळ जाऊ लागला तसतसं मला समजलं की मला वाटलं होतं तसा काही जेफ 'परिपूर्ण' वगैरे नव्हता. उदाहरणच द्यायचं झालं तर आपण सायकल चालवायला जायचो, तेव्हा कुठंतरी पोहोचणं, हाच जेफचा हेतू असायचा. पण माझ्यासाठी सायकलिंग ट्रिप ही गप्पा मारण्याची आणि एक जोडपं म्हणून जवळ येण्याची संधी असायची. माझ्या मनात सगळे प्रॉब्लेम एकतर्फीच होते. मला ज्याची ओढ वाटत होती, ते काहीच माझा नवरा मला देत नव्हता.

असेच दिवस जात राहिले आणि मला जास्त जास्तच एकटं वाटू लागलं. मला खूप भीती वाटत असे की माझं आयुष्य आता असंच राहणार. पण माझ्या मनात खोल दडलेल्या या भावना आणि विचार माझ्या नवऱ्यापर्यंत कसे पोहोचवायचे, हेच मला माहीत नव्हतं. त्यामुळे मी माझी सगळी भीती खोल खोल दडपून ठेवली.

आणि ती निघून जाण्याची नुसती आशा करत राहिले.

सहा वर्षं मी माझ्या या भावनांबद्दल कोणतंच पाऊल उचललं नाही. मी आणखी आणखी भावना आत दडपत गेले. मग माझ्या मुलींचा जन्म झाला आणि माझ्या आयुष्यानं हे सुंदर वळण घेतलं. पण तरीही सगळं परिपूर्ण नसल्याची विचित्र भावना डोकं वर काढतच होती.

१९९०च्या मार्च महिन्यातली गोष्ट. आमच्या लग्नाला आठ वर्षं झाली होती. मुली दोनेक वर्षांच्या होत्या. तेव्हा माझ्या कंपनीनं मला कामासाठी फ्लोरिडाला काही दिवसांकरता पाठवलं. तिथं मला माझा एक सहकारी भेटला- टॉड नावाचा. तो दुसऱ्या एका शहरात त्याच कंपनीत कामाला होता. आम्ही सहज नुसतं बोलायला सुरुवात केली. त्याच्या लग्नातल्या काही अडचणी त्यानं मला सांगितल्या आणि मीही माझ्या अडचणी पहिल्यांदाच कोणालातरी सांगितल्या. फ्लोरिडाहून परतल्यावर जेफ आणि मुली मला न्यायला विमानतळावर आले होते. जेफनं मला मिठी मारली तेव्हा माझ्या अचानक लक्षात आलं की, संपूर्ण ट्रिपभर मला माझ्या नवऱ्याची आठवणसुद्धा झाली नव्हती.

माझा सहकारी आणि मी जरी आपापल्या शहरात परतलो होतो, तरी आम्ही फोनवर संपर्कात होतो. रोज तासन्तास आम्ही फोनवर बोलत असू. गोष्टी गप्पांच्या पुढे जातील अशी मला शंकाही आली नाही. कारण हा माणूस लग्न झालेला होता आणि माझ्याहून वीस वर्षांनी मोठा! पण पुढच्या गोष्टी आपोआप घडू लागल्या होत्या. एकाच महिन्यानंतर टॉड, मी राहायचे तिथं विमानानं येऊन थडकला. आम्ही एका हॉटेलमध्ये भेटलो आणि त्याच दिवशी आमच्या नात्याचं रूपांतर 'अनैतिक संबंधात' झालं.

मी याबद्दल कधीही वाच्यता केली नाही. कोणालाच सांगितलं नाही. माझ्या हातून त्या दिवशी असं घडलं, कारण मी 'मी' नव्हतेच, अशी मी स्वतःची समजूत काढली. मी कधीच माझ्या नवऱ्याला अशा प्रकारे फसवणार नाही. मी एक चांगली मुलगी होते ना, एक कॅथलिक. माझ्या हातून फक्त एकदा चूक घडली होती इतकंच, अशी मी मनाची समजूत घातली. मोठी चूक होतीच ती, पण कोणाला त्याबद्दल कधीच कळणार नव्हतं. त्यामुळेच जेफची डॅलासला बदली झाल्यावर मला खूप हायसं वाटलं. मला माझा भूतकाळ मागे सोडून जाता आलं असतं आणि माझं गुपित कायमस्वरूपी सुरक्षित राहिलं असतं. आम्ही डॅलासला गेल्यावर काही दिवस सगळं नीट होतं. पण टॉडशी जुळलेलं भावनिक नातं मी विसरू शकत नव्हते. आम्ही पुन्हा रोज फोनवर बोलू लागलो. ही जी ओढ होती ती मला वाईट मार्गावरून अजून पुढे पुढे नेत गेली.

मी तोवर चर्चमध्ये जायला सुरुवात केली होती. माझ्या आत, आत्म्यात

काहीतरी बदल होत होता; पण तो काय आहे, ते तेव्हातरी मला समजत नव्हतं. पण प्रॉब्लेम हा होता की, जेफच्या बाबतीत मी इतकी पाषाणहृदयी झाले होते, की हा बदल मी माझ्या लग्नाच्या बाबतीत अजून आणू शकत नव्हते. मला असं वाटत होतं की, आता माझं लग्न संपल्यातच जमा आहे. मला वाटत होतं की मी कुणा दुसऱ्यावर मनापासून प्रेम करतीये. त्यामुळेच मी घटस्फोटाच्या दिशेनं पावलं उचलली. पण मी ज्या प्रकारे घटस्फोट मागितला, ते अत्यंत चुकीचं होतं. शेरिफनं आमच्या घटस्फोटाची कागदपत्रं जेफला देणं, हेही माझ्या संवाद साधण्याच्या अक्षमतेचं उदाहरण होतं. मला माझ्या मनातले विचार कोणालाही कसे सांगावे हेच कळत नसे. अगदी माझ्या नवऱ्यापर्यंतही मी ते पोहोचवू शकले नाही. त्यामुळेच मी गुप्तपणे सगळी कागदपत्रं तयार केली. कारण मला घटस्फोट हवाय हे जेफला सांगायची मला अत्यंत भीती वाटत होती. माझ्या आयुष्यातल्या किती गोष्टी मला आता बदलाव्याशा वाटतात. खरंच, मी तेव्हा जेफशी फारच भयंकर रीतीनं वागले होते.

मला वाटलं होतं की एकदा घटस्फोट झाला की सगळं सुरळीत होईल; पण तसं काहीच झालं नाही. मी आणि टॉड एकाच शहरात राहून पुढे कधीतरी लग्न करायचे बेत करू लागलो. आम्ही एकमेकांच्या शहरात जाऊन भेटू लागलो. मुलीही त्याला भेटल्या. तो त्यांच्या शाळेतही आला. तो त्यांच्या वडलांची जागा कधीच घेऊ शकला नसता आणि माझीही तशी अपेक्षा नव्हती. मला तो फक्त माझ्यासाठी हवा होता. पण माझ्या लवकरच लक्षात आलं की टॉड हासुद्धा काही माझ्या मनातल्या खोल दडलेल्या इच्छा पूर्ण करत नव्हता.

''माझ्या शक्तीपलीकडची काहीतरी गोष्ट होती जिनं मला यातून बाहेर काढलं, जणू वाचवलंच. मी याआधी कधीच बायबलचा अभ्यास केला नव्हता. आता मला उत्सुकता वाटू लागली होती आणि मला त्यानं खिळवूनच ठेवलं. आता मी ज्या चर्चमध्ये जात होते तिथले सगळे जण माझ्याशी प्रेमानं वागत. मला क्षमाशीलता आणि करुणा तिथंच दिसली. माझ्या आयुष्याचा सगळा गुंता झालेला होता. त्या वेळी त्यांचं असं वागणं मला नवीन होतं. त्यांचा इतका चांगुलपणा मिळवण्याची माझी पात्रता तरी होती का! दर रविवारी मी चर्चमध्ये जाण्यासाठी अधीर झालेले असायचे. घटस्फोटानंतर तीन महिन्यांनी मला उमगलं की, येशू हाच माझा रक्षणकर्ता आहे. तो दिवस अविस्मरणीय होता; पण तितकाच वेदनादायीसुद्धा. कारण मला लख्ख समजलं की माझं वागणं किती चुकलं होतं ते, पण अजूनही जखमा भरून येत होत्या. खूप गोष्टी अजूनही उद्ध्वस्तच होत्या. माझ्या स्वार्थापायी मी एक मोडलेलं लग्न आणि तुटलेलं कुटुंब निर्माण केलं होतं.

जेफसुद्धा आध्यात्मिक पातळीवर प्रगती करू लागला होता. लग्नानंतर आम्ही

दोघं फक्त नाताळ आणि ईस्टरमध्येच चर्चमध्ये जात असू. पण घटस्फोटाच्या कठीण काळात, मनात अगणित अनुत्तरित प्रश्न असूनही, जेफने देवाकडे धाव घेतली. त्याला कळत नव्हतं की देव इतकं वाईट कसं करू शकतो? सुरुवातीला या घटस्फोटासाठी तोही कसा काय कारणीभूत आहे हे त्याला समजतच नव्हतं. पण तरी त्याचा वाटा माझ्यापेक्षा छोटासाच होता. पण तरीही तो बदलायला तयार होता आणि देवाच्या इच्छेनुसार वागायलाही.

जेफसुद्धा एका बायबलच्या अभ्यास वर्गाला दर आठवड्याला जात असे. तिथं त्याच्यासारख्याच इतरांचं बोलणं तो ऐकत असे. त्यांच्याबद्दल त्याला खूप आदरही होता. तिथंच त्याला 'देवाची भाषा' समजली. त्याला उमगलं की, करिअरची प्रगती किंवा भौतिक सुखांमागे पळणं, हे काही आयुष्याचं खरं ध्येय असू शकत नाही. आपल्या आयुष्यात काहीतरी आणखी खोल अर्थ दडलेला असतो.

१९९२मध्ये घटस्फोटानंतर तीनेक महिन्यांनी असेल, मी बायबल वाचत होते आणि देवाचा आवाज माझ्या आसपास ऐकू येऊ लागला. तो माझ्याशी संवाद साधत होता, इतकंच वर्णन मी करू शकते. तो आवाज अस्पष्टसा होता. ऐकू येईल न येईल असा. पण मला देवाच्या शक्तीचा प्रत्यय आला, एवढं मात्र खरं. तो आवाज मला सांगत होता की मी जेफबरोबर पुन्हा जुळवून घेतलं पाहिजे. या गोष्टीवर साधारण दोन महिने झगडत विचार केल्यावर मी शेवटी जेफला फोन केला. मला त्याच्याशी बोलायचं होतं.

जेफनं काहीशा नाराजीनंच होकार दिला. आमच्या बोलण्याच्या शेवटी मी जेफला सांगितलं की मी ख्रिश्चन बनले आहे आणि मला असं वाटतं की, आपलं लग्न पुन्हा नीट व्हावं अशी देवाची इच्छा आहे. जेफ रडत होता. पण त्याच्या डोळ्यांतलं पाणी हे माझ्याविषयीच्या दयाभावनेचं नव्हतं, तर त्यात खूप राग आणि वेदना होती. कारण आधी त्यानंच तर सुचवलं होतं कौन्सेलरकडे जाणं; मी मात्र त्या वेळी स्वतःला पूर्ण 'बंद' करून घेतलं होतं. आमचं लग्न टिकावं हे त्याला कायमच वाटत आलेलं होतं. घटस्फोटाचे कागद असे शेरिफच्या हाती मी त्याला दिले होते; त्यानं नाही. जेफ माझ्याकडे डोळ्याला डोळे भिडवून बघूसुद्धा शकला नाही. त्यानं मला तिथून निघून जायला सांगितलं.

मी घरी गेले. माझ्या खुर्चीत बसून विचार करू लागले की बहुतेक देवाच्या इच्छेचा अर्थ मीच चुकीचा काढलाय की काय? जर जेफला माझ्याशी आता काहीच घेणं-देणं नसेल, तर मीही माझ्या आयुष्यात पुढे गेलं पाहिजे. पण मला त्या वेळी हे समजलं नाही की, यासाठी खूप प्रार्थना करावी लागणार. देवाचा माझ्या आयुष्यासाठी नक्कीच काहीतरी प्लॅन असणार आणि या अनिश्चिततेच्या काळात मी धीर धरला पाहिजे. माझ्याच चुकीच्या मार्गावरून अजून पुढे न जाता वाट पाहिली पाहिजे.

पण मी वाट पाहण्यात काही फारशी चांगली नाहीये.

आणि आता तर वाट पाहण्यात वर्षं उलटू लागली होती. मुलींचे पालक म्हणून जबाबदाऱ्या घेताना मी आणि जेफ एकमेकांशी छान वागत असू; पण तितकंच. दरम्यान आमच्या दोघांचीही देवावरची श्रद्धा गाढ होत चालली होती. मी बायबल वाचत असे. आपण विचारही नाही करू शकत अशा गोष्टी देव कसा घडवून आणतो, हे वाचून मला वाटे की कदाचित मी आणि जेफ पुन्हा एकत्र येऊही. पण त्यासाठी एखादा चमत्कारच घडावा लागेल!

जेफ खूप एकटा पडला होता. आपल्याला एखादी चांगली जोडीदार मिळावी म्हणून तो देवाकडे प्रार्थना करत असे. हे त्यानं एकदा आपल्या बायबलच्या अभ्यास वर्गात सांगितलं. मग तिथले सगळेच त्याच्यासाठी प्रार्थना करू लागले. काही महिन्यांनी त्यांतलाच एक जण त्याला म्हणाला, ''जेफ, तू कधी असा विचार केलायस का, की तू जिच्यासाठी प्रार्थना करतोयस ती कदाचित तुझी आधीची बायकोच असू शकेल?''

एकदा जेफ बायबल वाचत होता. 'पूर्ण मनापासून देवावर श्रद्धा ठेवा, तुमच्या समजशक्तीवर जाऊ नका. तुमच्या प्रत्येक कृतीतून तुमची श्रद्धा प्रकट होऊ दे. मग पाहा, तो तुमचं सगळं काही नीट करेल.' असं त्यात लिहिलं होतं. जेफच्या मनात अचानक काहीतरी लख्कन उजळल्यासारखं झालं. त्यानं हा सल्ला तंतोतंत पाळायचा ठरवलं. आजपासून देवावर पूर्ण भरवसा. जणू त्यानं देवाला आपलं आयुष्य अर्पण केलं.

मी आणि जेफ समान आध्यात्मिक पातळीवर आल्यावर पुढच्या गोष्टी आपोआप घडत गेल्या. मी असं म्हणीन की आम्ही संपूर्ण कुटुंब 'डेट'वर जाऊ लागलो. एकमेकांच्या घरच्या फेऱ्या वाढल्या. जणू देव आम्हाला नवीन जोमानं एकत्र आणण्यासाठी प्रयत्नशील होता. आमची दोघांचीही आयुष्यं आता पूर्ण बदललेली होती. आमच्या त्या पूर्वीच्या स्वार्थी महत्त्वाकांक्षा आणि इच्छांचा लवलेशही उरला नव्हता. आम्हाला आता एकमेकांचं सुख पाहायचं होतं, त्यातच आनंद होता. पण अजूनही एक मोठा प्रश्न अनुत्तरित होता.

मुली कॅम्पला गेल्यावर मी आणि जेफ भेटलो. आम्ही गंभीरपणे बऱ्याच मुद्द्यांवर चर्चा केली आणि एकत्र प्रार्थनाही केली. पुन्हा लग्न करण्याविषयीही आम्ही बोललो. मग जेफनं तो 'मोठा' प्रश्न एकदाचा उच्चारला, ''पण शेरिल, तू पुन्हा एकदा असंच वागणार नाहीस कशावरून?''

मी क्षणभर तशीच बसून राहिले, प्रार्थना करत. काय उत्तर द्यावं याचा विचार करत. 'देवा, मी पुन्हा असं करणार नाही हे दुसऱ्या व्यक्तीला पूर्णपणे कसं पटवून देऊ मी?' पण मग मला उत्तर मिळालं. आमच्या दोघांच्याही आयुष्यात आता

देवाला मध्यवर्ती स्थान होतं आणि तेच सत्य होतं. ''हे बघ, हे काही आता तुझ्या-माझ्यापुरतं मर्यादित नाहीये. यात देव केंद्रस्थानी आहे आणि मला देवाला पुन्हा कधीच निराश करायचं नाहीये.''

हे असं घडलं सगळं. मुलींना त्या दिवशी सांगितलं, गाडीत बसून! हो, होतं माझं अफेअर. पण मला त्याबद्दल पश्चात्ताप झाला होता. आणि मला त्याबद्दल सगळ्यांची खूप खूप क्षमा मागायची होती. पण देवानं चमत्कार घडवून सगळं पुन्हा नव्यानं नीट केलं होतं.

माझं बोलणं संपल्यावर मी मुलींकडे पाहिलं. माझ्या डोळ्यांत अजूनही पाणी होतं. त्यांना या सगळ्या प्रकाराबद्दल काय वाटतंय ते मी विचारलं. मी काय काय चुका केल्या होत्या, लाजिरवाण्या गोष्टी केल्या होत्या, ही सगळी कहाणी मुलींकडे कबूल करणं म्हणजे माझ्यासाठी एक अत्यंत अवघड गोष्ट होती.

लॉरेन शांत राहिली. बहुतेक माझं बोलणं ती अजून पचवत होती. ब्रिटनीच पहिल्यांदा बोलली. ती नेहमीच तिच्या आणि तिच्या बहिणीच्याही वतीनं बोलत असे, तसंच. ''आई, देवानं तुला क्षमा केलीये नं, बाबानीही केलीये. आणि आम्हीसुद्धा तुला माफ करतो.''

लॉरेननंही होकारार्थी मान हलवली आणि ती हसली.

देवाची कृपाच म्हणायची! ही गोष्ट मुलींना सांगणं इतकं अवघड होतं; पण दुसरीकडे माझं मन हलकं झालं होतं. ही गोष्ट आणखी दहाएक वर्षं उरात दडपून ठेवावी लागणार नाही म्हणून मला आनंदच झाला. देवानं आम्हाला सगळ्यांना पुन्हा एकत्र आणलं होतं आणि आता आमच्यात पूर्ण पारदर्शकता होती. आमच्यात कोणतंही गुपित उरलं नव्हतं. आम्ही खऱ्या अर्थानं पुन्हा एक 'टीम' बनलो होतो!

***

मुली कॉलेजात असतानाची गोष्ट असेल. एकदा रात्री मी आणि मुली ब्रिटनीच्या खोलीत असंच गप्पा मारत बसलो होतो. विषय कोणता तरी वेगळाच होता, पण मला अचानक वर उल्लेखलेला प्रसंग आठवला. माझ्या मुली तेव्हा लहान वयातच किती प्रगल्भपणे वागल्या होत्या. त्या माझ्यावर खूप चिडल्या नव्हत्या. खरंतर त्यांना रागवायचा पूर्ण अधिकार होता. पण त्या जे काही बोलल्या त्यानं मी थक्क झाले होते. माझ्या आकलनापलीकडे होतं हे! त्यांनी मला ही अमूल्य भेटच दिली होती ना.

केसी नावाच्या मुलींच्या मैत्रिणीबद्दल त्या दिवशी आम्ही बोलत होतो. ती या मुलींच्याच वयाची होती. तिनं तर आयुष्यात खूपच कठीण प्रसंग पाहिले होते आणि तिच्या मनोधैर्याबद्दल आम्ही त्या दिवशी चर्चा करत होतो. या प्रसंगांना धीरानं सामोरं जाण्याचं बळ तिनं कुठून आणलं असेल, असं आमचं बोलणं चाललं होतं.

हायस्कूलमध्ये असतानाच हृदयविकाराच्या झटक्यानं केसीच्या वडिलांचं अचानक निधन झालं होतं. आम्ही सगळेच त्यांच्या कुटुंबाला खूप वर्षांपासून ओळखत होतो. अगदी आनंदी आणि छान कुटुंब होतं ते. केसीसाठी तिचे वडील जाणं ही खूपच धक्कादायक गोष्ट होती; कारण ती वडिलांच्या खूप जवळ होती. आमच्या मुलींनीही तेव्हा पहिल्यांदाच असं दुःख जवळून पाहिलं आणि आपल्या मैत्रिणीच्या दुःखात त्या सहभागी झाल्या.

त्यानंतर दोन वर्षांनी त्या कुटुंबावर दःखाचा आणखी एक घाला पडला. केसीच्या धाकट्या भावाला एका दुर्मीळ कर्करोगाचं निदान झालं. त्याच्या मणक्यावर एक मोठा ट्यूमर होता. तो किमोथेरपी आणि रेडिएशनमधून झगडत असताना जगेल की वाचेल याची काहीच शाश्वती नव्हती.

पण या वेळी केसीनं कुटुंबासाठी खूपच खंबीर पवित्रा घेतला.

"केसी हे सगळं कसं करू शकली," मी माझ्या मुलींना विचारलं. माझ्या मनात त्याबद्दल एक उत्तर आकार घेत होतं, पण मुली काय विचार करतायत ते मला जाणून घ्यायचं होतं. आयुष्य आपल्यासमोर काही ना काही अडचणी उभ्या करतच असतं. आपल्या प्रत्येकालाच काहीतरी वाईट अनुभव येतात. कधीकधी आपणच आपल्या पायावर धोंडा पाडून घेत असतो- जसं माझ्या घटस्फोटाच्या बाबतीत झालं तसं. पण इतर वेळी नियतीच आपल्यासमोर अचानक काहीतरी वाईट उभं करत- जसं की, केसीच्या वडलांचं निधन असो वा तिच्या भावाचं आजारपण.

आत्ताही ब्रिटनीच पहिल्यांदा बोलली. "केसीनं आम्हाला सांगितलं होतं आई. कधीकधी तिच्या सहनशक्तीच्या पलीकडे दुःख आणि वेदना असायची, तेव्हा तिला वाटायचं की आत्ता मरण आलं तर बरं. पण ती श्रद्धाळू होती. त्या बळावरच तिनं ठरवलं की कितीही संकटं आली तरी मोडून पडायचं नाही. पुढे जातच राहण्याची शपथ घेतली तिनं."

लॉरेन एका कोपऱ्यात गुबगुबीत खुर्चीवर बसली होती. तिनं वर पाहिलं आणि आपली एक चुकार बट मागे सारली. आम्हाला कोणालाच माहीत नव्हतं की आणखी काही वर्षांनी तो विमानाच्या प्रॉपेलरचा अपघात घडणार आहे आणि लॉरेनही अशाच परिस्थितीला सामोरी जाणार आहे. लॉरेन विचारात गढली होती. कदाचित तिच्या अंगीही असे गुण असतील, ज्यांना अजून कधीच बाहेर पडायला वाव मिळाला नसेल.

"आई, धाडस, धैर्य म्हणतात ते हेच असणार," ती म्हणाली, "म्हणजे जेव्हा आयुष्य तुमच्याशी क्रूर खेळ खेळतं, तेव्हाही निराश न होता पुढे जात राहायचं...."

# नवी सुरुवात

## लॉरेन

मी आणि कार्टर डेटिंग करत होतो.

म्हणजे तसं खरंखुरं डेटिंग नाही.

म्हणजे आमच्या नववीच्या वर्गातला सर्वांत गोड मुलगा होता कार्टर. आम्ही चर्चच्या व्हरांड्यात सारखं एकमेकांना मेसेजेस पाठवायचो. चौदा वर्षांचे होतो आम्ही तेव्हा. आम्ही परीक्षेचे मार्क आणि एकमेकांचे विचित्र कपडे यावरून चिडवाचिडवी करत असू. आणि आमच्या शाळेच्या कँटिनमध्ये मिळणाऱ्या घाणेरड्या सँडविचबद्दल एकमेकांशी बोलत असू. मी आणि कार्टर कसे प्रेमात आकंठ बुडालोय वगैरे असं काही मुली कुजबुजत असत. पण मी हे सगळं हसण्यावारी नेत असे. यात काहीच गंभीर नव्हतं, नुसती लहानपणची मजा आपली!

मी कार्टरला चर्चमध्ये भेटले. खरं सांगायचं तर त्यानं मला खरंच डेटवर बोलवावं असं मला खूप वाटायचं. कारण तोही जुळ्यांपैकी एक होता, माझ्यासारखाच. आणि त्याची विनोदबुद्धी चांगली होती. त्यामुळे तो माझा चांगला मित्र झाला. पण मी काही आपणहून त्याला विचारणार नव्हते. मी माझ्या वहीच्या पहिल्या पानावर माझ्या आणि कार्टरच्या नावाची पहिली अक्षरं काढून नक्षी काढत बसे. आम्ही एकदा एकत्र एका डान्सलासुद्धा गेलो होतो. त्याआधी माझ्या आणि त्याच्या आईनं एकमेकींना फोन करून सगळं विचारून, ठरवून घेतलं होतं. आईला लगेच कळलं की कार्टरचा प्रेमळपणा आणि विनोदबुद्धी त्याच्या आईकडूनच आली होती. त्या दोघी एकमेकींच्या खूप चांगल्या मैत्रिणी बनल्या.

हायस्कूलचे दिवस असे मजेत चालले होते. आमचं कौटुंबिक आयुष्य पुन्हा सुरक्षित आणि सुरळीत झालं होतं. आई-बाबा पुन्हा एकत्र आले होते. कुठलीही

गुपितं आमच्यात राहिली नव्हती. मी आणि ब्रिटनी शाळेचा भरपूर अभ्यास करायचो, सॉफ्टबॉल खेळायचो, पियानो आणि आर्ट क्लासला जायचो, शाळेतल्या मुलांबद्दल बोलायचो. ती आम्हाला आवडायची. आम्ही आमच्या भविष्याची स्वप्नं पाहायचो... असं आमचं एकूण आयुष्य चाललं होतं.

शाळेनंतर आणि वीकेंडला आम्ही मैत्रिणींबरोबर वेळ घालवायचो. आमचा मोठ्ठा ग्रुप होता- रेबेका, केसी, टिफनी, मॅकान्झी आणि कॅरोलिन. आमच्या चर्चमधल्या ग्रुपमधल्या मुलांशीही आमचं चांगलं पटायचं. आम्ही एकत्र खेळायचो. टिफनीकडे आम्ही बऱ्याचदा राहायला जायचो. मग एखादा धमाल सिनेमा भाड्यानं आणायचा आणि काहीतरी जेवण बनवायचं. आम्ही खूप मजा करायचो. ड्रग्ज, दारू किंवा तत्सम पार्टीजपासून आम्ही खूप दूर होतो.

कपड्यांविषयी अर्थातच आम्ही खूप जागरूक असायचो. सगळ्याच टीनएजर मुली असतात तशा. कधीकधी तर आमच्या दोघींमध्येही स्पर्धा असायची. पण तरी प्रत्येक मुलगी तिची तिची स्टाईल शोधत असायची. आता आम्ही काही लहान राहिलो नव्हतो, आई-बाबा आणतील ते कपडे घालायला! मग आम्हाला काय चांगलं दिसतं त्याचा विचार करून आम्ही कपडे निवडू लागलो. मला जास्त वेगळी डिझाइन, गोट प्रिंटेड कापडाचे टॉप, थोडी हिप्पी फॅशन आणि जोडीला बिना हील्सच्या चपला किंवा प्लॅटफॉर्म हील्सच्या चपला आवडू लागल्या. याउलट ब्रिटनीला घट्ट फिटिंगचे कपडे आवडू लागले. माझ्यापेक्षा तिची आवड जास्त उच्चभ्रू होती.

पण आमची प्रगती काही फक्त कपड्यांपुरती मर्यादित नव्हती. आमचा दृष्टिकोन आमच्या गावाएवढाच संकुचित राहू नये म्हणून दर सुट्टीत आई-बाबा आम्हाला देशभरात वेगवेगळ्या ठिकाणी नेत. काही वेळा आम्ही परदेशांतही जाऊन आलो. आम्ही नॉर्थ कॅरोलिना, कोलोरॅडो, सॅन फ्रॅन्सिस्को, न्यू यॉर्क, ग्रीस, बहामाज आणि कॅनडाला फिरलो. तसंच जॉर्जिया, ओहायो आणि वेस्ट व्हर्जिनियातल्या आमच्या नातेवाइकांकडेही जाऊन आलो. आम्हाला समजलं की अमेरिकेतही सगळे काही आपल्याच पद्धतीनं राहत नाहीत.

"आपला भाग, आपलं गाव हे फक्त एका बुडबुड्यासारखं असतं." आई-बाबा नेहमी सांगत आणि हळूहळू त्याचा अर्थ आम्हाला कळत गेला. आमच्या इथं सोळाव्या वाढदिवसाला नवी कोरी गाडी भेट मिळतेच मुलांना. आणि तरी आपल्या बीएमडब्ल्यूचा रंग कसा आपल्याला हवा तसा नाहीये असं म्हणून ते तक्रार करत असतात!

पण आमच्या घरी असं नव्हतं. आम्हाला हवी असलेली प्रत्येक गोष्ट काही आई-बाबा आम्हाला देत नसत. आम्ही घरी कामात मदत करायचो. आणि खर्चाला

पैसे मिळवण्यासाठी आम्ही रेस्टॉरंट आणि कपड्यांच्या दुकानात काम करायचो. आठवीत गेल्यावर आम्ही डॅलासमधल्या जरा गरीब वस्तीतल्या मुलांबरोबर काम करायला जायचो. आमच्या चर्चच्या कम्युनिटी प्रोग्रॅममधून आम्ही त्या मुलांबरोबर वेळ घालवायचो, खेळायचो, त्यांना क्राफ्ट शिकवायचो. त्यामुळे आमचा दृष्टिकोन घडण्यात खूप मदत झाली. बाबांनी सांगितलेला येशूच्या शब्दांचा धडा आम्ही कधीच विसरलो नाही – "जर तुम्हाला भरपूर मिळालं असेल तर तुम्हीही इतरांना जास्त द्यावं...."

***

प्रेस्टनवुड नावाच्या एका खासगी ख्रिश्चन शाळेत आमचे बरेच मित्र-मैत्रिणी जाऊ लागले होते. त्यामुळे आम्हीही ज्युनिअरच्या वर्षाला तिथं ॲडमिशन घेतली. गडद निळा-हिरवा स्कर्ट आणि निळा किंवा पांढरा शर्ट असा आमचा युनिफॉर्म असे. मला आणि ब्रिटनीला युनिफॉर्मच असलेला परवडत असे, कारण मग रोज रोज काय घालायचं यावर विचार करायला नको! कधीकधी तर घरी आल्यावरसुद्धा आम्ही युनिफॉर्म बदलत नसू, इतके ते मस्त होते.

त्या वर्षी सुट्टीत क्यूबाला जाऊन जादाचे स्पॅनिश क्लासेस करण्याचा आमच्या शिक्षिकेने प्रस्ताव मांडला आणि तशी व्यवस्था केली. मी आणि ब्रिटनी लहानपणापासून बऱ्यापैकी स्पॅनिश बोलायचो. त्यामुळे आम्हाला वाटलं की ही ट्रिप मस्त होईल, एक नवा अनुभव. अमेरिकेहून क्यूबाला डायरेक्ट जाताच येत नाही आणि मेक्सिकोत जाऊन तिथून क्यूबात प्रवेश मिळतो. आमच्यावर 'लक्ष' ठेवायला आई-बाबासुद्धा येणार होते. त्याला आमची काहीच हरकत नव्हती. आम्ही बरेच जण गेलो. तिथं चार-चारचे गट करून आम्ही गावागावांत फिरलो. लोकांशी बोललो, त्यांची भाषा बोललो आणि त्यांचे विचार जाणून घेतले.

मी, आई-बाबा आणि ब्रिटनी एकाच गटात होतो आणि आम्ही ज्यांना ज्यांना भेटलो, ते सगळे आमच्याशी खूप प्रेमानं वागले. जवळपास प्रत्येक जण आम्हाला चहा, कॉफी आणि खाण्याचा आग्रह करी आणि हे सगळे लोक खूपच गरिबीत राहत होते. ते आम्हाला घरी बोलवत आणि कम्युनिस्ट देशात राहायच्या अडचणी काय काय आहेत, ते सांगत. तिथं धर्माचं स्वातंत्र्य नव्हतं. पण तसंही प्रत्येक जण काही ना काही गोष्टीवर श्रद्धा असलेलाच होता. काही घरांमध्ये राक्षसांसारख्या दिसणाऱ्या मूर्ती होत्या. ते लोक त्याची पूजा करत. काही लोकांचा धर्म कॅथलिक आणि आफ्रिकन यांचा संकर होता. मग त्यांनी आम्हाला विचारलं तेव्हा आम्ही येशूबद्दल सांगितलं. आई-बाबानं त्यांच्या लग्नाची सगळी कहाणी सांगितली.

एक दिवस आमच्या दुभाष्यानं आम्हाला त्याच्या घरी बोलावलं. त्याच्या अंगणात एक मोठं डुक्कर होतं. 'किती छान, याच्याकडे पाळीव प्राणी म्हणून

डुक्कर आहे!' माझ्या मनात आलं. मी त्याला त्याच्या डुकराचं नाव विचारलं. पण त्यानं घाईघाईनं सांगितलं की ते काही त्याचं पाळीव डुक्कर नसून, लवकरच एखाद्या 'जेवणाचा भाग' होण्यासाठी ते आणण्यात आलेलं आहे. त्यानं आम्हाला त्याचं घर दाखवलं- दोनच खोल्या होत्या- आणि कपाटही दाखवलं! एक जॅकेट आणि एक जुनी पँट, बस्स! त्याच्याकडे तितकेच कपडे होते. जगात अशा पद्धतीनं कितीतरी लोक राहत असतात; आमचे अक्षरशः डोळे उघडले त्या दिवशी. परत जाण्याआधी बाबानं आपले सगळे कपडे त्या माणसाला दिले.

ज्यांनी आम्हाला क्यूबात पाठवलं होतं ते आमचे स्पॉन्सर्स ख्रिश्चन होते. त्यांची श्रद्धा पाहून आम्ही चकित झालो. एक दिवस ते दमलेले वाटले म्हणून विचारलं तर कळलं की आमच्यासाठी पहाटे ४ वाजेपर्यंत ते प्रार्थना करत होते. खूप विनम्र बनवणारा अनुभव होता तो.

आम्ही प्रार्थना करायचो हे किती चांगलंय, त्याचं उदाहरण आम्हाला लवकरच मिळालं. त्याच दिवशी रात्री जरा उशिरानंच आम्ही गाडीतून परत हॉटेलवर चाललो होतो. आम्ही गाडी भाड्यानं घेतली होती. छोटीशी जुनीपानी गाडी. अशी जुन्या पद्धतीचे गियर असलेली गाडी चालवायची आई किंवा बाबाला सवयच नव्हती. त्यामुळे दिवसभर आम्हाला गचके खात खात जायला लागत होतं.

त्या रात्री हायवेवरून जाताना डावीकडे वळायच्या आधी आम्ही थांबलो. अर्धवट वळल्यावर गाडी पुढेच जाईना. समोरून येणारा ट्रॅफिक हॉर्न वाजवत, आमच्यावर ओरडत गाडीला वळसा घालून जात होता. गाडी चालू करायचा खूप प्रयत्न केला. मी वर पाहिलं तर एक मोठाच्या मोठा, पूर्ण भरलेला ट्रक सरळ आमच्या दिशेने येत होता! तो ड्रायव्हर आता ट्रक थांबवू किंवा वळवूच शकला नसता.

"आऽऽऽईऽऽऽ!" मी जोरात ओरडले.

अचानक आमच्या गाडीला मागून कोणीतरी धक्का दिल्यासारखं वाटलं. आमची गाडी थोडक्यात पुढे गेली आणि तो ट्रक मागून धडधडत निघून गेला. आधी आम्हाला वाटलं की दुसऱ्या एखाद्या गाडीचा धक्का बसला असेल, पण मागे वळून पाहिलं तर तिथं कोणीच नव्हतं. जवळपास एकही गाडी नव्हती. आणि आमच्या गाडीचं इंजिन अजूनही बंदच होतं. आजतागायत आम्हाला कोणी पुढे ढकलून मदत केला, हे समजलेलं नाहीये.

या सगळ्या प्रकारानंतर घरी परत गेल्यावर बरं वाटलं. प्रेस्टनवुड शाळा आम्हाला अधिकाधिक आवडू लागली होती. तिथली सगळी मुलं गंभीरपणे व्यवस्थित अभ्यास करत. आम्ही केमिस्ट्री, स्पॅनिश, इतिहास, इंग्रजी आणि कॅल्क्युलस घेतलं होतं. कॅल्क्युलस मला आवडण्यामागचं कारण म्हणजे त्याची शिक्षिका. मला ती

खूप आवडे. फक्त तिच्याबरोबर वेळ घालवता यावा म्हणून आम्ही तासांव्यतिरिक्तही तिच्या खोलीत जाऊन जास्तीचा अभ्यास करायचो. मोठेपणी आपण कोणीही बनलो तरी तिच्यासारखं निष्ठेनं काम करायचं, असं मी ठरवून टाकलं.

मला कशात करिअर करायचंय, ते मला तेव्हापर्यंत काहीच समजत नव्हतं. लहानपणी मला प्राणी आवडायचे म्हणून मी व्हेटर्नरी डॉक्टर व्हायचं ठरवलं होतं. हायस्कूलमध्ये मला गणिताबरोबरच कला, फोटोग्राफी, फॅशन असं काहीही सर्जनशील आवडायचं. मला लिहायला काही फार आवडायचं नाही; पण बारावीत केलेल्या ॲप्टिट्यूड टेस्टमध्ये मी पत्रकार व्हावं असं त्यांनी मला सांगितलं होतं. पण हायस्कूलमध्ये काही मुलांना जशी खरोखर लिहिण्याची आवड असते, तशी मला कधीच नव्हती. मला स्टाईल, रंगांशी खेळायला आवडायचं आणि लोकांना कशा गोष्टी खुलून दिसतील, कशात वेगवेगळ्या पर्सनॅलिटी दिसून येतील, यात रस होता.

आमच्या वर्गात ८८ मुलं होती. ग्रॅज्युएशनला ब्रिटनी वर्गात दुसरी आली आणि मी अकरावी. मी अजून चांगले मार्क मिळवू शकले असते; पण मी खूश होते. ब्रिटनी नेहमीच ग्रेड आणि मार्कांबाबत जागरूक असे. मी त्या मानानं बेफिकीर असायचे. म्हणजे मीसुद्धा स्पर्धेत उतरायचे आणि मार्कांबाबत जागरूक असायचे, पण त्याची कधी काळजी करत बसायचे नाही. माझ्या डोक्यात वेगळेच विचार चालू असायचे.

त्यातले बरेचसे विचार टिम नावाच्या एका फुटबॉल खेळाडूभोवती फिरत असायचे! तो माझ्यापेक्षा मोठा होता आणि कार्टर या माझ्या मित्राचा चांगला मित्र होता. ज्युनियरच्या वर्षाच्या शेवटी टिमनं कार्टरला विचारलं होतं, ''मी लॉरेनला प्रॉमला घेऊन गेलो तर चालेल का तुला?'' कार्टरला काहीच अडचण नव्हती. मग टिमनं मला विचारलं. जर कार्टरनं आधी विचारलं असतं तर मी त्याच्याबरोबरच गेले असते. पण तो काहीच हालचाल करेना. टिम आमच्या फुटबॉल टीममध्ये होता. सहा फूट उंच, निळे डोळे आणि कुरळे सोनेरी केस असलेला.

सुरुवातीला आम्ही नुसतेच गप्पाबिप्पा मारायचो. आम्ही 'खरं' डेटिंग काही करत नव्हतो. मग एकदा फुटबॉल खेळताना टिमचा अपघात झाला आणि त्याला हॉस्पिटलमध्ये न्यावं लागलं. त्याच्या मणक्याला दुखापत झाली होती आणि तो पुन्हा कधीच फुटबॉल खेळू शकणार नव्हता. तो बरा होत असताना आम्ही जास्त वेळा भेटू लागलो. मग तर आम्ही इतका वेळ एकत्र असायचो की, जणू एखादं डेटिंग करणारं जोडपंच. या दुखण्यातून, धक्क्यातून सावरत असतानाही त्याचा बडबडा, खेळकर, गमतीशीर आणि उदार स्वभाव तसूभरही बदलला नाही. हळूहळू तो बरा झाल्यावर आम्ही 'खऱ्याखुऱ्या' डेटवर जाऊ लागलो.

काही जण आपल्या जोडीदाराबद्दल खूपच पझेसिव्ह असतात. आणि फक्त एकमेकांबरोबरच वेळ घालवतात. आम्ही दोघंही तसे नव्हतो आणि आम्हाला तेच आवडायचं. 'डेटिंग'च्या जगात पाऊल टाकताना आमचं खेळकर, मैत्रीचं नातं सुरुवात म्हणून खूपच छान होतं. आम्ही हात धरायचो आणि किस करायचो, पण यापुढे आमच्यात कोणतंच शारीरिक नातं नव्हतं. ब्रिटनीला आमच्याबद्दल कधीच असूया वाटली नाही. एक पूर्ण वर्षभर आम्ही एकत्र होतो. मग टिमचं ग्रॅज्युएशन पूर्ण झालं आणि तो दुसऱ्या गावाला युनिव्हर्सिटीत गेला. थोडा काळ आम्ही 'लाँग डिस्टन्स डेटिंग' करायचं ठरवलं होतं.

मीही हायस्कूलमधून ग्रॅज्युएट झाले आणि ब्रिटनीबरोबर टेक्सासच्या 'ए अॅण्ड एम' युनिव्हर्सिटीत अॅडमिशन घेतली. तिथंच आम्ही का गेलो कुणास ठाऊक! पण आमचे बरेच मित्र-मैत्रिणी तिथं जाणार होते आणि ते एक चांगलं कॉलेज होतं. आम्ही दोघीही जनरल स्टडीजच्या विद्यार्थिनी होतो. म्हणजेच पुढे काय करायचं हे ज्यांचं ठरलेलं नाहीये अशा!

ही युनिव्हर्सिटी घरापासून तीनेक तासांच्या अंतरावर होती. म्हणून मग आम्ही तिथल्या हॉस्टेलमध्ये शिफ्ट झालो. ते हॉस्टेल मुला-मुलींचं होतं. तसं बरं होतं ते. आम्ही बराचसा वेळ आमच्या जुन्या मित्र-मैत्रिणींबरोबरच असायचो.

तिथं खूप मजा चालायची. आम्ही जवळपास सगळ्या फुटबॉलच्या खेळांना जायचो. लवकरच आम्ही खेळाच्या वेळी ओरडायचं कसं आणि नाचायचं कसं, हेही शिकलो.

दर बुधवारी रात्री भरणाऱ्या एका बायबलच्या अभ्यास वर्गाचा शोध आम्हाला लागला. तिथं शेकडो मुलं जमत आणि खूप चांगले चांगले वक्ते येऊन आम्हाला प्रोत्साहित करत.

पण मला हळूहळू असं वाटू लागलं की या वातावरणात मी कुठंतरी बसत नाहीये. मला जे हवंय ते हे नाहीये, असं जास्त जास्तच वाटू लागलं.

पण ही भावना नक्की काय आहे आणि त्यावर पुढे काय पाऊल उचलायचं, हे माझं मलाच कळायला काही दिवस गेले. मग मी माझ्या आत्तापर्यंतच्या आयुष्याबद्दल विचार करू लागले- मला काय आवडतं, काय आवडत नाही, मी कोण आहे आणि माझा कल कशाकडे आहे- आणि मग मी अशा निष्कर्षापर्यंत पोचले की माझा स्वभाव जरा 'ऑफबिट' होता आणि त्या मानानं ही युनिव्हर्सिटी अगदी सरळ, नेहमीची होती. म्हणजे माझा आणि इकडचा जगाकडे पाहायचा दृष्टिकोन भिन्न भिन्न होता. म्हणजे सरळ, नेहमीचा दृष्टिकोन म्हणजे पारंपरिक, अपेक्षित आहे तेच आणि फार काही धाडसी नाही. उलट ऑफबिट म्हणजे काहीतरी वेगळं, अनपेक्षित आणि भिन्न करण्याची वृत्ती आणि दृष्टिकोन.

पण माझ्या स्वभावाची ही 'ऑफबिट' बाजू मी लोकांसमोर फारशी दाखवत नसे. पण जसजसे दिवस जाऊ लागले, तसतसं मला कळलं की ही युनिव्हर्सिटी काही आपल्यासाठी नाही. टेक्सासमधल्या कोणत्याही मध्यमवर्गीय मुलीकडून काय अपेक्षा असतात, तर तिनं कॉलेजचं शिक्षण करावं, मग पटकन लग्न करावं, थोडे दिवस नोकरीबिकरी करावी आणि मग मुलांना मोठं करावं. यातल्या कशालाच माझा विरोध नव्हता; पण या मार्गावरून जाण्याची माझी अजिबात इच्छा नव्हती; इतक्यात तरी नाहीच नाही.

एक दिवस युनिव्हर्सिटीत असताना ब्रिटनीत आणि माझ्यात कशावरून तरी वाद झाला. मला कारणही आठवत नाहीये आता. पण आमच्यात सहसा कधीच वाद, भांडणं होत नसत. तो वाद लवकरच मिटला, पण त्या निमित्तानं मला माझ्या मनात जरा खोल डोकावून पाहण्याची संधी मिळाली.

हायस्कूलमध्ये असताना मी 'रोरिंग लॅम्ब्स' नावाचं पुस्तक वाचलं होतं. बॉब ब्रायनर नावाच्या पारितोषिकविजेत्या निर्मात्याचं. त्यानं चांगला ख्रिश्चन बनण्याबाबत लिहिलंय. पण त्याचबरोबर तरुण वाचकांना तो करिअरच्या नव्यानव्या वाटा चोखाळायला प्रोत्साहन देतो. आम्ही जेव्हा चर्चमध्ये जायचो, तेव्हा एक अशी अपेक्षा असायची की, जर तुम्हाला देवासाठी आयुष्य वाहून घ्यायचं असेल तर एकतर मिशनरी व्हायचं, पाद्री व्हायचं किंवा पाद्र्याशी लग्न करायचं किंवा मग एखाद्या ख्रिश्चन संस्थेसाठी काम करायचं. काही लोकांना हे आवडतं, ठीक आहे हो, पण हे माझ्यासाठी नक्कीच नव्हतं. ब्रायनरनं लिहिलंय की प्रत्येकालाच एक ऊर्जा असते देवानं दिलेली, ती वेगवेगळ्या क्षेत्रांत, ठिकाणी, करिअरमध्ये सत्कारणी लावा. आपल्याला मिळालेल्या गुणांचा, एखाद्या अमूल्य देणगीचा चांगला वापर करून प्रभावी आयुष्य जगा.

मला वाटतं, मला पारंपरिक दृष्टिकोनापेक्षा हा खुला मार्ग जास्त भावला. फॅशन आणि कलेकडे माझा कल वाढू लागला. कदाचित न्यू यॉर्कला जाऊन मी रीतसर शिक्षण घ्यायला हवं, असं मला वाटू लागलं. नक्की काय करायचं हे जरी अजून पक्कं नसलं, तरी टेक्सास ए ॲण्ड एम युनिव्हर्सिटीतले हे शेवटचे दिवस असणार, हे नक्की झालं. ब्रिटनी आणि माझा वाद लवकरच मिटला आणि मला जे काही करावंसं वाटत होतं त्याला तिनं पूर्ण पाठिंबा दर्शवला. त्या दिवशी रात्री मी आईला फोन करून हे सगळं सांगितलं. तिनं मला सांगितलं, ''बिनधास्त, पण धीरानं पुढे जा.'' दुसऱ्या दिवशी मी आईच्या मैत्रिणीला- डॅना क्रॉफर्डला फोन केला. तिनंही मला हाच सल्ला दिला की देवाची हाक ऐकून पुढे जा. तो जिथं नेतोय तिथं जा.

ते सत्र संपल्यावर मी युनिव्हर्सिटी सोडली. ब्रिटनीलाही तिथं राहावं असं फारसं वाटत नव्हतं, पण तिनं ते वर्ष पूर्ण करायचं ठरवलं. मी घराजवळच कम्युनिटी

कॉलेजमध्ये पुढचं सत्र केलं. त्या सुमारासच टिमचा आणि माझा ब्रेकअप झाला. माझं आयुष्य नक्कीच एक नवं वळण घेत होतं. पण ती दिशा कोणती आणि मी कुठं चालले होते, ते काही मला माहीत नव्हतं.

***

हिवाळा आला तरी मी पुढे काय करायचं हे माझं मलाच कळत नव्हतं. मी पुन्हा कम्युनिटी कॉलेजमध्ये जात राहिले आणि जनरल अभ्यासक्रम निवडला. जेव्हा माझं भविष्य माझ्या डोळ्यांसमोर स्पष्ट नव्हतं, तेव्हा यापेक्षा जास्त काय करणार?

याच सुमारास मी न्यू यॉर्कला जाऊन जरा चाचपणी करावी असं आईनं सुचवलं. डॅनासुद्धा बरोबर येणार होती. तिचा मुलगा चेस, माझ्यापेक्षा ३ वर्षांनी मोठा होता. त्यानं न्यू यॉर्कला नुकतंच 'गॅसिप गर्ल' या टीव्ही शोमध्ये काम करायला सुरुवात केली होती. त्या शोसाठी ड्रेस डिझायनर म्हणून काम करणाऱ्या एरिक डॅमनला भेट असं डॅनानं मला सांगितलं. "अगं, तो भारी आहे. खूप सकारात्मक आणि सर्जनशील आहे तो. तुला त्याच्याकडून खूप काही शिकता येईल."

त्या नोव्हेंबरमध्ये आई, डॅना आणि मी न्यू यॉर्कला गेलो. आम्ही बऱ्याच आर्ट स्कूल्स आणि युनिव्हर्सिटीजला भेटी द्यायचं ठरवलं होतं. या स्कूल्समध्ये फोटोग्राफी, आर्ट आणि फॅशनशी संबंधित कोर्सेस होते. पण आमच्या ट्रिपचा हेतू असा काही ठरलेला नव्हता. आम्ही नुसतंच फिरून वेगवेगळ्या शक्यतांचा शोध घ्यायचा आणि पुढे काही करता येईल का ते पाहायचं, असं ठरवलं होतं.

मी आधी माझ्या कुटुंबाबरोबर न्यू यॉर्कला येऊन गेले होते. पण त्या मोठ्या शहरात यायचं म्हणजे दर वेळी तीच उत्सुकता असे. आम्ही पोहोचल्यावर लगेचच डॅनानं चेसला फोन केला. चेसची त्याच दिवशी दुपारी एरिकबरोबर अपॉइंटमेंट होती, आणि त्यानं आम्हालाही बोलावलं. आता ही गोष्ट काही रोजरोज घडणारी नसते. त्यामुळे आम्ही खूश झालो.

आम्ही प्रॉडक्शन स्टुडिओजमध्ये गेलो आणि एरिकची सहायक सामीला भेटलो. 'गॉसिप गर्ल'च्या नेपथ्य विभागात फेरफटका मारला. सामी जात्याच गोड दिसणारी, लांबसडक तपकिरी केसांची मुलगी आहे. पहिल्या भेटीतच तिच्या मनमिळाऊ स्वभावाचा आम्हाला प्रत्यय आला. तिचे पायही अगदी जमिनीवर होते.

एखाद्या टीव्ही शोचा नेपथ्य विभाग म्हणजे आलिशान आणि भुरळ पाडणारा असेल; तिथं नामांकित व्यक्तींचा वावर असेल, असा माझा समज होता. पण प्रत्यक्षात असं मुळीच नव्हतं. २००७ च्या हिवाळ्यात 'गॉसिप गर्ल' शो नुकताच सुरू होत होता आणि त्यांतले बहुतेक कुठलेच कलाकार कोणाला फारसे माहीत नव्हते. त्या दिवशी मला भेटलेले कलाकार अतिशय व्यावसायिक आणि तरीही

तुमच्या-आमच्यासारखे होते. ते कलात्मक, उत्कट आणि जिद्दीचे होते- पण तरी आपल्याला कधीही एखाद्या कॉफीशॉपमध्ये आढळतील, असे होते. मी अगदी सहज त्यांच्यात मिसळून गेले.

एरिकचं दैनंदिन काम चालू होतं. नेपथ्य विभागाच्या भिंतीवर त्यानं मासिकातून कापलेली अनेक चित्रं लावली होती. या चित्रांवरून त्याच्या शोमधली पात्रं स्फुरण घेत असावीत. एरिक असा सहजासहजी भेटणं दुरापास्तच, असं चेसनं आम्हाला सांगितलं; पण हरकत नाही. त्यानं एरिकशी आमची ओळख करून दिली. एरिक एकदम 'कूल' होता. आमची भेट म्हणजे काही औपचारिक मीटिंग नव्हती. आमचं संभाषणही त्यामुळे सहज उलगडत गेलं आणि आम्ही सेटवर फेरफटका मारला. मग आपणहूनच, आधी आमचं काही ठरलं नसताना, डॅना म्हणाली, "एरिक, तुझ्याकडे उमेदवारीची (इंटर्नशिप) सोय आहे का?" यावर तो माझ्याकडे नजर वळवून म्हणाला, "आत्तापर्यंत कधी अशी सोय नव्हती. पण तू जर तुझ्या कॉलेजकडून तशी व्यवस्था केलीस, तर आम्ही इथं सोय करू शकू."

"वॉव, ओके," मी स्मित करत म्हणाले आणि संभाषण तिथंच संपलं.

त्या रात्री आई, डॅना आणि मी एका क्यूबन उपाहारगृहात जेवायला गेलो. शहराच्या मध्य वस्तीत असलेल्या या ठिकाणी आम्ही भाजलेला ट्यूना आणि स्वादिष्ट सॅलडवर ताव मारला. खाता खाता दुसऱ्या दिवशीच्या आमच्या युनिव्हर्सिटीच्या भेटींबाबत चर्चा केली. "लो, 'गॉसिप गर्ल'मध्ये उमेदवारी करण्याचा विचार तू जरूर करावास," आई म्हणाली.

डॅनानंही होकारार्थी मान हलवली. "घर आणि कुटुंब सोडून एकटीनं भल्यामोठ्या शहरात येऊन राहणं जरा अवघड असतं, पण तुला नक्की जमेल."

मी पाण्याचा आणखी एक घोट घेतला. 'मला खरोखर असं करायला आवडेल' असं माझ्या मनात आलं. पण हे किती असंभव होतं. एरिकसारख्या माणसाशी झालेल्या छोट्याशा संभाषणातून फॅशनच्या दुनियेत व्यावसायिक म्हणून प्रवेश होऊ शकतो?

पण या सगळ्यामागे निश्चितच ईश्वर असणार. माझ्यासमोर नव्या, नवख्या जगाचं दालन खुलं करून मला मार्ग दाखवणारा ईश्वर... याखेरीज मला दुसरं काही कारण दिसलं नाही.

# न्यू यॉर्क शहर

## लॉरेन

जानेवारी २००८च्या सुरुवातीला 'गॉसिप गर्ल'च्या नेपथ्य विभागात उमेदवारी करायला मी न्यू यॉर्कमध्ये दाखल झाले. मी होते एकोणीस वर्षांची आणि या शहरात एकटीनं साडेचार महिने राहणार होते. अज्ञातात टाकलेलं हे पाऊल माझ्यासाठी तसं मोठं असलं, तरी मला मनातून शांत वाटत होतं. आई, बाबा आणि ब्रिटनीही माझ्यासोबत न्यू यॉर्कला आले. माझ्या मनात भीतीचा लवलेशही नव्हता. नवख्या प्रांतात असा प्रवास करणं, मला मनापासून हवं होतं.

पण एक मोठीच समस्या समोर येऊन ठाकली. आम्ही पोहोचलो तेव्हा पटकथा लेखकांचा संप चालू होता. 'गॉसिप गर्ल' या शोचं काम ठप्प झालं होतं. हीच आफत असंख्य निर्मात्यांवर आली होती. हा संप काही आठवड्यांपूर्वीच सुरू झाला होता हे आम्हाला माहीत होतं; पण तो फार काळ टिकणार नाही असं सगळ्यांना वाटत होतं. काही 'रिॲलिटी शोज'चं काम चालू होतं अणि काहींचं लिखाणाचं काम संपाच्या अगोदरच पूर्ण झालं होतं. त्यामुळे 'गॉसिप गर्ल'मध्ये माझं काम थोडं उशिरा सुरू झालं, तरी माझ्या नव्यानं ओळखी होतील आणि त्यातून कुठं ना कुठं मला काम मिळेल, अशी माझी खात्री होती. मी फक्त इथं, या शहरात असलं म्हणजे झालं.

किंग्ज कॉलेजच्या मालकीच्या एका इमारतीत, इतर दोन मुलींबरोबर मी भाड्यानं एक फ्लॅट घेण्याची व्यवस्था केली होती. ही इमारत मॅनहॅटनच्या अगदी मध्यात, मार्ग क्र. ३४ वर होती. माझ्या दोन रूममेटपैकी लिंडसेला मी शाळेपासून ओळखत होते. दुसरीशी, म्हणजे क्रिस्टिनशी आम्हा दोघींची ओळख नव्हती. दोघीही उमेदवारी करणाऱ्याच होत्या. एक एन.बी.सी.त तर दुसरी एका पी.आर. कंपनीत.

कुलूप उघडून फ्लॅटमध्ये प्रवेश करणारी, मीच पहिली होते. न्यू यॉर्कमध्ये असतात, त्याप्रमाणे हा फ्लॅटही तसा छोटाच होता- एक बैठकीची खोली, स्वयंपाकघर, बाथरूम आणि आणखी एक खोली. मला हसूच आलं. आमच्या डॅलासमध्ये मास्टर बाथरूम या एका फ्लॅटएवढी असते. शिवाय खिडकीतून बाहेर पाहिलं, तर दोन इमारतींमध्ये आमच्या इमारतीचं सॅण्डविच झालेलं दिसणार. काय, तर मार्ग क्र. ३४चा छोटासा पट्टा आणि दोन विटकरी भिंती. ट्रॅफिक, हॉर्न आणि वर्दळीचा आवाज वर ऐकू येत होता. आम्ही नक्कीच कॅन्सासमध्ये नव्हतो!

मला टापटीप आवडते, त्यामुळे संपूर्ण फ्लॅट स्वच्छ करावा असं मला लगेच वाटलं. तसा फार खराब नव्हता; पण एक जुनकट वास तिथं भरून होता- जणू इथं खूप लोक राहून गेले आहेत. बाबा काही किरकोळ सामान आणायला बाहेर पडला. आई, मी आणि ब्रिटनी स्वच्छतेच्या मागे लागलो. म्युझिक लावून तिघी भरपूर नाचलो. त्या दोघी असल्यामुळे मजा येत होती. रात्री आम्ही सगळे जेवायला बाहेर गेलो. दुसऱ्या दिवशी मला मिठी मारून ते तिघं घरी परतले. माझ्या रूममेट्स दुसऱ्या दिवशी येणार असल्यानं, त्या रात्री प्रथमच मी एकटी झोपले.

मध्यरात्रीच्या सुमारास मी झोपायला गेले. खिडकी उघडून बाहेर पाहिलं. एक कचऱ्याची गाडी येऊन खडखडाट करत गेली. गार वाऱ्याची झुळूक आत आली आणि मी खिडकी बंद केली. दोन टेबलं, कोच असं सामानही येऊन पडलं होतं. माझ्या चादरी घरून अजून यायच्या होत्या म्हणून रजई घेऊन मी कोचावर आडवी झाले. अजूनही रस्त्यावरचे आवाज ऐकू येत होते. मी इथं पोहोचले होते खऱ्या अर्थानं. मला मुळीच भीती वाटत नव्हती. माझ्या अंगावरून रोमांचाची एक लाट गेली. 'देवा, मी तुझे मनापासून आभार मानते. पुढे काय होणार याची मी अधीरतेनं वाट पाहतेय,' अशी प्रार्थना केली.

लिंडसे आणि क्रिस्टिन आल्या. छान वाटलं. लिंडसे गोड मुलगी आहे. मध्येच सोनेरी छटा असलेले तपकिरी केस. क्रिस्टिन रॉचेस्टरहून आली होती. आमची मस्त गट्टी जमेल असं मला वाटलं. ती छोटेखानी आहे; गोंडस आणि गडद तपकिरी केसांची. आल्याच्या दुसऱ्या दिवसापासून त्या दोघी कामाला निघून गेल्या.

आणि मी? देवा! मला काम मिळायला हवं.

मी एव्हाना सामीला- एरिकच्या सहायिकेला- अनेक ई-मेल्स पाठवल्या होत्या. संप लवकरच मिटेल अशी तिला खात्री होती. तसं कळताच मला सांगायचं वचनही तिनं मला दिलं. पण अजून काहीच घडत नव्हतं. पण मला काळजी वाटली नाही. ज्या अर्थी देवानंच मला न्यू यॉर्कमध्ये आणून सोडलं होतं, त्या अर्थी तो त्याच्या पद्धतीनं मला नोकरी देणारच.

***

त्याच दुपारी मी रॉकफेलर सेंटरच्या परिसरात फिरत होते. आमच्या घरापासून पंधरा-सोळा चौक दूर. जी.ई. रेडिओ सिटी म्युझिक हॉल, टाईम-लाइफ वगैरे गगनचुंबी इमारती चहूबाजूला दिसत होत्या. अनेक उपाहारगृहं, दुकानं, घरं, ऑफिसेसही होती. डॅलासपेक्षा इथले लोक जास्त कणखर भासत होते. रुबाबदार आणि नीटनेटके असले तरी अधिक 'नैसर्गिक' वाटत होते. तिथल्यापेक्षा कमी मेक-अप केलेले होते. मी जीन्स, टॉप आणि खोट्या 'फर'चं जॅकेट आणि उंच टाचांचे बूट घातले होते. मला एकदम चुस्त वाटत होतं. तिथल्या गतिमान जीवनानं माझ्यात चैतन्य सळसळू लागलं. देवा, 'गॉसिप गर्ल'मध्ये नाही, तर तुला मी कुठं असायला हवी आहे?

त्याच क्षणी 'लिंडसेला फोन कर' असा आवाज मनात उमटला. ही माझी रूममेट लिंडसे ओ नव्हे; पण आमच्या कुटुंबाला परिचित आणि माझ्याहून काही वर्षांनी मोठी असलेली लिंडसे आर. मला मोठ्या बहिणीसारखी असलेली ही मुलगी न्यू यॉर्कमध्येच काम करते, हे मला ठाऊक होतं. मी याअगोदर तिच्याशी संपर्क साधण्याचा प्रयत्न केला होता; पण तिच्याकडून काही प्रतिसाद मिळाला नव्हता. तिला पुन्हा फोन करणं म्हणजे जरा वेडपटपणा होता; पण माझ्यात न्यू यॉर्कचं, आत्मविश्वासाचं वारं संचारलं होतं.

"लॉरेन स्क्रग्ज!" ती आनंदात उद्‌गारली. "किती छान वाटलं तुझा आवाज ऐकून. तुझ्याशी फोनवर बोलणारच होते; पण अलीकडे सारखा प्रवास आणि प्रचंड काम चालू होतं. असो, पण तुझं काय चाललंय सांग."

मी माझी परिस्थिती तिला सांगितली. तिला संपाविषयी माहिती होतीच. थोडा विचार करून म्हणाली, "तू मायकल कॉर्स हे नाव ऐकलं आहेस?" मी थोडी हसले. "अर्थात. त्याचं काम मला खूपच आवडतं."

"मी सध्या त्याच्या शोरूमच्या महिला विभागात काम करतेय. तू इथंच उमेदवारी का नाही करत? तू लगेच कामाला लागू शकशील आणि संप मिटला की कधीही 'गॉसिप गर्ल'मध्ये परत जाऊ शकशील."

माझा माझ्या कानांवर विश्वासच बसला नाही. चुटकीसरशी नोकरी!

दोन दिवसांत मी मायकलच्या डिझाइन स्टुडिओत दाखल झाले. त्या पहिल्या दिवशी मी आत शिरले आणि थक्क झाले. कुठल्याही डिझायनरचं व्यक्तिमत्त्व त्याच्या इमारतीत दिसत असतं. 'न्यूट्रल' रंगांच्या वापरात तो जादूगार समजला जातो. फिकट तपकिरी रंग त्याचा आवडता. या आणि पांढऱ्या रंगात संपूर्ण अंतरंग रंगविलेलं होतं. उंच, शिडशिडीत बांध्याच्या मॉडेल्स आत-बाहेर वावरत होत्या. अगोदरच्या हंगामातला मायकलचा शो प्रचंड अशा टीव्हीवर दिसत होता. सगळंच किती भव्य, उत्साहवर्धक आणि भन्नाट होतं!

मायकल कॉर्स न्यू यॉर्कच्या उच्चतम डिझायनर्सपैकी एक आहे. तो स्त्री-पुरुषांचे कपडे, स्त्रियांसाठी हॅन्डबॅग्ज, पादत्राणं आणि इतर गोष्टी डिझाइन करतो. न्यू यॉर्क, बेव्हर्ली हिल्स, पाम बीच, मॅनहॅसेट आणि शिकागोमध्ये त्याची डिझाईन्स उपलब्ध असलेली बुटिक्स आहेत. मिशेल ओबामापासून जेनिफर गार्नरपर्यंत अनेक 'सेलेब्रिटीज'नी त्याची डिझाईन्स परिधान केलेली आहेत. 'प्रोजेक्ट रनवे' या टीव्ही शोवर परीक्षक असलेलं मी त्याला पाहिलं होतं. फॅशनच्या दुनियेत अतिशय व्यावसायिक पण तितकाच प्रेमळ म्हणून तो प्रसिद्ध आहे. आपल्या कामात तो आपलं सर्वस्व ओततो, हे त्याच्या शोरूममध्ये पाऊल टाकताच मला जाणवलं.

लिंडसेनं मला संपूर्ण इमारत फिरवून दाखविली. प्रत्येक खोलीत उच्च अभिरुची ओसंडून चालली होती. तिथल्या प्रत्येक व्यक्तीमध्ये चैतन्य सळसळत होतं. डिझाइन, पुरुष विभाग, पी.आर. मार्केटिंग वगैरे विभाग फिरून आल्यावर तिनं मला स्त्रियांच्या विभागात आणून सोडलं. इथंच मी काम करणार होते. कुठं कोणी रेखाचित्रण करत होतं, तर कोणी गिऱ्हाइकांशी बातचीत, कोणी प्रसारमाध्यमवाल्यांशी बोलत होतं, तर कोणी मासिकांसाठी 'फोटोशूट'चा आराखडा तयार करत होतं. ज्या सप्ताहात सर्व डिझायनर्स आपापलं काम लोकांसमोर मांडतात, तो 'फॅशनवीक' फेब्रुवारीत असणार होता. या शोसाठी आसन व्यवस्था ठरवण्याचं अवघड काम काही जण करत होते- मायकल कॉर्सच्या शोमध्ये प्रवेश मिळवायला सर्वांनाच हवं असतं.

"आम्ही याला 'आमचं घर' म्हणतो," लिंडसे हसत म्हणाली. "कारण आम्ही बहुधा इथंच मुक्काम ठोकून असतो. पण आम्हाला हे काम खूप आवडतं."

मी लगेच कामाला सुरुवात केली. संध्याकाळी घरी जायची वेळ झाली तेव्हा गेले काही तास कसे नकळत संपले, याचं मला नवल वाटलं.

दुसऱ्या दिवशी सकाळी कामावर आले, तेव्हा एक अगदी वेगळं काम माझ्यासाठी ठेवलेलं होतं आणि असंच रोज काही ना काही तरी नवीन समोर येत असे. कधी मी कॉम्प्युटरवर काहीतरी शोधत असे, तर कधी जाहिरातीसाठी पोस्टर डिझाइनचं काम करायचे. कधी मी मायकलच्या आईबरोबर काम करायचे. इतकी गंमत वाटायची. इथं हा पन्नाशीतला, जगप्रसिद्ध डिझायनर- असा माणूस जो पाहिजे तेव्हा कोणालाही कामावर ठेवू शकला असता- आणि इथं मात्र त्याची आईच काम करत होती. ती स्वतः एक अफलातून व्यक्ती आहे- धमाल करणारी, एकदम स्मार्ट! मला मस्त वाटायचं तिच्याबरोबर काम करायला.

स्वतः मायकल मला एकदाच भेटला. एका दुपारी मी शोरूममध्ये असताना तो काही लोकांना घेऊन आला. तो मध्यम उंचीचा, सोनेरी-तपकिरी केसांचा आणि 'टॅन' झालेला आहे. स्वतःचीच, 'न्यूट्रल' रंगाची डिझाइन्स तो परिधान करतो. मला

आठवतंय, त्या दिवशी फिकट-ब्राऊन रंगाची, पावलांकडे निमुळती होणारी पॅन्ट आणि पांढरा शर्ट त्यानं घातला होता. अतिशय व्यावसायिक आणि तितकाच मोहक आणि रुबाबदार.

"मायकल, ही लॉरेन स्क्रग्ज," लिंडसेनं आमची ओळख करून दिली. "ती इथली एक इंटर्न आहे आणि खूप छान काम करते."

मायकलनं स्मित करून माझ्याशी हस्तांदोलन केलं आणि तो पुढे गेलासुद्धा.

अर्थात, इथं काम करण्याचा तो स्वतः भेटण्याशी संबंध नव्हताच. इथल्या वातावरणाशी एकरूप होणं, हे महत्त्वाचं होतं. एका आठवड्यामध्ये 'फॅशन वीक'च्या अगोदर असलेल्या 'मार्केटवीक'साठी तीन मॉडेल्सना कपडे घालण्याचं काम माझ्याकडे होतं. 'मार्केटवीक'मध्ये सॅक्स, बार्नेज, मेसीजसारख्या दुकानातलं गिऱ्हाईक इथल्या डिझायनर्स शोरूममध्ये येतं. आगामी मोसमासाठी डिझाइन केलेले कपडे इथं प्रदर्शित होतात. सगळ्याच नवनिर्मित कपड्यांकडे येणाऱ्याचं बारकाईनं लक्ष असल्यामुळे खूप दबाव जाणवतो.

मला मॉडेल्सबरोबर मजा आली. दिवसाचे सात-सात तास छोट्याशा खुराडंवजा खोलीत मॉडेल्स आपले कपडे घालून बघायच्या. एका पाठोपाठ एक ड्रेस घालून बघणं म्हणजे माझ्यासारख्या मुलीला पर्वणीच. अधूनमधून चॉकलेटं, फळं, काजू-बदाम तोंडात टाकणं चालू असायचं. लोक मला विचारायचे, पण मला या मॉडेल्स सोबत कधीच न्यूनगंडाची भावना निर्माण झाली नाही. त्या तिघी एकदम बिनधास्त पोरी होत्या. काय-काय गमती जमती सांगायच्या! तरीही एकमेकींबद्दल तितकाच आदरही दाखवायच्या.

लोकांबद्दल पूर्वग्रह असणं किंवा त्यांना ठरावीक साच्यात बसवणं किती सोपं असतं, हे माझ्या लक्षात आलं. मी मॉडेल्सबद्दल फक्त वाईटच ऐकत आले होते– त्या स्वतःच्याच गुर्मीत असतात, बारीक असण्याबाबत टोकाच्या मतांच्या असतात, किंवा त्या सतत धूम्रपान करतात वगैरे. पण या मुली अशा मुळीच नव्हत्या. कष्ट करणाऱ्या, चांगल्या मुली होत्या. आत्मविश्वास असला तरी स्वतःबद्दल त्यांच्या मनात अवास्तव कल्पना नव्हत्या.

आठवड्यामागून आठवडे पुढे सरकत होते. लेखकांचा संप चालूच होता. माझा जवळजवळ संपूर्ण दिवस स्टुडिओत जात होता, पण शनिवार-रविवार मी मोकळीच होते. या सुटीच्या दिवसात शहराविषयी जास्तीत जास्त माहिती करून घ्यायची, असं क्रिस्टिन, लिंडसे ओ आणि मी ठरवलं. दर शुक्रवारी रात्री आम्ही प्लॅन बनवायचो. बऱ्याचदा सबवेमध्ये बसून एखाद्या अनोळखी भागात फिरायचो. असंच आम्ही मीटपॅकिंग डिस्ट्रिक्ट, सो-हो, लिटल इटली, ब्रुकलिन, स्टेटन आयलंड्स फिरून आलो. कधी उद्यानांमध्ये तर कधी दुकानांमधून, तर कधी नुसतंच रस्त्यांवरून

फिरायचो- डोळे उघडे ठेवून! उपाहारगृहात तर रिकामी टेबलं क्वचितच असायची. मग कोणाही अनोळखी माणसांबरोबर बसून गप्पा मारत बसायचो. रविवारी आम्ही अपोस्टल्स चर्चमध्ये जात असू. तिथल्या प्रवचनांमध्ये 'सत्या'वर भर असायचा, करमणुकीवर नव्हे. कधीकधी मी आय-पॉड घेऊन पळायला जायचे. हडसन नदीच्या कडेनं, सेंट्रल पार्कमध्ये, तसंच रस्त्यांवर मी धावत असे. अशा वेळी माझ्या स्वतःच्या 'संगीत व्हिडिओ'त मी आहे, असं मला वाटे.

न्यू यॉर्कमध्ये तुमच्याभोवती एवढ्या घडामोडी चालू असतात की निवांतपणे बसून विचार करणं, मनन करणं अशक्यच. संस्कृती, महत्त्वाकांक्षा आणि 'पॅशन' इथल्या नसानसांतून वाहत असते- आणि हेच आम्हा मुलींना अनुभवायचं होतं. न्यू यॉर्कमधला प्रत्येक माणूसच तिथं काहीतरी विशिष्ट कारणानं आलेला असतो. कोणी चित्रकार होण्याची स्वप्नं बघत आलेला असतो, तर कोणी लेखक, नाहीतर नर्तक, नाहीतर नट किंवा आणखी काही आणि ध्येयपूर्तीसाठी ते कशाचीही आहुती द्यायला तयार असतात. न्यू यॉर्क अतिशय महाग शहर आहे, पण येनकेन प्रकारेण लोक काहीतरी काम करून भागवतात- दोन-दोन तीन-तीन नोकऱ्या करणं, नवीन कपडे खरेदी न करणं, हॉटेलात न खाणं- वाट्टेल ते.

इथं येऊन सुमारे दोन महिने झाल्यानंतर आम्ही तिघी एका शनिवारी सकाळी 'टिक्-टॉक् डायनर'मध्ये गेलो. फार काही 'उच्च' नव्हतं, पण घराजवळ होतं आणि मुख्य म्हणजे भरपेट न्याहरी करता यायची. मी नुकतंच एक चीज ॲन्ड स्पिनॅच ऑमलेट फस्त केलं होतं, तेवढ्यात सामीकडून मला फोनवर मेसेज आला- 'संप मिटलेला आहे. आपण पूर्ववत कामाला सुरुवात करतोय.'

मी सोमवारी लिंडसेकडे माझा राजीनामा सादर केला आणि भरभरून तिचे आभार मानले. मायकल कॉर्सच्या लोकांनी माझ्यासाठी एक छोटासा, पण गोड 'सेन्डऑफ' आयोजित केला. "तू अगदी याच शहरातली आहेस," लिंडसे म्हणाली. "तुला हवं तेव्हा तू आमच्याकडे परत ये."

मायकलकडे काम करताना मला खूप छान वाटलं होतं. आता पुढची उमेदवारी सुरू व्हायला दोन दिवस अवकाश होता. मला थोडीथोडकीच, पण आवश्यक असलेली उसंत मिळाली. एका आंतरराष्ट्रीय दर्जाच्या आणि विलक्षण प्रतिभाशाली वातावरणात काम करायची संधी मला मायकलकडे मिळाली होती. पण मला पुढे जायचं होतं. त्याकरताच तर मी न्यू यॉर्कला आले होते. मी अगदी योग्य ठिकाणी आले आहे असं मला वाटलं.

पुढचा मुक्काम : 'गॉसिप गर्ल'!

# गॉसिप गर्ल

## लॉरेन

डोळ्यांवर येत असलेली सकाळच्या उन्हाची तिरीप टाळायचा प्रयत्न करत मी वर असलेल्या सबवे नकाशाकडे बघत होते. माझ्यासमोर वेड्यावाकड्या जाणाऱ्या हिरव्या, लाल, जांभळ्या, पिवळ्या आणि निळ्या रेषांचं जाळं होतं. सकाळचे ७.१५ झाले होते. कामाचा पहिला दिवस. माझ्या घराजवळच्या या स्टेशनपासून मला क्वीन्स येथील सिल्व्हरकप स्टुडिओजला जायचं होतं. बघू या तर; म्हणजे आधी उत्तर दिशेला सेंट्रल पार्ककडे जायचं, मग पूर्वेकडे, नदीखालून प्रवास.

रुळांचं हे महाजाल म्हणजे जणू शेवयांचा वाडगाच. पण थोडा विचार केल्यावर लक्षात आलं की माझा मार्ग तसा सरळ होता. म्हणजे जास्तीत जास्त अर्धा तास. 'न्यू यॉर्कच्या सबवेतून प्रवास हीदेखील अनुभवायची गोष्ट आहे,' याची मी स्वतःला आठवण करून दिली. सिमेंटच्या पायऱ्या उतरून, माझं मेट्रोकार्ड 'स्वाइप' करून मी प्लॅटफॉर्मवर प्रवेश केला.

वेग पकडलेल्या गाडीत प्रवासी ठासून भरले होते. एकमेकांवर आदळत, हेंदकाळत होते. हवेत कॉफीचा दरवळ पसरला होता. इकडे जमिनीखाली वाय-फाय नसल्याने फोन चेक करणं शक्य नव्हतं, हे मला आवडलं. यापूर्वी मी सबवेतून प्रवास केला होता, पण गर्दीच्या वेळी गाडी पकडायची ही पहिलीच वेळ होती. वरकरणी सगळ्यांचा पोशाख आणि टापटीप सारखीच वाटली तरी इथं मानवजातीतल्या वैविध्याला उधाण आलं होतं. एकाच वेळी माझ्या कानांवर स्पॅनिश, फ्रेंच, इटालियन आणि फारसीसुद्धा पडत होतं.

या नव्या जगात प्रवेश करताना माझी छाती अभिमानानं भरून गेली. आतापर्यंत मायकल कॉर्समध्ये भेटलेले लोक भन्नाटच होते. बहुतेक सर्व जणी विशी किंवा

तिशीतल्या स्त्रिया होत्या. एकमेकींच्या मदतीनं, धैर्यानं पुढे जाण्याचा प्रयत्न करणाऱ्या होत्या. 'गॉसिप गर्ल'मध्येही असेच लोक भेटावेत, असं मला वाटत होतं.

क्वीन्स स्टेशनवर उतरून मी लाँग आयलंड सिटीमधल्या मार्ग क्र. ४२-२२च्या दिशेनं चालू लागले. 'सिल्व्हर कप' या माझ्या कर्मभूमीजवळ येताना अंगावर रोमांच उभे राहिले. हा स्टुडिओ म्हणजे न्यू यॉर्कमधला सर्वांत मोठा, परिपूर्ण, सिनेमा आणि टीव्ही निर्मिती करणारा स्टुडिओ. 'गॉसिप गर्ल'खेरीज इतर अनेक सिनेमा आणि शोजचं चित्रीकरण इथं केलं जातं. यात '३० रॉक'चा समावेश आहे. यामध्ये टीना फे आणि अॅलेक बाल्डविन हे प्रमुख कलाकार आहेत.

'गॉसिप गर्ल'मध्ये उमेदवारीसाठी माझ्याजवळ दोन महिन्यांचा अवधी होता. फॅशन विभाग दिसताच मी आत शिरले. इकडे-तिकडे नजर फिरवली. एका मोठ्या दालनात मी आले होते. जिकडे पाहावं तिकडे कपड्यांच्या राशी होत्या. दोन टेबलं कडेला सरकवलेली होती. जमीन जुनी, लाकडी होती. भिंतीवर मासिकांमधली फाटलेली कात्रणं होती. पण मी मागे आले होते तेव्हापेक्षा ही चित्रं नवी होती. सगळ्याच गोष्टी डोकं वापरून केलेल्या होत्या. पण कुठंही भपका नव्हता. हे एक साधं, सरळ, 'ग्लॅमर'विरहित कामाचं ठिकाण होतं.

सामीनं स्मितवदनानं माझं स्वागत केलं आणि मला सगळ्या गोष्टी दाखवल्या. माझ्या डावीकडे कपडे 'फिट' करण्याची खोली होती. एरिकनं कलाकाराच्या अंगावर कपडे चढवले, की तिथं जायचं. दुसऱ्या बाजूला कपडे आल्टर करायची खोली होती. सामीनं माझी सर्वांशी ओळख करून दिल्यावर मी कामाला लागले.

त्या दिवशी आणि पुढे काही आठवडे माझं काम म्हणजे स्टुडिओमधले कपडे वेगवेगळ्या डिझायनर्सना परत करणं. यासाठी शहरभर फिरावं लागे. शोमध्ये वापरलेले काही कपडे विकत घेतले जात, तर काही कपडे उच्च डिझायनर्सकडून भाड्यानं आणले जात. एरिक डिझायनर्सच्या संपर्कात असायचा. एखाद्या भूमिकेसाठी त्याला योग्य वाटतील ते कपडे तो घेऊन यायचा आणि त्यांची ट्रायल घ्यायचा. यातून सर्वांत योग्य पोषाख तो निवडत असे. एखाद्या सीनचं चित्रीकरण पूर्ण झालं की ते पोषाख परत करावे लागत. ते काम माझं. सुदैवानं माईक, म्हणजे एरिकचा पी.ए. मला व्हॅनमधून सगळीकडे घेऊन जायचा.

टॅक्सीत बसून केलेल्या थोड्याफार प्रवासाखेरीज मी न्यू यॉर्कमध्ये गाडीत बसलेच नव्हते; चालवलीही नव्हती. लवकरच मला इथल्या पार्किंगची खासीयत समजली. थोडक्यात म्हणजे आपल्याला हवी तेव्हा आणि हवी तिथं जागा मिळतच नाही. मग काय करायचं? एकानं 'डबल पार्क' करून गाडीतच बसून राहायचं. दुसऱ्यानं (म्हणजे मी) उतरून पटकन काम उरकून यायचं. बऱ्याचदा माईकही माझ्या बरोबरीनं सामान उचलून आणायचा. परिणाम असा की, अनेक वेळा

आम्हाला दंड भरावा लागे. मी याबद्दल विचारलं तर हसून म्हणायचा, ''लो, न्यू यॉर्कमध्ये हे असंच असतं.''

कधी कधी मी चित्रीकरणादरम्यान सेटवर मदत करत असे. 'गॉसिप गर्ल' हा अतिशय नाट्यमय आणि 'प्राइम टाईम' शो आहे; याच नावाच्या पुस्तकावर आधारित. हा शो एका रहस्यमय निवेदकाभोवती फिरतो. हा मनुष्य मॅनहॅटनच्या पूर्व भागात राहणाऱ्या तरुणाईबद्दल चमचमीत गॉसिप ब्लॉग चालवत असतो. अर्थात, हा शो तरुण प्रेक्षक वर्गासाठीच आहे.

मालिकेची सुरुवात होते ती सेरिनापासून. ही 'हटके' मुलगी बोर्डिंग स्कूलमधून दांडी मारून आता परत आपल्या शहरात, मित्र-मैत्रिणींसोबत जमवून घ्यायला आली आहे. ब्लेअर ही तिची खास सखी, पण दोघींमध्ये मुलांवरून भरपूर भांडणं होत असतात. चक हा गर्भश्रीमंत, लाडावलेला मुलगा सगळ्यांना त्रास देत फिरत असतो. डॅन आणि जेनी हे सोज्ज्वळ बहीण-भाऊ आणि नेट हा त्याच्या खास पद्धतीनं जगात पुढे जायचा प्रयत्न करणारा मुलगा.

ही संपूर्ण मालिका अतिशय वेगवान आहे. 'मजा मारायची, मग त्याबद्दल अपराधी वाटून घ्यायचं' अशा जीवनपद्धतीविषयी आहे. यातली सगळी पात्रं श्रीमंत आहेत. सगळेच लोक एकदम भारी कपडे घालणारे.

खरंतर या शोमध्ये दाखविलेल्या जगात मला मुळीच राहायची इच्छा नव्हती. पण या उमेदवारीदरम्यान, एखादी श्रद्धाळू व्यक्तीसुद्धा अशा इंडस्ट्रीमध्ये आपला ठसा उमटवू शकते, हे मला दाखवायची इच्छा होती. डॅलासमध्ये मला लोक म्हणायचे, ''तुला खरंच न्यू यॉर्कला जायचंय?'' त्यांच्या कपाळावर आठ्या उमटत. ''ती खूप वाईट जागा आहे.'' पण ही संधी ईश्वरानंच माझ्यासमोर आणल्यामुळे माझं मन खंबीर होतं.

हा शो बघणं आणि सेटवर असणं, यांत फार फरक आहे. सेटवर प्रत्येक जण आपापलं काम व्यवस्थित करत वावरत असतो. कोणीही 'हवेत' नसतं. कोणत्याही वेळी सेटवर पंचवीस-तीस माणसं असतात. तुमची सगळ्यांशी ओळख व्हायला फार वेळ लागत नाही.

आधी लाइटिंग करणारी पोरं येऊन सर्व व्यवस्था करतात. मुख्य कलाकारांचे 'डबल्स' तिथं असतातच. कलाकार आपापले संवाद पाठ करत करत, कॉफी पीत, थट्टा-मस्करी करत असतात. कॅमेरामन, निर्माता, दिग्दर्शक सगळे आपलं काम करत असतात. प्रत्येक शॉटचं डझनभर वेळा चित्रीकरण केलं जातं. कधीकधी पाच मिनिटांच्या सीनला तासन्‌तास लागतात.

चित्रीकरण सुरू असताना कसलाच बोध होत नाही, कारण खूपदा पुढच्या दृश्यांचं अगोदर चित्रीकरण केलं जातं. त्यामुळे सेटवर बघणाऱ्याला कथासूत्राचा संदर्भच लागत

नाही. एरिक डॅमनबरोबर काम करण्याचा अनुभव काही वेगळाच. अर्थात, कामात माझा संपर्क सामीबरोबर अधिक यायचा, पण एरिकही खूपदा असायचा. सोनेरी केसांचा, हसतमुख एरिक कितीही काम असलं तरी सर्वांशी आपुलकीनं वागे. कोणतंही काम करणाऱ्या माणसाशी तो सौजन्यानं आणि आदरानं वागे. नेपथ्य विभागात आमची बऱ्याचदा गाठ पडायची; त्यामुळे माझी त्याच्याशी चांगली ओळख झाली.

***

एके दिवशी सेटवर काम करताना एक जण (त्याचं नेमकं काम माझ्या लक्षात नाही) अचानक मला म्हणाला, "लॉरेन, तू इथल्या सगळ्यांपेक्षा काहीतरी वेगळी आहेस. काय ते मला नेमकं सांगता येणार नाही."

मी खांदे उडवले. "कदाचित डॅलासचा भाग असेल हा."

"नाही, तसं नाही. पण ए, तुझी कशावर श्रद्धा आहे सांग ना."

"श्रद्धा? म्हणजे येशूवर असते तशी?"

"अच्छा, तर हे येशूबाबत आहे तर!"

"का?" मी हसून विचारलं. "तुझी कशावर आहे?"

"सगळ्यावरच. येशू, बुद्ध, कर्म,स्वतःवर. माझी 'सत्या'वर श्रद्धा आहे... ते जे काही असेल ते."

पुढचे कित्येक दिवस आम्ही या विषयावर बोललो. आम्ही दोघंच नव्हे, तर अनेकांबरोबर. प्रत्येकाचं श्रद्धास्थान वेगळं असलं तरी मानवी जीवनाचा गाभा काय, वगैरे आध्यात्मिक प्रश्नांत सर्वांनाच रस होता. मी माझे विचार कोणावरही कधी लादले नाहीत. आपणहून विषयही काढला नाही. चर्चा आपोआपच सुरू व्हायची. मी ख्रिश्चन असल्याचं अनेकांना आश्चर्य वाटायचं. माझ्या श्रद्धेच्या आधारे त्यांनी केलेल्या चुकांबद्दल मी दूषणं देईन असं कदाचित त्यांना अपेक्षित असावं. पण मीही त्यांच्याशी सौजन्यानं आणि सहृदयतेनं वागते असं लक्षात आल्यावर तेही मनापासून बोलू लागले. आमची संभाषणं अधिक प्रगल्भ होत गेली.

माझ्या न्यू यॉर्कच्या वास्तव्यात मी अनेकदा बायबलचं पठण करीत असे. मनातल्या मनात का होईना, मी सतत प्रार्थना करायचे. सबवेतून प्रवास करताना देवाशी संवाद साधायचे किंवा प्रार्थना माझ्या रोजनिशीत शब्दांत मांडायचे. मी आयुष्यात पहिल्यांदाच माझ्या कुटुंबीयांपासून दूर, एकटी राहत होते. माझ्या वैयक्तिक श्रद्धेची आणि माझ्या कुटुंबीयांच्या श्रद्धेची तुलना करत होते. असं स्वतःच्या मनात खोलवर डोकवून मी कधीच पाहिलं नव्हतं.

डॅलासमध्ये अनेकांची श्रद्धा म्हणजे एखादा छंद असल्यासारखी होती. हां, ते स्वतःला ख्रिश्चन म्हणवून घ्यायचे... चर्चमध्ये जायचे... पण तेवढंच! मला माझी श्रद्धा याच्या पलीकडे असायला हवी होती. माझ्या संपूर्ण जीवनाला पुरून उरणारी,

'खरी श्रद्धा.'

इसायाहचं पुस्तक माझं आवडतं झालं. ते सगळंच किती काव्यमय, लयबद्ध आणि सुंदर आहे, थोडं उमजायला अवघड असलं तरी! पुनःपुन्हा मी ४०:२१-३१ या एका उताऱ्याकडे येत असे –

दुर्बलांना तो ताकद देतो,
शक्तिहीनांना शक्ती देतो.

अगदी तरुण मनुष्यही थकून जाऊ शकतो, दौर्बल्यानं, थकव्यानं खाली पडू शकतो, पण जो देवावर श्रद्धा ठेवतो, त्याच्यात पुन्हा ताकद निर्माण होते. गरुडपंखांचं बळ त्याच्यात येतं. ते पुढे पुढे जातात, थकवा न येता पळत पळत राहतात, चालतच राहतात.

मी न्यू यॉर्कमध्ये असताना क्वचितच थकून जायचे. 'गॉसिप गर्ल'मधलं काम धकाधकीचं होतं तरी माझ्यात चैतन्य संचारलेलं असायचं. पण 'तरुण माणसं ईश्वराचा शोध घेताहेत, त्याची कृपादृष्टी मिळवायचा प्रयत्न करताहेत,' ही इसायाहमधली कल्पना मला भावली. माणसांना शक्ती देणारं ईश्वरी आश्वासन मला भावलं. मी एखाद्या गरुडाप्रमाणे सतत उंच-उंच भराऱ्या घेतेय, अशी मी कल्पना केली. मी खऱ्या अर्थानं श्रद्धाळू होत असल्याची जाणीव मला झाली. श्रद्धा माझ्यासाठी चार दिवसांचं 'फॅड' नव्हतं. उलट माझ्या जीवनाचा पाया होता तो, ज्यावर मी माझं आयुष्य रचणार होते.

न्यू यॉर्क हा माझ्यासाठी एक समृद्ध अनुभव होता. माझ्या भोवतालचं सगळं मी ग्रहण करत होते, नवीन स्वप्नं बघत होते, माझ्या करिअरचे मनसुबे बांधत होते. सध्या इथे मी जे करत होते, तेच मला आयुष्यभर करायचं होतं. अगदी मायकल कॉर्स किंवा 'गॉसिप गर्ल'मध्ये काम करणं नाही; पण कला, सौंदर्य क्षेत्रात काहीतरी उच्च करायचं, साधायचं होतं मला. न्यू यॉर्कमध्ये असणं मला अगदी मनापासून आवडत होतं. मला स्वतंत्र, मोकळं वाटत होतं. माझ्यासमोर असलेल्या असंख्य शक्यतांनी माझा आत्मविश्वास आणि उत्साह ओसंडून वाहत होता.

२००८च्या उन्हाळ्याच्या शेवटी 'गॉसिप गर्ल' मधली माझी उमेदवारी संपली. माझ्या मित्रमैत्रिणींचा निरोप घेऊन मी घरी परतले. विमानात असताना, मला आयुष्यात काय-काय करायचंय ते मी डोळ्यांसमोर आणत होते. चित्र अजून तसं धूसर होतं, पण या चित्रांतले लुकलुकणारे दिवे मला साद घालत होते.

आई-बाबांबरोबर घराकडे जात असताना मी एव्हरेस्टच्या शिखरावर आहे असं मला वाटलं. मी न्यू यॉर्कमध्ये एवढं पाहिलं होतं, एवढं शिकले होते आणि किती नवीन गोष्टी केल्या होत्या म्हणून सांगू! धाडसीपणा आणि महत्त्वाकांक्षी भावनांनी माझं मन उंच-उंच विहार करत होतं.

पण एक गोष्ट मात्र मी अजून शिकले नव्हते- उत्कृष्ट संधीपाठोपाठ जबरदस्त प्रलोभनंही तुमच्या समोर ठाकतात. एक नवीन रस्ता माझ्यासमोर उलगडून मला भुरळ पाडणार होता. हा लंबाचवडा महामार्ग होता आणि त्यावर पाऊलही टाकता कामा नये, हे मला स्पष्टपणे जाणवत होतं. पण तरीही, विनाशाकडे नेणाऱ्या मार्गावरून पळत जाण्याचा मोह मला लवकरच पडणार होता.

# काळ्या ढगाचं सावट

## लॉरेन

न्यू यॉर्कमधल्या उमेदवारीनंतर मी विसावा वाढदिवस साजरा केला, थोडा प्रवास केला आणि थोडा काळ डॅलासच्या गरीब वस्तीतल्या चर्चमध्येही काम केलं. तो उन्हाळाभर माझं मन एव्हरेस्टच्या शिखरावरच वास्तव्य करून होतं. चर्चतर्फे केलेलं आश्रमातलं कामही समाधान देऊन गेलं. हायस्कूलमध्ये असताना ब्रिटनी आणि मी इथंच स्वयंसेवकांची भूमिका बजावली होती. तिथली काही मुलं आजही आश्रमात होती. थोडी मोठी झालेली. मी तिथं शिकवण्या घेत असे, त्यांना जेवायला वाढत असे, त्यांच्याशी खेळ खेळत असे. इथलं वातावरण म्हणजे न्यू यॉर्कच्या एकदम विरुद्ध टोकाचं होतं. पण एक साम्यही होतं- ते म्हणजे दोन्ही ठिकाणी काम करताना मला माझ्या स्वातंत्र्याची आणि ताकदीची जाणीव व्हायची. जणू माझ्या आयुष्यामागे काहीतरी विशिष्ट उद्दिष्ट दडलंय.

त्या हिवाळ्यात मी डॅलास बॅप्टिस्ट युनिव्हर्सिटीत (डी.बी.यू.) पदवीच्या अभ्यासक्रमासाठी नाव नोंदवलं. मला टेक्सास ए. ॲन्ड एम.मध्ये पुन्हा जायचं नव्हतं आणि कम्युनिटी कॉलेजमध्ये जमेल तेवढं मी शिकून घेतलं होतं. खरंतर कॉलेजात न जाणंच मी पसंत केलं असतं; पण एखादी पदवी मिळवणं तसं जरुरीचं होतं. हे सर्व शिक्षण लवकरात लवकर आटोपून मला न्यू यॉर्कमध्ये माझ्या करिअरमध्ये झेप घ्यायची होती.

डी.बी.यू.त जाणं योग्यच होतं. ब्रिटनी गेलं वर्षभर तिथंच शिकत होती. कॉलेज डॅलासच्या जवळच होतं- घरापासून सुमारे अर्ध्या तासाच्या अंतरावर. आम्ही दोघींनीही तिथल्या वसतिगृहात राहायचं ठरवलं. आमच्या खोल्या एकमेकींच्या अगदी जवळ होत्या. बहिणीबरोबर पुन्हा एकदा राहायला छान वाटत होतं.

मी 'कम्युनिकेशन्स' हा मुख्य विषय घेतला. न्यू यॉर्कहून परतल्यावर मी लगेच एक ब्लॉग सुरू केला होता. यातून मला माझं लेखनकौशल्य पडताळून पाहता येणार होतं. याच सुमारास मला लिखाण करण्याची गोडी लागली. ब्लॉगचं नाव होतं 'लोलो' आणि सुरुवातीपासून मला बऱ्यापैकी प्रतिसाद मिळू लागला. लवकरच त्यावर माझ्या आवडीच्या विषयांसंबंधी- म्हणजेच फॅशन, रंग, स्टाईल, पाककला, चांगली उपाहारगृह- लिखाण आणि विविध चित्रं दिसू लागली.

फॅशन क्षेत्रातल्या ऑनलाइन मासिकांसाठीही मी लिखाण करू लागले. या क्षेत्रातल्या काही महत्त्वाच्या लोकांशी माझा परिचय झाला होताच. यांपैकी मॉली नामक संपादिकेनं मला तिच्या पंखाखाली घेतलं आणि धंद्यातले बारकावे शिकवले. मी 'फॅशन रिपोर्टर्स', 'एसएमयू स्टाईल', 'माय.इट.थिंग्ज' आणि 'पी.आर.कूतूर' सारख्यांसाठी स्तंभ लिहू लागले. यामध्ये फॅशन उद्योगातल्या लोकांच्या मुलाखती आणि विविध शोजचा आढावा होता. लिहिताना मला न्यू यॉर्कशी असलेल्या ऋणानुबंधाची आठवण व्हायची. मी काहीतरी महत्त्वपूर्ण काम करतेय, या भावनेनं मला बरं वाटत होतं. खरं सांगायचं तर त्या काळात मला डॅलासमध्ये राहायची मुळीच, म्हणजे अगदी मुळीच इच्छा नव्हती.

माझ्या कुटुंबीयांविषयी किंवा मित्र-मैत्रिणींबद्दल मला आपुलकीची भावना नव्हती असं मुळीच नाही; पण न्यू यॉर्कनंतर इथं प्लॅनोमध्ये येणं, म्हणजे चंद्रावर जाऊन आल्यावर पृथ्वीतलावर उतरण्यासारखं होतं. डी.बी.यूचं विश्व तर डॅलासहूनही लहानसं होतं. कॅम्पसवर जेमतेम दोन हजार विद्यार्थी राहत असल्यानं मी रोज तेच ते चेहरे पाहातेय असं मला वाटू लागलं. न्यू यॉर्कपेक्षा किती वेगळं होतं हे! मला डी.बी.यू. आवडत नव्हतं असं नाही. इथं अभ्यासाखेरीज मौजमजाही होती. कधीकधी आम्ही मैत्रिणी एकत्र स्वयंपाक करत असू; कधी मुलांबरोबर व्हॉली-बॉलचा खेळ चालायचा. पण हे जग मला न्यू यॉर्कपेक्षा संकुचित वाटायचं, हे खरं. इथले सर्व लोक मला आवडायचे, पण माझं मन न्यू यॉर्ककडे ओढ घेत होतं.

डी.बी.यू.त ब्रेन्डनबरोबर वेळ घालवायला मला आवडे; पण खरं डेटिंग मी अजून मनावर घेतलं नव्हतं. ब्रेन्डन बुद्धिमान होता. त्याची वृत्ती तत्त्वज्ञाला साजेशी होती. कुठलीही कल्पना घेऊन तिच्याकडे सर्व बाजूंनी पाहून, विचार करून तो बोलू लागला की माझं डोकं भणभणायचं. तो माझा चांगला मित्र झाला- पण त्यापेक्षा जास्त काही नाही. आम्ही दोघं कधी कधी बाहेर जेवायला वगैरे जायचो, पण मला त्याच्याविषयी 'तसं' काही वाटलंच नाही.

टर्म संपण्याच्या सुमारास एकदा ब्रिटनी आणि मी मुला-मुलींच्या नातेसंबंधाबद्दल गप्पा मारल्या. मी घरी एकटीच होते आणि ब्रिटनीही आली. बूट काढून आम्ही कोचांवर पहुडलो. दोघींनी मोठाले ग्लास भरून थंडगार सरबत घेत घेत गप्पांना

सुरुवात केली. वयाला शोभेल असे डेटिंगमधले चढ-उतार ब्रिटनी अनुभवत होती.

“लो, आपल्याला एखादा मुलगा आवडत असतो; पण त्याला आपल्याबद्दल काहीच वाटत नाही. असं कसं?” ब्रिटनीनं विचारलं. “किंवा एखाद्याला आपण आवडतो, पण आपल्याला तो डोळ्यांसमोरही नको असतो किंवा एखाद्याबरोबर छान जमत असलं तरी दोघांनाही एकमेकांबद्दल ‘तसं’ रोमॅन्टिक आकर्षणच वाटत नाही.”

“तुला काय म्हणायचंय ते मला नीट कळतंय,” मी सुस्कारा सोडला. “सगळं एकदाच नीट का जमून येत नाही, हे मला ठाऊक नाही.”

काही वर्षांपूर्वी टिमबरोबर डेटिंग केल्यानंतर मी आजपर्यंत गंभीरपणे कोणाबरोबरच डेटिंग केलं नव्हतं. माझ्या मनातला ‘तो’ मला कधीतरी सापडणार आहे का, अशी शंका मनात येऊ लागली. त्या दुपारी मात्र ब्रिटनीला आणि मला कोणतीच उत्तरं मिळाली नाहीत.

***

२००९ सालाच्या पहिल्या उन्हाळी सत्राच्या सुरुवातीला, न्यू यॉर्कला जाण्याची तीव्र ओढ मला जाणवू लागली. एका संपादिकेच्या पत्ररूपाने फेब्रुवारीत एक जबरदस्त संधी माझ्यासमोर चालून आली. ‘तिच्याबरोबर न्यू यॉर्कमध्ये ‘फॅशनवीक’ कव्हर करायला मला आवडेल का,’ असा प्रश्न तिनं मला विचारला होता.

आवडेल का?...!

दर वर्षी दोन वेळा आंतरराष्ट्रीय शो न्यू यॉर्कमध्ये भरवला जातो. या प्रतिष्ठित शोमध्ये जगातले सर्व बडे खरीदारी करणारे पुढील हंगामासाठी डिझायनर्सनं मांडून ठेवलेले कपडे बघायला आणि विकत घ्यायला येतात. असे प्रमुख ‘फॅशन वीक्स’ न्यू यॉर्कखेरीज पॅरिस, लंडन आणि मिलानमध्ये भरवले जातात. शिवाय मॉन्ट्रियल, सिडनी, लॉस-एंजल्स, सिएटल आदी शहरांमध्येसुद्धा अशा प्रकारचे शोज आयोजित केले जातात. या फॅशन वीकमध्ये सहभागी होण्याची स्वप्नं मी रंगविली होती. पण पत्रकार म्हणून जाण्याची संधी मला मिळेल, असं कधीही वाटलं नव्हतं.

न्यू यॉर्कला विमानतळावरून मी थेट शोच्या जागी दाखल झाले. ओह्! सगळीकडे लोक फोटो घेत होते. मॉडेल्स इकडून तिकडे फिरत होत्या. या क्षेत्रातली बडी मंडळी मोठ्या संख्येनं हजर होती. या सगळ्या अनुभवानं मी थक्क झाले. मला इथं येण्याची संधी मिळाल्यानं मी कृतकृत्य होऊन कामाला लागले. अनेक लेख लिहिले. माझा प्रत्येक क्षण आनंदात गेला.

यानंतर डॅलासला परतणं जिवावर आलं होतं. जसं कॉलेजचं सत्र चालू झालं, तसं पुन्हा पुढच्या उन्हाळ्यात न्यू यॉर्कला गेलंच पाहिजे, असं माझं मन सांगू लागलं. मी तशी प्रार्थना केली. आई-बाबांशी त्याबद्दल बोलले.

पण- आणि हे खूपच विचित्र होतं- मला नकार मिळत होता. नाही... नाही...नाही. आई-बाबांकडून नव्हे. त्यांना मंजूर होतं.

देवाकडून.

तुम्ही जर अशा प्रकारचा अनुभव घेतला नसलात, तर हे नीट समजावून सांगता येणार नाही. मला न्यू यॉर्कला जाऊन आणखी तीन महिने तिथं राहण्याची तीव्र इच्छा होती. पण मला मनात किंचितही शांत वाटत नव्हतं. मी अनेक आठवडे, दररोज प्रार्थना करत राहिले आणि प्रत्येक वेळेला तोच नकार मला मिळत होता.

मला काहीच बोध होत नव्हता. न्यू यॉर्कसारख्या चांगल्या ठिकाणी मी जाऊ नये असं देवाला का वाटत असावं? बरं, तिथं जाण्यात अनैतिक असंही काही नव्हतं. अर्थातच याविषयी बायबलमध्येही काही लिहिलेलं नाही. माझी स्थिती काही 'ओल्ड टेस्टामेंट'मधल्या योनाहसारखी नव्हती- या भल्या माणसाला देव एका दिशेनं जाण्याची शिफारस करत होता; पण हा विरुद्ध दिशेला पळून गेला. त्या उन्हाळ्यात न्यू यॉर्क नाही तर मी दुसरं काय करणार होते? आणि डॅलासविषयीसुद्धा अशी काही ओढ वाटत नव्हती.

मग मी न्यू यॉर्कलाच जायचं असं ठरवलं.

सुरुवातीला सगळं सुरळीत झालं. माझी अगोदरच्या तिथल्या वास्तव्यातली मैत्रीण क्रिस्टिनही लवकरच पुन्हा तिथं येणार होती. शहराच्या वेगळ्या भागात, पण आम्ही एकत्र राहायचं ठरवलं- न्यू यॉर्क विद्यापीठाच्या मालकीच्या फ्लॅटमध्ये. माझं पहिलं उद्दिष्ट होतं नोकरी मिळवणं- कुठंही, कुठलीही. मी हायस्कूलमध्ये असताना पूर्वी दुकानात नोकरी केली होती. तसंच काहीतरी इथंही मिळायला हरकत नव्हती. मी उमेदवारीच्या शोधात नव्हते. मला फक्त या शहरात राहायचं होतं.

केनडी विमानतळावर विमान उतरत असताना मला बायबलमधली, मी लहानपणी ऐकलेली कथा आठवली : नंदनवनातले ॲडम आणि ईव्ह. ईव्हनं पाहिलं ते सफरचंद तिला निष्कलंक वाटलं होतं. मग त्याचा घास घ्यायला काय हरकत होती? पण या दोघांना जे माहीत नव्हतं, ते ईश्वराला ठाऊक होतं; म्हणूनच देवानं त्यांना 'नको' असा सल्ला दिला. न्यू यॉर्क म्हणजे माझ्याकरता ते सफरचंद होतं. या सफरचंदातही बोट ठेवावं असं कोणतंही वैगुण्य नव्हतं. पण का ते त्याचं त्यालाच माहीत- मी हे सफरचंद चाखू नये, अशीच त्या परमात्म्याची इच्छा होती.

मी हा विचार मनातून झटकून टाकला आणि निर्धारानं विमानातून उतरले आणि माझ्या नव्या घराकडे जाण्यासाठी टॅक्सीत बसले.

# मोहाचं फळ

## लॉरेन

अखेर क्रिस्टिनचं न्यू यॉर्कला येणं रद्द झालं. म्हणजे मी फ्लॅटवर आता एकटीच राहणार होते.

पोहोचल्याच्या दुसऱ्या दिवशीपासूनच मी नोकरीसाठी फिरू लागले. अनेक दुकानांमध्ये अर्ज दिले; पण कोणालाच मदतनीस नको होती. मला काही फार ग्लॅमरस काम नको होतं. शेवटी एक दुकानदार तयार झाला; पण त्याला माझ्या विमा कंपनीकडून काही कागदपत्रं हवी होती. हे काम लगेच होईल असं तो म्हणाला खरा; पण दिवस गेले, आठवडेही गेले, तरी नोकरी काही मिळेना. काहीच मनासारखं घडत नव्हतं. वेळ फुकट चालला होता. तिथं राहण्यासाठी माझ्याकडे काहीच सबब उरली नव्हती.

त्यात सुरुवातीचे दहा दिवस हवा खूपच खराब होती. दमट, पावसाळी, हुडहुडी भरवणारी. माझी सुरुवात तर निराशाजनक झाली होती. मला बाहेर फिरायला मस्त वाटतं; पण आता घरातच बसून राहायची पाळी आली होती. मला एकाकी पडल्यासारखं वाटू लागलं. खरं म्हणजे अशा भावना माझ्या मनात फार काळ टिकत नाहीत. पण कशी गंमत असते पाहा- तुम्ही देवाची आज्ञा पाळत नाही तेव्हा सुरुवातीला त्याचा आवाज तुमच्या मनात जोरात घुमत असतो. मग हळूहळू हा आवाज क्षीण होत जातो. देवाला तुमची बंडाळी मंजूर आहे असं तुम्हाला वाटायला लागतं. रोज बायबल वाचण्यात खंड पडू लागला. मी डायरी लिहीत होते; पण त्या लिखाणातला प्रार्थनेचा भाग कमी होऊन, माझ्या विंवचनांनी त्याची जागा घेतली- 'मला नोकरी केव्हा मिळणार', 'मी आयुष्यात काय करू' वगैरे.

अखेर मळभ सरलं. आमच्या ओळखीतली, माझ्या वयाचीच, पण लग्न झालेली एक मुलगी मला भेटली. तिचा नवरा कॉलेजात असल्यानं ती तशी मोकळीच होती. आम्ही दोघी सेंट्रल पार्कमध्ये जाऊन हिरवळीवर पहुडलो. 'हां! हे छान आहे' असं मला वाटलं.

न्यू यॉर्कमध्ये आल्यावर मला एका ओळखीच्या संपादिकेनं फोन केला. मी इथं आहे हे तिला कळलं होतं. येत्या वीकएन्डला एक धर्मादाय कार्यक्रम मी 'कव्हर' करेन का, असं तिनं मला विचारलं. येत्या उन्हाळ्यात आणखी काही फ्रीलान्स काम मिळू शकेल, अशी पुस्तीही जोडली. मी लगेच होकार कळवला. गाडी थोडी पुढे सरकू लागली होती.

आणखी एका पत्रकारासोबत मी त्या कार्यक्रमाला गेले. कार्यक्रमानंतर पाहुण्यांबरोबर मिसळले. माझा बहुतेक वेळ मी जॉर्डन नावाच्या एका विशीतल्या तरुणाबरोबर घालवला. रात्री उशिरा त्यानं माझा फोन नंबर मागितला आणि मी तो दिलाही. यापूर्वी इतक्या थोड्या ओळखीवर मी कधीच कोणाला माझा नंबर दिला नव्हता.

जॉर्डन न्यू यॉर्क यॉट क्लबचा सभासद होता. दुसऱ्या दिवशी संध्याकाळी क्लबच्या नवीन धक्क्याच्या उद्घाटनाला त्यानं मला बोलावलं. मी गेले. खूप मोठी पार्टी होती आणि मला अगदी 'कूल' वाटलं. जणू फ्लोरिडात एखाद्या हवेशीर गच्चीत मी संध्याकाळी बसले आहे असं. मी थोडासा तोकडा काळा ड्रेस घातला होता; केसही खांद्यावर मोकळे सोडले होते. आपण छान दिसत असणार असं मला वाटलं. जॉर्डनचे बरेच मित्रही होते आणि मला तिथं तसं सुरक्षित वाटलं. त्यानंतरही मी अनेकदा जॉर्डनबरोबर फिरले. तो मला सारखा फोन करायचा, पण मी तितकासा प्रतिसाद देत नव्हते. तो माझ्याशी आदरानं वागायचा, मजाही करायचा, पण आमच्या दोघांची मूल्यं सारखी नाहीत, असं मला वाटायचं.

जॉर्डन भेटल्यानंतर दोन-एक दिवसांनी मी त्या दुसऱ्या पत्रकाराबरोबर शहरात फेरफटका मारायला बाहेर पडले. आम्ही 'मीटपॅकिंग डिस्ट्रिक्ट' या 'हटके' भागात पोहोचलो. आमच्या वयाच्या एका पोरानं आम्हाला हॉटेलच्या गच्चीत पूल पार्टीला बोलावलं. तिथून सारं शहर संध्याकाळच्या प्रकाशात फारच सुंदर दिसत होतं. आमच्या ओळखीचं फारसं कोणी नसल्यामुळे आम्ही लवकर परत निघावं, असं ठरवलं. पण तेवढ्यात आम्हाला मेसन नावाचा तरुण भेटला. तो असा त्याच्यासमोर वागायचा की, कुठल्याही मुलीला आपण अमेरिकेतली सर्वांत सुंदर मुलगी आहोत असं वाटलं असतं!

आमच्याशी थोड्या गप्पा झाल्यावर त्याच रस्त्यावर थोडं पुढे असलेल्या एका क्लबमध्ये यायचं आमंत्रण त्यानं दिलं. तो मार्केटिंगचं काम करत असे. सुंदर मुलींना नाईटक्लबच्या मालकातर्फे आमंत्रण द्यायचं, असं त्याच्या कामाचं स्वरूप होतं. असं

का? तर भरपूर सुंदर मुली क्लबमध्ये दिसल्या तर क्लबचा धंदा वाढतो, नाव होतं.

मेसन थट्टा करत नव्हता. त्यानं आम्हाला पहिल्यांदा नेलं त्या नाईटक्लबच्या दारासमोर केवढीतरी रांग होती- आत जायलाच तासभर लागला असता. पण मेसन आम्हाला थेट पुढे घेऊन गेला. तिथल्या बाऊन्सरनं आमचं हसून स्वागत केलं, मखमली दोर ओढला आणि आमची ओळखपत्रं न तपासताच आत घेऊन गेला.

आमच्यासाठी अगोदरच टेबल मांडून ठेवलं होतं. पेयं विनामूल्य असणार होती. मी जेमतेम वीस वर्षांची होते आणि फारसं मद्यपान करत नसे; पण मेसनचा अवमान नको म्हणून मी एक व्होडका क्रॅनबेरी घ्यायला सुरुवात केली. कानात संगीत घुमत होतं, दिवे उघडझाप करत होते. तिथले सगळेच लोक तरुण आणि सुंदर दिसत होते. माझ्या मनात खळबळ चालू होती. एक विचित्र, धाडसाची लाट माझ्यात उसळली. मेसननं चुटकी वाजवताच माझ्यापुढे आणखी एक पेला आला. दहा मिनिटांत तिसरा पेलाही संपला. लगेच चौथाही. मी फारशी स्थूल नसूनही आणि एवढं मद्यप्राशन करूनही माझा तोल तितकासा सुटला नव्हता. थोडं धूसर वाटत होतं एवढंच. एकाच वेळी दोन परस्परविरोधी भावना मनात होत्या. शांत कोपऱ्यात जरा आडवं व्हावं आणि कोणीही आपल्याकडे बघत नाहीये अशा कल्पनेनं बेभान नाचावं.

आणि नेमका त्याच वेळी मी आयुष्यात पाहिलेला सर्वांत देखणा पुरुष माझ्या समोर आला. निष्पाप घारे डोळे, थोडे विस्कटलेले सोनेरी केस- जणू एखादं गोजिरवाणं कुत्र्याचं पिल्लूच. सुमारे वीस सेकंद माझ्यावर नजर रोखून माझ्या खांद्याला हलकासा स्पर्श करत, जवळ येत म्हणाला, ''तू किती सुंदर आहेस.'' 'धाडसी दिसतोय हा,' मी मनाशी म्हणाले. त्याचं नाव होतं ब्रूक्स. ॲबरक्रोंबीसाठी मॉडेलिंग करायचा. इथून निघून आणखी भारी नाईटक्लबकडे तो निघाला होता. ''माझ्याबरोबर चल,'' म्हणाला. ही विनंती नव्हती. ''नाही, मी नाही येऊ शकत.'' मी उत्तर दिलं. दारू माझ्या डोक्यात चढली होती. ''मी तुला ओळखतही नाही.''

''काय फरक पडतो?'' ब्रूक्स म्हणाला.

तो हसला की काय दिसायचा! रुंद खांदे... कोणीही मुलगी त्याच्या सोबत असुरक्षित कशी असेल? पण त्याच्या प्रश्नाला माझ्यापाशी उत्तर नव्हतं.

''मग तुझा फोन नंबर दे,'' तो म्हणाला.

मी होकार दिला.

काही दिवसांनी त्यानं मला त्याच्या मित्रांसमवेत रात्री जेवायला यायचं आमंत्रण दिलं. आम्ही पुन्हा 'मीटपॅकिंग डिस्ट्रिक्ट'मध्ये गेलो. त्यानं माझ्यासाठी जेवण मागवलं आणि ड्रिंक्सही. मग आम्ही आणखी एका क्लबमध्ये गेलो. भरपूर नाचलो. आम्ही जिथं जिथं गेलो, ती प्रत्येक जागा स्टायलिश होती. मध्यरात्र उलटून गेली

तेव्हा कर्कश संगीताच्या आवाजावर आवाज चढवून तो मूळचा फोर्टवर्थचा असल्याचं त्यानं माझ्या कानात सांगितलं. डॅलासपासून हे शहर एक अर्ध्या तासाच्या अंतरावर आहे. तिथल्या काही ओळखीही निघाल्या. माझ्या गावचाच, टेक्सन मुलगा. झालं तर मग. शेवटच्या क्लबचे दरवाजे बंद झाले तेव्हा पहाटेचे चार वाजले होते.

"अं, माझं घर इथून खूप दूर आहे," ब्रूक्स म्हणाला.

"ठीक आहे," त्याचा हात हातात घेत मी म्हणाले.

आम्ही माझ्या फ्लॅटवर गेलो. अति मद्यसेवनामुळे माझं डोकं सुन्न झालं होतं. 'एका अनोळखी पुरुषाला असं घरात घेणं धोक्याचं आहे' असा मनात खोलवर एक क्षीण आवाज मला सांगत होता. पण ब्रूक्स किती गोंडस होता. किती देखणा. कोणीही मुलगी त्याच्यावर भाळली असती. मी काय करायला हवं होतं? बिचाऱ्याला घरातून बाहेरच्या थंडीत हाकलून द्यायचं?

मी सकाळी उशिरा उठले. दात घासले, शॉवर घेतला आणि कपडे बदलले. आम्ही किती मजा केली, एवढा एकच विचार मनात होता. ब्रूक्स अगदी सभ्य माणसासारखा वागला होता. चुंबन घेताना त्यानं भुवई प्रश्नार्थक उंचवून पुढचं पाऊल घेण्यासंबंधी खुणावलं होतं. पण त्या रात्री आम्ही एकत्र झोपलो नाही. माझं कौमार्य अबाधित होतं आणि ते तसंच राहावं, अशी माझी इच्छा होती.

आम्ही न्याहारी करायला बाहेर पडलो. दिवस आमच्यासाठी मोकळाच उपलब्ध होता. ब्रूक्सला सतत कामं मिळत नसल्यानं, तो तसा मोकळाच होता. तो कपडे बदलण्याकरता घरी गेला. दुपारी पुन्हा सेंट्रल पार्कमध्ये भेटायचं असं आम्ही ठरवलं.

त्या दिवसानंतर आम्ही दररोज एकमेकांबरोबर घालवू लागलो. सेंट्रल पार्कमध्ये 'शीप मेडो' नामक विभाग आहे. दुपारी एकच्या सुमारास तिथं भेटून आम्ही ऊन अंगावर घेत पडून राहायचो. तो ख्रिश्चन नव्हता. भावी आयुष्य एकत्र घालवण्याबद्दल विचार केला तर आमच्या श्रद्धांमध्ये काहीच साम्य नव्हतं. अशा भिन्न व्यक्तीबरोबर गाढ नातं प्रस्थापित करणं अवघड गेलं असतं.

पण तेव्हा मी फार काही सारासार विचार करत नव्हते. मी ईश्वरी इच्छेला झुगारून न्यू यॉर्कमध्ये आले होते. मी नाही नाही त्या ठिकाणी वावरत होते; तिथला प्रभाव माझ्यावर पडू देत होते. आणि मी अशा माणसाच्या सपशेल प्रेमात पडले होते, ज्याला मला मंजूर नसलेल्या गोष्टी करायच्या होत्या. माझा निर्धार फार काळ तग धरणार नाही असं माझं मन मला सांगत होतं. एकीकडे, त्याच्याशी शरीरसंबंध ठेवू नयेत असं मला वाटत होतं. मी काही फार साजुक तुपातली नव्हते. माझ्या मते योनीशुचिता हा नियम नव्हता- ती एक ईश्वरी देणगी होती. साम्प्रत भावनिक गुंतागुंत न वाढवता, पुढे केव्हातरी मला आणि

माझ्या होणाऱ्या नवऱ्याला या परमोच्च सुखाचा आस्वाद घेता यावा म्हणून देवानं मला ही शुचितेची भावना दिली होती.

त्यामुळे मला ब्रूक्सशी खरोखरच संबंध वाढवायचे नव्हते. पण एकीकडे मला ते हवंही होतं आणि तसं झालंही माझ्या निर्धाराचं आयुष्य दोन आठवड्यांचं होतं असं मी म्हणेन. कदाचित एक आठवडा. किंवा काही दिवसांचाच अवकाश असेल. मला आतून मळमळून आल्यासारखं वाटलं.

काही दिवसांनी माझ्या संपादिकेचा पुन्हा फोन आला. तिला एक लेख हवा होता. म्हणजे एकूण बेरीज संपूर्ण दोन. एका उन्हाळ्यात दोन लेख- न्यू यॉर्क २००१.

ब्रूक्स आणि मी रोज भेटत राहिलो.

१८ जुलैला असलेल्या माझ्या एकविसाव्या वाढदिवसाच्या थोडेच दिवस आधी मी उठले आणि आरशात पाहिलं. मी स्वतःची प्रतिमा नीट पाहिली असती तर मी नॉर्मल नाहीये हे माझ्या लक्षात आलं असतं. माझी कांती विचित्र पिवळसर दिसत होती. मी थकून गेले होते. मी स्वतःशी प्रामाणिक असते तर काहीतरी गडबड आहे हे मी मान्य केलं असतं; कारण मला एरवी कधीही थकवा येत नाही. मी सात्त्विक अन्न खायचे, व्हिटॅमिन्स घ्यायचे. पुन्हा एकदा पोटात ढवळून आलं; पण मी त्याकडे दुर्लक्ष केलं. त्या रात्री ब्रिटनी तिच्या मित्राबरोबर न्यू यॉर्कला येणार होती आणि आम्हा तिघांना मजा करण्यापासून कोणीही आडवू शकणार नव्हतं.

सांगायला थोडं विचित्र वाटतंय; पण त्या सकाळी माझ्या शौचाचा रंग काळा होता. मी तशा रंगाचं काही खाल्लंही नव्हतं.

का कुणास ठाऊक, पण मी स्वतःशी प्रामाणिक नसल्याची भावना माझ्या मनात निर्माण झाली किंवा कदाचित मी खरंच काहीतरी वाईट खाल्लं असेल आणि म्हणून मला असं मळमळत असेल. मी जर माझ्या शरीराच्या संदेशाकडे नीट लक्ष दिलं असतं तर उन्हाळाभर माझी तब्येत ठीक नाहीये, हे मला उमगलं असतं. माझी गाडी उताराला लागली होती; पण हे माझ्या लक्षात आलं नव्हतं.

सत्य हेच की मी स्वतःचं ऐकत नव्हते. कोणाचंच ऐकत नव्हते. पुन्हा एकदा मळमळणं, घशाशी येणं. पुन्हा दुर्लक्ष. मी एक टॉप आणि जीन्स चढवली, गॉगल लावला आणि ब्रूक्सला भेटायला म्हणून घरातून बाहेर पडले.

# देवाचा संदेश

## लॉरेन

"लो, तुझे ओठ पांढरेफट्ट पडले आहेत," ब्रिटनी म्हणाली. "तू काही व्हॅसलीन वगैरे लावलं आहेस का?"

"नाही." मी पर्स उचलली आणि दरवाजाजवळच्या आरशात पाहिलं. "चल. आपल्याला उशीर होतोय."

मंगळवारची संध्याकाळ- आमच्या एकविसाव्या वाढदिवसाअगोदर चार दिवस. तो साजरा करायला ब्रिटनी नुकतीच न्यू यॉर्कला आली होती. तिचा मित्र दोन दिवसांनी येणार होता. आज आम्ही दोघीच होतो. आम्ही हडसनजवळ आणखी दोन मैत्रिणींना भेटून सर्व जणी रात्रभर मजा करणार होतो. मला किंचित गरगरत होतं, थोडी विश्रांती घ्यावी असं वाटत होत; पण मी गप्प बसले होते. काहीही झालं तरी ब्रिटनीबरोबरची ही रात्र मी खराब करू इच्छित नव्हते.

त्या उपाहारगृहातून हडसन नदीचं सुंदर दृश्य दिसत होतं. मी चिकन सलाड मागवलं; पण खायची इच्छा होत नव्हती. अनेकदा बाथरूमला जाऊन आले.. भडभडून आलं; पण उलटी काही झाली नाही. मी ड्रिंक्स घेतली नव्हती, त्यामुळे ते कारण नसणार.

रात्री १०.३०ला आमच्या मैत्रिणींचा निरोप घेऊन मी आणि ब्रिटनी घरी यायला निघालो. सबवेचा डबा प्रवाशांनी गच्च भरला होता. मी खांबाला धरून उभी होते पण एकदम माझा सभोवताल माझ्याभोवती फिरू लागला. मी चक्कर येऊन पडणार असं मला वाटलं.

"तू उभा राहा!" आईच्या भूमिकेत जात ब्रिटनी कोणाला तरी म्हणाली. "माझ्या बहिणीला बरं वाटत नाहीये; तिला सीटवर बसवलं पाहिजे."

मी सीटवर बसले ती डोकं पायांमध्ये खुपसून. "मी ठीक आहे ब्रिटनी. मला फक्त मोकळी हवा पाहिजे."

पुढच्या स्टेशनवर आम्ही उतरलो. ते टाइम्स स्क्वेअरचं गजबजलेलं स्टेशन होतं. वर जायचा जिना पाहून मी खचले. तो चढून बाहेर पडल्यावर मला मोकळी हवा मिळणार होती. "लो?" मला कोणाचातरी आवाज ऐकू आला. कदाचित ब्रिटनीचा असेल. मला आठवत नाही. "लो!" या वेळी तो आवाज दूरवरून आल्यासारखं वाटलं. माझ्या डोळ्यासमोर अंधारी आली.

मी शुद्धीवर आले तेव्हा तिथंच जमिनीवर उताणी पडले होते. वरती लोकांचे धूसर चेहरे. ब्रिटनी माझ्याशेजारी गुडघ्यांवर होती. तिनं मोबाइलवरून ॲम्ब्युलन्स मागवली.

"मी ठीक आहे, ब्रिटनी," मी म्हणाले. "थोडी चक्कर आली इतकंच." पण ती माझं रक्षण करायला रणांगणात उतरली होती. उभं राहण्याचा प्रयत्न केला तर पाय थरथरायला लागले. पोटात कसंतरी झालं. मी रस्त्यापर्यंत कशी जाणार होते? ब्रिटनी मला उचलून नेऊ शकणार नव्हती. मी पुन्हा खाली बसले आणि मदतीची प्रार्थना केली.

"ताई, तुम्ही ठीक आहात का?" वरून कुठूनतरी आवाज आला. तिशीतलं एक जोडपं माझ्याजवळ उभं होतं. "थांब, तुझ्यासाठी मी पाणी घेऊन येते," ती बाई म्हणाली. तो माणूस ब्रिटनीशी बोलत होता.

"लो, हे तुला वर घेऊन जाणार आहेत," ब्रिटनी म्हणाली. मी मान डोलावली.

हा अनोळखी माणूस मला दोन जिने उचलून घेऊन गेला. काश, त्याचं नाव लक्षात राहिलं असतं तर! त्या बाईनं पाणी आणून दिलं. "आम्ही तुझ्यासाठी प्रार्थना करू," ती म्हणाली. असं कधी न्यू यॉर्कमध्ये मी ऐकलं नव्हतं. ते दोघं गर्दीत अदृश्य झाले.

काही मिनिटांनी ॲम्ब्युलन्स आली. मला अनोळखी असलेल्या एका दवाखान्यात ते मला घेऊन गेले. मी एकतर गरोदर असणार किंवा दारू ढोसली असणार असं समजून डॉक्टरांनी माझी लघवी तपासायला पाठवली. रक्त तपासण्यासाठी नाही पाठवलं. (तसं केलं असतं तर बऱ्याच गोष्टींचा उलगडा झाला असता, हे नंतर समजलं). मला डीहायड्रेशन झालंय असा त्यांनी निष्कर्ष काढला आणि घरी जाऊन भरपूर पाणी प्यायला आणि विश्रांती घ्यायला सांगितलं.

त्या वेळी डॅना क्रॉफर्डदेखील न्यू यॉर्कमध्ये होती. ती स्वतः दवाखान्यात आली आणि कागदपत्रं भरायला आम्हाला मदत केली. ओळखीचं कोणीतरी सोबत असल्यानं खूप बरं वाटलं. तोपर्यंत मला खूपच बरं वाटू लागलं होतं- निदान मी सगळ्यांना तसं सांगत होते. मला इतकं लाजिरवाणं झालं होतं- असं चक्कर येऊन

पडणं. ब्रिटनी आणि मी टॅक्सी करून घरी परतलो. मी थोडं कलिंगड खाल्लं, खूप पाणी प्यायले आणि झोपून गेले.

पुढचे काही दिवस मी नुसतेच ढकलत होते. फारसं बरंही वाटत नव्हतं; पण ज्याची आपण खूप उत्सुकतेनं वाट पाहत असतो, तो आमचा एकविसावा वाढदिवस तोंडावर आला होता. तो दिवस साजरा न करणं हे कदापि शक्य नाही!

वाढदिवसाच्या दुपारी आम्ही दोघी दुपारी जेवायला बाहेर गेलो. मला पुन्हा कसंतरीच वाटत होतं. मी एकच्या सुमारास आईला फोन केला. त्याच दिवशी तिनं दुपारी पाच वाजतासाठी डॉक्टरांची अपॉइन्टमेंट घेतली. ब्रिटनी आणि मी सबवेतून त्यांना भेटायला निघालो. मला आता चालणंही अवघड होत होतं. सारखं बसावं असं वाटत होतं. डॉक्टरांची बसायची खोली हिरव्या रंगानं रंगविलेली होती. समोर एक चित्र लटकवलं होतं. हिरव्या लाटांवर हेलकावे घेणारी शिडाची बोट. मी डोळे मिचकावून पाहिलं तर वाऱ्याबरोबर शिडं चक्क फडफडत होती. ''तुला भुकेची काही तक्रार आहे का?'' डॉक्टरांनी मला विचारलं. ''नाही, मला खायला आवडतं. उलटी करायला मात्र आवडत नाही,'' हे माझे उद्गार मला अगदी स्पष्टपणे आठवताहेत. डॉक्टर प्रेमळ होते. काही तपासण्या करणार होते; पण त्यांचे रिपोर्ट्स येईपर्यंत काहीच करण्यासारखं नव्हतं. दरम्यान मी विश्रांती घ्यावी असा सल्ला त्यांनी मला दिला.

मी घरी जाऊन शॉवर घेतला आणि टॉवेल गुंडाळूनच पलंगावर आडवी झाले. कपडे घालायचीसुद्धा शक्ती माझ्यात उरली नव्हती. मी पुन्हा बेशुद्ध पडेन असं मला वाटत होतं; पण मी काहीच बोलले नाही. ब्रिटनीनं मला फ्रिजमधून टोपलीभर बेरीज् आणून दिल्या. त्या सर्व मी खाल्ल्या आणि मला किंचित बरं वाटलं.

संध्याकाळच्या कार्यक्रमाची चक्रं फिरू लागली होती. ब्रिटनी, तिचा मित्र, ब्रूक्स आणि मी रात्रीच्या जेवणाकरता बाहेर पडलो. पहाटे चारला पाहते, तर मी आणि ब्रूक्स दोघंच त्याच्या फ्लॅटमध्ये होतो. मी त्याच्या खोलीत होते. आम्ही दोघं त्याच्या बेडवर एकमेकांचं चुंबन घेत पहुडलो होतो. माझं हृदय धडधडत होतं.

''तू किती सुंदर आहेस,'' तो माझ्या कानात पुटपुटला. त्याचा हात माझ्या अंगावर फिरू लागला.

''ब्रूक्स.'' मी एवढंच म्हणाले, फक्त त्याचं नाव. मला नेमकं काय म्हणावं ते सुचत नव्हतं, पण त्याचा अर्थ 'नाही' असा होता. पण माझ्या तोंडून काहीच निघालं नाही.

''वॉव लॉरेन, तुझं हृदय तर धाडधाड चाललंय, तू नर्व्हस आहे का? खरंच, यात घाबरण्यासारखं काहीच नाहीये. ही जगातली सगळ्यात छान गोष्ट आहे आणि तू किती, किती सुंदर आहेस म्हणून सांगू?''

हे तेच शब्द होते. याअगोदरही त्याच्या तोंडून ऐकलेले होते. मी याबद्दलचं माझं मत यापूर्वीच सांगितलं होतं असं मला वाटलं. माझा नकार कायम होता.

"ठीक आहे," त्यांनी पुस्ती दिली. "खरंच तू माझ्यासाठी खूप काही खास आहेस."

"मलाही तुझ्याबद्दल असंच वाटतं," मी म्हणाले, पण मी त्याचं चुंबन घेणं थांबवलं.

"काही गडबड आहे का? सगळं नीट आहे ना?"

मी उठून बसले. बेडरूमच्या भिंती हलत होत्या. "ब्रूक्स, मला बिलकुल बरं वाटत नाहीये. खरंच मला आता फक्त झोपायचं आहे. चालेल ना?"

ब्रूक्सने मान डोलावली.

सकाळी दहाला मी टॅक्सी करून माझ्या फ्लॅटवर परतले. माझ्या पोटात दुखत होतं. डोकं ठणकत होतं. माझ्यासाठी चिठ्ठी ठेवून ब्रिटनी आणि तिचा मित्र म्युझियम बघायला निघून गेले होते. मी अंथरुणावर पडले आणि झोपी गेले.

तासाभराने फोन वाजला. पलीकडच्या आवाजात काहीतरी वेगळं होतं. "तुला ताबडतोब इकडे यायला हवं!" डॉक्टरांकडून हा फोन आला होता. मी ब्रिटनीला कळवलं. ती माघारी आली आणि आम्ही दोघी पुन्हा डॉक्टरांकडे गेलो.

"लॉरेन, हे जरा गंभीर आहे," डॉक्टर म्हणाले. "तुला अंतर्गत रक्तस्राव होतोय आणि तुझ्या लाल पेशींचं प्रमाण असायला हवं त्यापेक्षा एक-तृतीयांश एवढंच आहे. तुझं कुपोषण झालं आहे. जोपर्यंत रक्तस्राव नेमका कुठे होतोय हे सापडत नाही, तोपर्यंत तुला रक्ताच्या काही बाटल्या द्याव्या लागतील. अगदी उद्या सकाळपासूनच सुरू करू."

अंतर्गत रक्तस्राव?

म्हणूनच मला थकवा जाणवत होता, चक्कर आली होती. हृदयाची धडधडही वाढली होती. शौचाचा रंग काळपट दिसला होता. मी फोनवरून आई-बाबांना परिस्थितीची कल्पना दिली. आई लगेच येते म्हणाली आणि काही तासांतच ती विमानात बसली. बाबानं सर्वांसाठी हॉटेलात खोल्या बुक केल्या आणि तिथंच आईला भेटायला सांगितलं. माझ्या शरीराचा जो-जो भाग तांबूस दिसायला हवा तो पांढरा किंवा पिवळा दिसत होता. माझे ओठ, गाल विचित्र दिसत होते. हॉटेलात पलंगावर आडवी झाले तेव्हा अंग बधिर झाल्यासारखं वाटू लागलं.

हात उचलणंही जड वाटत होतं.

"लो, तुझं अंग किती गरम लागतंय," ब्रिटनी म्हणाली. "तुझ्यातली उष्णता चक्क बाहेर जाणवते आहे." ब्रिटनीचा मित्र थर्मामीटर विकत घेऊन आला. १०४ ताप होता!

आई आली तेव्हा ब्रिटनी डॉक्टरांशीच बोलत होती. आईनं माझ्याकडे एक नजर टाकली आणि ब्रिटनीकडून स्वतःकडे फोन घेतला. “माझ्या मुलीला हालचालसुद्धा करता येत नाहीये. तिला ताबडतोब इमर्जन्सीत हलवायला पाहिजे.” लवकरात लवकर माउंट सिनाई हॉस्पिटलमध्ये मला हलवावं, असा सल्ला त्यांनी दिला. एव्हाना मला धाप लागली होती; बोलताही येत नव्हतं. मला आपणहून चालताही येत नव्हतं. शिपायानं रूमपर्यंत व्हील-चेअर आणली आणि मला टॅक्सीपर्यंत नेलं. आई सोबत होती हे किती बरं होतं! मी टॅक्सीत तिच्या कुशीत विसावले. तिनंच मला उचलून इमर्जन्सी रूममध्ये नेलं.

घड्याळाचे काटे पुढे-पुढे सरकत होते. अजून खोली न मिळाल्यानं मला एका साध्या खाटेवर ठेवलं होतं. भोवताली पडदे होते, पण खोली माणसांनी गच्च भरली होती. सगळीकडे पाच-पाच मिनिटांनी उलट्या होत होत्या आणि कोणीतरी किंचाळत होतं. मला एकापाठोपाठ एक चार बाटल्या रक्त दिलं गेलं. रात्र झाली तशी मला अधून-मधून डुलक्या लागत होत्या. आईला मात्र आडवं पडायला जागा नव्हती. ती थकलेली मला जाणवत होतं. तिनंही खुर्चीत बसल्या बसल्या झोपायचा प्रयत्न केला. आम्ही दोघींनी खूपदा प्रार्थना केली.

आम्ही माउंट सिनाईच्या इमर्जन्सीत अठरा तास होतो. शेवटी एकदाची स्वतंत्र खोली मिळाली. या खोलीत आणखी एक पेशंट होता. आई कोपऱ्यात एका खुर्चीत बसली. बाबा घरी राहून फोनाफोनी करणं, पुढच्या गोष्टी वगैरे सांभाळत होता. डॅलासला परिचित डॉक्टर्स आणि हॉस्पिटलमध्ये उपचार घेणं सगळ्यात सोईस्कर झालं असतं. पण माझं हिमोग्लोबिन ठरावीक पातळीपर्यंत वाढल्याखेरीज डॉक्टर मला सोडायला तयार नव्हते.

पुढच्या दोन दिवसांत जमतील तेवढ्या तपासण्या करण्यात आल्या- कोलॉनोस्कोपी, एन्डोस्कोपी, सीटी स्कॅन वगैरे. कदाचित माझ्या आतड्यांना जखम झाली असेल. नक्की काय ते कोणालाच कळत नव्हतं. एक गोष्ट मात्र नक्की, लवकरात लवकर रक्तस्राव थांबवणं गरजेचं होतं. तांबड्या रक्तपेशी इतक्या कमी असलेली माणसं फार काळ जगत नाहीत, असं डॉक्टर म्हणाले.

त्या दिवसांतलं मला फार काही आठवत नाही. मी बहुधा झोपायचाच प्रयत्न करत होते. एकदा आई म्हटल्याचं स्मरतंय की मी पांढरीफट्ट पडले आहे. तिनं माझी वेणी घालून, ओठांना लिपस्टिक लावल्याचं आठवतंय. अजूनही नेमकं निदान होत नव्हतं. मला खूप भूक लागत होती. एकीकडे सलाईन चालू होतं. पण दोन-अडीच दिवस काहीही खायला परवानगी नव्हती.

शेवटी चौथ्या दिवशी प्रवास झेपण्याइतपत हिमोग्लोबिन वाढलं होतं. आई, बाबा आणि मी डॅलासच्या विमानात बसलो. न्यू यॉर्कमध्ये माझ्या वास्तव्याचा असा

एकाएकी अंत झाला. ब्रिटनीनं माझा फ्लॅट आवरून सगळं सामान आधीच घरी आणून ठेवलं होतं.

माझं डोकं त्या वेळी धड चालत नसेल म्हणून म्हणा, पण मृत्यूच्या एवढ्या जवळ जाऊनही माझं मन ब्रूक्सकडेच जात होतं. त्या दिवसानंतर त्याचा फोनही आला नव्हता, हे विचित्र होतं आणि त्या आधी महिनाभर आम्ही दररोज एकमेकांना भेटत होतो; तासातासाला मेसेज पाठवत होतो. आणि आता काहीच नाही!

मी त्याला मेसेज पाठवला- 'मला अंतर्गत रक्तस्राव होतोय आणि रक्त दिलंय.' एखादा सहानुभूतीपर शब्द, साधी विचारपूस त्यानं करावी एवढी माझी माफक अपेक्षा होती. ज्या माणसाचं माझ्यावर गाढ प्रेम असतं त्यानं निदान 'तू कशी आहेस' असं काळजीपोटी विचारलं असतं.

'ओ.एम.जी.' – (ओह, माय गॉड) त्याचं उत्तर आलं.

एक शब्द. त्याच्या प्रतिसादाची गोळाबेरीज. पुढे फोन नाही की ईमेल नाही. फेसबुकवर मेसेज नाही. काहीही नाही. कदाचित मी नीट समजावून सांगितलं नसेल. कदाचित मी आणखी काहीतरी करायला हवं होतं?

मी मनोमन त्याला माफ करण्याचा प्रयत्न करत होते. पण कुठेतरी ऐकलेला तो शब्द मनात येत होता. कदाचित शाळेत ऐकला असेल. त्या शब्दाचा प्रत्यय माझ्या आयुष्यात आतापर्यंत कधीच आला नव्हता. त्याचा अर्थ होता- असा माणूस ज्याला फक्त एकाच गोष्टीत रस असतो आणि ती गोष्ट स्त्रीनं त्याला दिली नाही की तो त्या स्त्रीला सोडून देतो. अशा माणसाशी खरी मैत्री होऊ शकत नाही. त्याच्याबद्दल आपुलकीही वाटत नाही.

'खिलाडी!'

हाच तो शब्द. साखरेत घोळवलं तरी कटू सत्य ते कटूच.

ब्रूक्सनं मला कचऱ्यासारखं बाजूला सारलं होतं.

घरी परतल्यावर डॅलासमधल्या बेलर हॉस्पिटलच्या डॉक्टरांनी तपासलं. आणि तपासण्या करणं भाग होतं, पण सुदैवानं ॲडमिट व्हायची गरज नव्हती. पुढचे कित्येक आठवडे हॉस्पिटलच्या वाऱ्या सुरू होत्या. पुन्हा एकदा कुठल्याच तपासणीत रोगनिदान होऊ शकलं नाही.

पण माझी तब्येत ठीक नव्हती. माझं शरीर बिघडलं होतं. आध्यात्मिक दृष्ट्याही फार बरी अवस्था नव्हती. मला बायबलमधली योनाहची कथा आठवली. मी देवापासून दूर गेले होते आणि मला जहाजातून समुद्रात फेकून देण्यात आलं होतं. आत कोणीतरी अक्राळविक्राळ दैत्य मला गिळंकृत करणार होता. कोरड्या जमिनीवर मी फेकली जाण्याची आशादेखील मी करू शकत नव्हते.

मी ठीक होणार आहे असं सांगणारं कोणीतरी मला हवं होतं. फक्त एवढं- 'लॉरेन तू ठणठणीत बरी होणार आहेस.' आणखी काही नाही. पण असं कोणीच म्हणत नव्हतं. माझे कुटुंबीय आणि डॉक्टर्स सत्याला धरून होते. मी बरी होणार नव्हते. मला खोटं सांगितलं जावं असं माझं म्हणणं नव्हतं. पण एखादा स्फूर्तिदायक शब्द हवा होता. हे कोणाला आणि कसं सांगू?

"देवा," मी प्रार्थना केली. "तुझ्यामाझ्यात म्हणावी तशी जवळीक गेल्या काही महिन्यांत राहिलेली नाही. याची मला कल्पना आहे आणि याबद्दल मी माफी मागते. कृपया कसंही करून मी ठीक होणार आहे, असं मला सांग."

एका दुपारी काही तपासणी चालू असताना मी खिडकीतून बाहेर पाहिलं. एरवी निरभ्र, निळ्या असलेल्या उन्हाळ्यातल्या आकाशात मळभ आलं होतं. देवाचा रोष ओढवून घेणं, हीच माझी लायकी होती. मला ठाऊक होतं. मी जणू त्याला वाकुल्या दाखवून त्याचं ऐकलं नव्हतं. 'मला सगळं कळतं' असं मी देवाला म्हणाले होते. मी स्वतःशी अप्रामाणिक राहिले होते आणि जे योग्य त्याच्याशी प्रतारणा केली होती. बोलू नये ते आणि करू नये ते मी केलं होतं.

माझ्यापाशी माझा लॅपटॉप होता. त्या क्षणी फेसबुक उघडून बघायची तीव्र इच्छा झाली.

आई-बाबांच्या मैत्रिणीचा (चर्चमधली सिंडी) मेसेज होता. सिंडी अत्यंत श्रद्धाळू होती. पण यापेक्षा तिच्याबद्दल मला फारशी माहिती नव्हती. तिचा मेसेज छोटा, पण थेट होता. प्रस्तावना वगैरे काही नाही. 'लॉरेन, मला का हे नीटसं सांगता येणार नाही. पण या क्षणी देवाने माझ्या हृदयात खास तुझ्यासाठी निरोप धाडला आहे- तू बरी होणार आहेस.'

ही साक्षात्काराची भाषा होती.

कॉम्प्युटर बंद केला तेव्हा मी रडत होते.

*वर*
ख्रिसमसला
मेकअप करून
मजा करताना

*वर*
आमच्या नेहमीच्या
कपड्यांमध्ये जोडगोळी

*डावीकडे*
आमचा पहिला
ख्रिसमस!
(ब्रिटनी-डावीकडे,
मी उजवीकडे)

ब्रिट आणि माझा
सर्वांत आवडता फोटो

मी फॅशनच्या क्षेत्रातच करिअर करणार हे लहानपणीच दिसत होतं!

*खाली*
आजी-आजोबांकडच्या गोल्फ कोर्सवर आम्ही लहानपणापासूनच खेळायला शिकलो.
▼

*उजवीकडे* ▶
तलावात धमाल करताना.

आमचे लहानपणाचे कितीतरी फोटो आई व
बाबा वेगळे राहत असतानाचे आहेत.
याचा आम्हाला खूप त्रास व्हायचा हे खरं,
पण त्या दोघांचं
आमच्या दोघींवर खूप प्रेम होतं...

आमच्या आई-
वडिलांनी
पुन्हा लग्न केलं
त्या दिवशी जगातलं
सर्वांत आनंदी कुटुंब
होतं!

▲ वर
तलावापाशी स्कीईंगसाठी तयार होताना

▲ वर
टेक्सास ए ॲण्ड एम मधला
आमचा पहिला फुटबॉल सामना

ब्रिट, आर्ट आणि आई
जेव्हा न्यूयॉर्कला येत
तेव्हा माझं तिथलं वास्तव्य
आणखी छान होत असे.

▲ पदवीदान समारंभ! भविष्यात माझ्यासाठी काय असेल या कल्पनेने मी किती रोमांचित झाले होते.

माझी सुंदर बहीण आणि तिचा देखणा नवरा त्यांच्या लग्नाच्या दिवशी काय दिसत होते म्हणून सांगू !

◀ मला माझ्या नातेवाईकांसोबत वेळ घालवायला फार आवडतं. माझी एक बहीण मिमिसोबत.

शॉन आमच्या कुटुंबाचा सदस्य झाल्यानंतरची पहिली सुट्टी.
कुटुंबात आणखी एक पुरुष सदस्य आल्याने
बाबा खूश होता!

बाबा नेहमीच खंबीरपणे माझ्या
पाठीशी उभा असतो.

आईला आणि मला
नेहमीच एकमेकींजवळ
आवडतं.
असाच हा एक!
हसरा क्षण!

ज्या रात्री माझं आयुष्यच बदलून गेलं
त्या रात्री मी बसलेले हेच ते विमान

विमानाच्या आतला भाग
आणि दोन सीट्स

अपघातानंतर काही महिन्यांनी, ७ मार्चला आमच्या आप्तेष्टांनी 'लोलो इव्हेंट' नावाचा कार्यक्रम आयोजित केला होता. आम्हाला त्यातल्या बऱ्याच गोष्टींची कल्पनाच नव्हती. ते सारं पाहून आम्ही हेलावून गेलो हे खरे !

मी बरी होत असताना 'फॅशनवीक'ला जाऊ शकले नव्हते म्हणून त्या कार्यक्रमात रॅम्पवॉक ठेवला होता. त्यातून गोळा झालेले पैसे माझ्या वैद्यकीय उपचारांसाठी आम्हाला देण्यात आले. अपघातानंतर मी पहिल्यांदाच इतक्या लोकांना भेटत होते. त्या सगळ्यांचं आमच्यावर असलेलं प्रेम पाहून मी खरोखर भारावून गेले होते.

IVE ALWAYS BELIEVED THAT **LIVING IS MORE THAN JUST DREAMING.**

MY LIFE CHANGED FOREVER THE MOMENT I WAS HIT BY THAT PROPELLER. SOME OF MY DREAMS ARE DIFFERENT NOW. BUT **IM NOT GOING TO LET ANYTHING STOP ME FROM LIVING OUT GODS PLAN FOR ME.**

IVE LOST AN EYEBUT IVE NEVER SEEN THE WORLD MORE CLEARLY THAN I DO TODAY.

IVE LOST MY HANDBUT IVE NEVER BEEN MORE EXCITED ABOUT THE WORK GOD HAS FOR ME TO DO.

IM STILL MESTILL LOLOAND IM GOING TO **LIVE OUT LOUD. WALKING FORWARD WITHOUT FEAR.** CONFIDENTLY PURSUING THE THINGS THAT IGNITE MY PASSION. GAINING SPARK AND INSPIRATION FROM OTHERS.

IN THESE PAGES, I WANT TO BRING THIS TO LIFE FOR YOU. I LOVE THINKING IN PICTURES, COMMUNICATING MY HEART THROUGH VISUAL IMAGES THAT LINGER. SOMETIMES THATS THE BEST WAY OF UNDERSTANDING THINGS THAT ARE HARD TO PUT INTO WORDS. THIS PHOTO ESSAY IS MY WAY OF EXPRESSING WHAT IVE LEARNED THROUGH MY INJURY: THAT **NONE OF US SHOULD LET ANYTHINGANYTHINGHOLD US BACK FROM FULLY BECOMING EVERYTHING GOD WANTS US TO BE.**

AND MY DREAM FOR YOU, AS YOU EXPERIENCE THE FOLLOWING IMAGES, IS THAT YOULL CATCH A GLIMPSE OF WHAT I LOVE SO MUCH ABOUT FASHION: ITS **BOLDNESS** AND **CREATIVITY**. THE **CONFIDENCE** THAT IT TAKES TO STAND BEFORE A CAMERA AND LET YOUR IMAGE BE CAPTURED, EVEN THOUGH YOU ARENT PERFECT. THE PEACE **TO BE TRULY OKAY WITH HOW OTHERS SEE YOU.**

AND MOST IMPORTANTLY, THE REALIZATION THAT **BEAUTY CAN COME IN SO MANY FORMS.**

BECAUSE WITH TIME, FAITH, AND LOVEEVEN OUR SCARS CAN BECOME BEAUTIFUL.

lolo
xoxo

The Lord is my strength and my songEx. 15:2

Isaiah
40 31

# पुन्हा मार्गावर....

## लॉरेन

मला नेमकं काय दुखणं होतं याचा कधीही पत्ता लागला नाही. रक्तस्राव जसा अचानक सुरू झाला होता, तसाच तो अचानक थांबला होता. माझ्या तांबड्या पेशींचं प्रमाण वाढू लागलं. आजपर्यंत असा विचित्र, अनाकलनीय त्रास पुन्हा झालेला नाही.

२००१च्या हिवाळ्यात मी पुन्हा डॅलास बॅप्टिस्ट युनिव्हर्सिटीत जाऊ लागले. आप्तेष्टांच्या संगतीत परतल्याचा आनंद मिळत होता. मी बायबल जास्त वाचू लागले आणि ईश्वराच्या जास्त जवळ गेले. माझ्या शारीरिक आरोग्याकडेही लक्ष देऊ लागले. माझा आहार पूर्वीही चांगलाच होता. पण आता मी आणखी सत्त्वयुक्त पदार्थ खाऊ लागले. वेगवेगळ्या अन्नपदार्थांचा माझ्यातल्या ऊर्जेशी काय संबंध आहे, हे पडताळून पाहू लागले. साखर, मांस वगैरे कमी करून ताज्या भाज्या, फळं आणि प्रथिनांवर भर दिला. सलाड, भाजलेली रताळी, ब्रुसेल्स स्प्राऊट्स माझे आवडीचे पदार्थ बनले.

त्या सप्टेंबरमध्ये मी पुन्हा एकदा 'फॅशन वीक' कव्हर करायला न्यू यॉर्कला गेले. या वेळी मला 'जाऊ नकोस' असं सांगणारा देवाचा आवाज ऐकू आला नाही. ज्याला भेटू नये अशा कोणालाही मी भेटले नाही. मी फक्त शोजना जायचे आणि नंतर कॉफी शॉपमध्ये बसून माझे लेख लिहायचे. आता मी पुढच्या उन्हाळी मोसमाचा विचार करू लागले आणि भविष्यात कुठे कुठे उमेदवारी करता येईल याचाही वेध घेऊ लागले. 'टीन व्होग' आणि 'पीपल स्टाईल वॉच'ने मला इंटरव्ह्यूसाठी बोलावलं. पण अजून नीटसं काही हाती लागत नव्हतं. मी घरी परतले तोपर्यंत मला नेमकं काय करायचंय हे कळत नव्हतं. मी कॉलेज शिक्षणच पुढे चालू ठेवायचं ठरवलं.

ऑक्टोबरच्या मध्यात एके दुपारी, मी जिममध्ये असताना ब्रूक्सचा मेसेज आला. माझ्या आजारपणात जो एक मेसेज आला होता, त्यानंतर मधल्या काळात आमच्यात कसलाच संपर्क नव्हता. या मेसेजनंतर त्याचा फोनही आला. मी बरी झाल्यावर त्याला फोन करेन असं त्यानं गृहीत धरलं होतं. स्वतःचा निष्काळजीपणा तो माझ्यावर ढकलतोय असं मला आधी वाटलं, पण तो जसजसा बोलत गेला, तशी तशी पुन्हा माझ्यावर भुरळ पडली. आम्ही आनंदात घालवलेले क्षण डोळ्यांसमोर दिसू लागले. संध्याकाळी पुन्हा त्याचा फोन आला तेव्हा त्याचा आवाज किती दिलासा देणारा वाटला! तो काही दिवसांकरता टेक्सासमध्ये परतला होता. विचारात होता, मी त्याच्याबरोबर डिनरला येईन का? मी जाता कामा नये हे मला माहीत होतं. त्यातून वाईटच घडणार होतं.

तरीही मी गेले.

ब्रूक्सने आमच्यासाठी स्वयंपाक केला होता. मी प्रभावित झाले. आम्ही ब्लॉकबस्टरमध्ये जाऊन तीन व्हिडिओ भाड्याने आणले. फक्त सिनेमा बघणं एवढाच माझा इरादा होता असं मी शपथेवर सांगेन. पण दहा मिनिटांतच गोष्टी सुरू झाल्या. त्याचे हात पुन्हा नको तिथं फिरू लागले. मी कशी सुंदर आहे, माझ्याशिवाय त्याला कसं चैन पडत नाही- पूर्वीचेच शब्द पुन्हा! आणि मी पुन्हा ते सगळं खरं मानत होते.

पुन्हा एकदा प्रकरण फार पुढे जाऊ न देण्याचं भान मला राहिलं, पण जेमतेमच. दुसऱ्या दिवशी सकाळी मी स्वतःला शिव्यांची लाखोली वाहिली. मी काय करत होते? हा माणूस माझ्यासाठी अजिबात योग्य नव्हता. आध्यात्मिकदृष्ट्या आमचे मार्ग भिन्न होते. मी आजारी असताना तो फिरकलाही नव्हता. किती मूर्ख होते मी! आणि एवढं असूनही त्याचा एक फोन यायचा अवकाश- एखाद्या लाचार कुत्र्याप्रमाणे मी त्याच्या मागोमाग आले होते.

त्याला पुन्हा भेटायचं नाही असा मी निर्धार केला. पण केवळ जिद्दीच्या जोरावर केलेला निर्धार टिकवणं किती अवघड असतं, ते माझ्या लक्षात आलं. आम्ही दोघांनी एकमेकांना फोन केला नाही. हिवाळी सत्रात मी कॉलेजात जात राहिले. दुपटीनं अभ्यासात स्वतःला अडकवून घेतलं. पण त्याचं नावही नकोसं होत असलं, तरी माझं मन ब्रूक्सचाच विचार करत होतं. माझं मन अशा माणसाकडे का आकृष्ट होतंय, हेच मला कळत नव्हतं. इतकंच नव्हे तर न्यू यॉर्कमध्ये माझ्याप्रमाणेच करिअरचे विचार असलेल्या माझ्या भोवतालच्या मुला-मुलींची उणीव मला भासत होती. स्फूर्ती मिळावी असं इथं काहीच नव्हतं. न्यू यॉर्क म्हणजे काहीतरी साध्य करणाऱ्यांची कर्मभूमी. मला पुन्हा एकदा काहीतरी साध्य केल्याचं समाधान अनुभवायचं होतं. मी तिथल्या तिथं, मनातून चरफडत राहिले. पुढे कसं जावं, हे सुचत नव्हतं.

***

एका रविवारी चर्चनंतर मला सिंडी भेटली- तीच सिंडी, जिनं मला तो भन्नाट फेसबुक मेसेज पाठवला होता. तिनं माझी आस्थेनं चौकशी केली. तिला प्रामाणिक उत्तर हवं होतं. माझ्या डोक्यात काय आलं कुणास ठाऊक, पण मी भडाभडा तिच्याकडे माझं मन मोकळं केलं. खरंतर फारशी ओळख नसलेल्यांशी मी तितकंसं बोलत नाही; पण सिंडीचं तिथं असणं हे इतकं दिलासा देणारं होतं, की मला राहवलंच नाही.

सिंडीनं मला मिठी मारली आणि आम्ही दोघीही रडलो. तिनं आमच्या चर्चमध्ये राबवल्या जाणाऱ्या 'स्टेप्स' नामक कार्यक्रमाला यावं, असं मला सुचवलं. 'सेलिब्रेट रिकव्हरी' या कार्यक्रमावर हा कार्यक्रम आधारित होता. हे जरा 'अल्कोहॉलिक्स अनॉनिमस'सारखं वाटत होतं आणि मी तर मद्यपी नव्हते. पण हा कार्यक्रम जीवनातल्या कोणत्याही प्रकारच्या समस्यांची उकल करण्यासाठी होता, असं सिंडीनं मला समजावलं. मी नाव नोंदवलं. त्या सुमारास ब्रिटनी चीनमध्ये एका अनाथालयात काम करत होती. मला कोणी बॉयफ्रेन्डही नव्हता. थोडक्यात, अभ्यासाचा बोजा असूनही, माझ्याकडे थोडाफार मोकळा वेळ होता.

लवकरच मला माझ्या अज्ञानाची जाणीव झाली. 'स्टेप्स' एकूण सोळा आठवड्यांचा कार्यक्रम होता. हा कार्यक्रम म्हणजे 'देवाकडून मिळालेल्या सत्याचा आधार घेऊन आपल्यातल्या वाईट प्रवृत्तींना सामोरं जाणं' असं आमच्या पॅस्टर-मॅट चॅन्डलरनं- आम्हाला सांगितलं. अंतिम ध्येय म्हणजे मुक्ती. आपण एखाद्या दिशेनं का जातोय याचा छडा लावायचा आणि ते सर्व ईश्वरचरणी सादर करायचं. दर आठवड्याला आम्हाला गृहपाठ द्यायचे. मग प्रत्येकाला काय-काय जाणवलं हे छोट्या-छोट्या गटात चर्चा करून सांगायचं.

सुरुवातीला तिथल्या विषयांचा माझ्याशी फारसा संबंध नाही, असं मला वाटलं. विविध प्रकारची भीती, काळज्या, शंका असे विषय चर्चेत यायचे. पण जसजसे आम्ही खोलात शिरू लागलो, तसतसं मला जाणवलं की मीही असंच काहीसं करत असते. उदाहरणार्थ, संडे स्कूलमध्ये लहानाची मोठी होत असताना ख्रिश्चन धर्म म्हणजे 'हे करा, हे करू नका' अशी यादी, हीच माझी भावना झाली होती. मी जर नियमाचं उल्लंघन केलं नाही तर मला बरं वाटायचं. जर मी काही चूक केली, तर मी खरी ख्रिश्चन नाही अशी माझी समजूत होती. खरं सांगायचं तर 'खरी श्रद्धा म्हणजे काय' याबद्दल मी चुकीचे निकष लावत होते. मी कधीही अंतर्मुख झाले नव्हते. फक्त बाह्य गोष्टींकडेच लक्ष देत होते.

मी 'परिपूर्णतावादी' झाले होते, असा मला शोध लागला. एखादी गोष्ट अशीच असली पाहिजे, लोकांनी विशिष्ट पद्धतीनंच वागलं पाहिजे, अशी माझी अपेक्षा असे. बाह्य सौंदर्य, वागण्यातली टापटीप, नीटनेटकेपणा, उच्च अभिरुची या गोष्टींकडे मी

आकृष्ट व्हायचे. यात काही चूक नव्हती, पण परिपूर्णता (पर्फेक्शन) हे माझ्यासाठी देवतुल्य झालं होतं; नव्हे देवाहूनही अधिक महत्त्वाचं झालं होतं. उदाहरणार्थ ब्रूक्स हा माझ्यासाठी परिपूर्ण आहे असं मला वाटलं होतं. तो देखणा होता हे मला भावलं होतं; पण मी देवाकडे दुर्लक्ष करून ब्रूक्सला जवळ केलं होतं. हा 'पर्फेक्ट गाय' म्हणजे माझ्यासाठी देव झाला होता.

एकूणच पुरुषांचा विचार केला तर माझ्यात एक सदोष विचारप्रणाली असल्याचं माझ्या लक्षात आलं. कदाचित मला खरोखरच एखाद्याबद्दल आकर्षण वाटलं असेल, पण कदाचित केवळ त्याचं लक्ष आपल्याकडे जावं असा सुप्त हेतूही त्यामागे असेल. असं लक्ष एखाद्या मुलानं माझ्याकडे दिलं तर मला बरं वाटायचं. जर लक्ष दिलं गेलं नाही तर मी आणखी प्रयत्न करायचे. हे एखाद्या खेळासारखं होतं. यात अस्सल ऋणानुबंधाचा भाग फारसा नव्हता. पुरुषांकडून मिळणाऱ्या अशा संदेशांनी स्वतःबद्दल बरं वाटत असल्यामुळे मी नीट दिसण्याकरता खूप कष्ट घेत होते.

पुरुषांची मर्जी संपादन करण्यासाठी केलेली धडपड हा एक प्रकारचा ताणच असतो.

एकूणच या कार्यक्रमातून जाणवलेली गोष्ट म्हणजे मला एखाद्या गोष्टीबद्दल अगदी खरं काय वाटतं, हे मी नीट व्यक्त करू शकत नव्हते. माझ्या खऱ्या भावना आतल्या आत कोंडून ठेवण्याची अनिष्ट सवय मला लागली होती. पण अशा दडपलेल्या भावना कधी ना कधी अचानक डोकं वर काढतातच. मला एखाद्या गोष्टीचा त्रास होत असला तर मी ते मान्य करायचे नाही. मी तो त्रास मनातच पुरून टाकायचे. न्यू यॉर्कमधल्या माझ्या पहिल्या वास्तव्यात एकदा माझ्या रूममेटबरोबर माझी काहीतरी वादावादी झाली होती. मूळ मुद्दा काही फार महत्त्वाचा नव्हता; पण शेवटी एका किरकोळ कारणावरून माझा भडका उडाला होता. मी रूममेटला वेडवाकडं बोलले आणि घरातल्या पायजम्यात कोपऱ्यावर जाऊन आईला फोन करून सर्व हकिकत सांगितली होती.

या कार्यक्रमात सिंडी माझी प्रायोजक होती. प्रत्येक पाऊल टाकताना ती विवेकानं आणि सहृदयतेनं माझ्यासोबत चालत होती. ''लॉरेन, असं वाटणं अगदी स्वाभाविक आहे,'' किंवा ''तू चांगलीच आहेस. बहुतेक लोक तुझ्यासारखेच वागले असते'' वगैरे सांगून मला शांत करायची.

या कार्यक्रमाचा एक भाग म्हणून 'भीती', 'राग', 'चिंता' अशा रकान्यांत आयुष्यात घडलेल्या आणि केलेल्या गोष्टींची नोंद करायची होती. एका दुपारी मी सिंडीला माझी यादी वाचून दाखवली. तीन तास माझं तोंड चालू होतं- शब्द माझ्यातून वाहत होते. मन मोकळं केल्यावर सुरेख, शांत वाटत होतं. सिंडीन फार

संवेदनक्षमतेनं ऐकून घेतलं. स्वतःच्या मनातल्या झटापटींना वाट करून दिल्यावर मनावरचं ओझं खूप हलकं झालं.

माझ्या जगण्याला एक नवीनच सहजता प्राप्त झाली. ब्रूक्सबद्दलचं आकर्षण पुसट होत गेलं. मला क्षमा करण्यात आली होती. अनुग्रह म्हणजे काय हे मला खऱ्या अर्थानं उमगू लागलं. काहीही झालं तरी ईश्वराचं माझ्यावरचं प्रेम अबाधित राहणार. मी कोणाहीसाठी म्हणून काही करायची आवश्यकता नव्हती; ईश्वरासाठीही नाही. तो मला सतत चांगली 'ठिकाणं' दाखवत होता; जणू माझ्यासाठीच त्यानं ती व्यवस्था केली आहे. ईश्वराची विराट शक्ती आणि तितकंच विशाल मार्दव पाहून मी स्तिमित झाले.

त्या हिवाळ्यात मी पदवीग्रहणापूर्वी डी.बी.यू.त आणखी एक सत्र अभ्यास केला. डिसेंबर २००१मध्ये मी एक सत्र अगोदरच पदवी मिळवली. माझ्या गोतावळ्यात अनेक जणांनी नोकरीला सुरुवात केली होता. काहींचं लग्न झालं होतं. पण मला काय करायचंय याचा मला अजूनही पत्ता लागला नव्हता. तरीही मी मनानं शांत होते.

२०१०च्या उन्हाळ्यात न्यू यॉर्कला न जाण्याचा निर्णय मी घेतला. आमच्याच गावी एका मेक्सिकन उपाहारगृहात काम केलं. न्यू यॉर्कच्या ग्लॅमर आणि झगमगाटापेक्षा इकडे खूपच वेगळं होतं. पण मला मजा आली. काहीतरी साधं, सरधोपट करावं असं मला वाटत होतं. एके दिवशी मी अशीच लांबवर गाडी चालवत, विचार करत जाऊन आले. डॅलासच्या पूर्वेकडच्या या विस्तीर्ण, मोकळ्या परिसरातला रस्ता कधी संपणारच नाही असं वाटत होतं. ईश्वर मला पुढे जायला खुणावत होता. 'हा अवघड काळ संपला आहे', तो मला सांगत होता. 'तू सहीसलामत त्यातून बाहेर पडली आहेस. आता आपण दोघं मिळून पुढे जाऊ, म्हणजे काय समोर आहे, हे तुला दिसेल.' यापूर्वी सिंडीनंही असंच काहीतरी मला सांगितलं होतं. ''तू कल्पनाही करू शकणार नाहीस अशा पद्धतीनं ईश्वर तुझ्याकडून काम करवून घेऊ इच्छितोय. पण हे करण्याअगोदर त्याला तुझ्यावर काम करावं लागेल.''

मी स्वतःशी हसले आणि गाडी परत फिरवली, घराच्या दिशेनं. पुढे काय घडणार त्याला सामोरं जायला मी उत्सुक होते.

# सुंदर गोष्टीची सुरुवात

## लॉरेन

ब्रिटनीचं लग्न झालं.

न्यू यॉर्कमध्ये ती ज्याच्याबरोबर डेटिंग करत होती तो हा मुलगा नव्हे. हा होता आनंदी, धिप्पाड, भन्नाट शॉन मॉर्गन. तिच्या आधीच्या बॉयफ्रेन्डमध्ये जे-जे नव्हतं, ते सर्व शॉनमध्ये होतं. तो मित्र तसा ठीक होता; पण ब्रिटनीला आमच्या कुटुंबापासून विलग करून तो आपलाच हक्क तिच्यावर गाजवू पाहत होता, असं मला वाटलं. शॉन अजिबात असा नव्हता. उलट ब्रिटनी आमच्या कुटुंबाशी आणखी बांधली जावी असं त्याला वाटत होतं. ब्रिटनीला जे महत्त्वाचं वाटत होतं, तेच शॉनच्या दृष्टीनं महत्त्वाचं होतं.

लग्नापूर्वी एक वर्ष डॅलास बॅप्टिस्टमध्ये त्यांची ओळख झाली. २००९च्या सप्टेंबरमध्ये त्यांनी पहिल्यांदा 'डेट' केलं. त्यानंतर ब्रिटनी घरी आली तेव्हा मी आणि एक-दोन मैत्रिणींनी तिच्याकडून सविस्तर वृत्तान्त ऐकून घेतला. "इतक्यात हे म्हणणं जरा विचित्र वाटतंय, पण मी याच्याशी लग्न करणार आहे असं मला वाटतंय," ब्रिटनी म्हणाली. आम्हाला मुळीच विचित्र वाटलं नाही. आम्ही ब्रिटनी आणि शॉनला चांगले ओळखत होतो. दोघांचं व्यवस्थित जमेल याची आम्हाला खात्री होती.

सुरुवातीपासूनच शॉनची आणि माझी मस्त गट्टी जमली. माझ्या दृष्टीनं हे फार महत्त्वाचं होतं. तुम्ही जुळ्या बहिणींपैकी एक असताना तुमच्या बहिणीच्या प्रियकरापासून तुमच्या खूप जास्त अपेक्षा असतात. पण हा शॉन 'ग्रेट' आहे. डॅलासमधल्या एका बँकेच्या गच्चीवर त्यानं तिला मागणी घातली. ती एक अविस्मरणीय 'डेट' होती. त्यानं तिथल्या सुरक्षारक्षकाला पटवून ठेवलं होतं. ब्रिटनीला काहीच कल्पना नव्हती.

पण ती बेहद्द खूश झाली. तिनं क्षणार्धात होकार दिला. या निर्णयासंबंधी तिच्या मनात कधीच चलबिचल झाली नाही.

त्यांच्या साखरपुड्यानंतरच्या काही महिन्यांत मला अधूनमधून अस्वस्थ, निराश वाटायचं. अशा वेळी ब्रिटनी आणि तिच्या नवऱ्याचं टुमदार घर, ते दोघं ते घर एकत्रपणे सजवताहेत, रोज त्या घरातून कामाला बाहेर पडताहेत अशी दृश्यं डोळ्यांसमोर यायची. मला कधी ही कल्पना करून खूप आनंद व्हायचा. कधी वाटायचं आम्ही दोघी लग्न करण्याच्या वयाच्या झालोय! पण जसा लग्नाचा दिवस जवळ येऊ लागला तशी मी खूपच उत्साहानं भरून गेले.

लग्न थाटामाटात पार पडलं. जमिनीपर्यंत घोळ असलेल्या पांढऱ्या ड्रेसमध्ये ब्रिटनी काय देखणी दिसत होती! मी करवली होते. आणखी सात सख्या होत्या. आम्ही सर्वांनी जांभळे ड्रेस घातले होते. आमच्या हातात पांढऱ्या शुभ्र फुलांचे गुच्छ होते. मॅट चॅन्डलर यांनी पौरोहित्य केलं. मधुर संगीत होतं; मन हेलावणाऱ्या धार्मिक उताऱ्यांचं पठण केलं गेलं. शॉननं ब्रिटनीचे पाय धुतले. दोघांच्या डोळ्यांत एकमेकांवरचं दृढ प्रेम सगळ्यांच्या नजरेत भरलं.

एका उंच इमारतीच्या गच्चीवर स्वागत समारंभ होता. छोटे-छोटे पांढरे दिवे, सोनेरी पाठ असलेल्या खुर्च्या, फुलांची सजावट आणि मोठा-थोरला चार थरांचा केक. लाकडी जमिनीवर सर्व पाहुणे हलक्याफुलक्या संगीतावर नाचत होते. सुंदर संध्याकाळ होती ती. या सोहळ्याच्या केन्द्रस्थानी ईश्वर होता आणि हे असंच असायला हवं असं जाणवत होतं.

याच काळात मीही डेटिंगच्या दुनियेत काही पावलं टाकली. हा जेम्स नावाचा मुलगा. प्रामाणिक, उमदा- ज्याच्याशी डेटिंग करायला मुली रांग लावत असत. उंच आणि रुंद खांद्याचा जेम्स एकदम सच्चा होता. खिलाडी बिलकूल नाही.

एकदा संध्याकाळी मी नेहमीप्रमाणे ‘अंकल जुलिओज’ या मेक्सिकन उपाहारगृहात काम करत होते. जेम्स त्याच्या मोठ्या भावंडाबरोबर तिथं जेवायला आला. पुढच्या पंधरवड्यात एका भावाचं लग्न होतं. या लग्नाला जेम्सच्या जोडीला कोणीच मैत्रीण नव्हती, म्हणून त्यानं अचानक मला ‘येतेस का?’ म्हणून विचारलं. शेवटी मी त्या लग्नाला नाही गेले; पण आमच्यातलं अंतर मात्र कमी झालं. त्यानंतर आम्ही काही वेळा डेटिंग केलं.

जेम्स माझ्यापेक्षा एक-दीड वर्षानं लहान होता, त्यामुळे आमच्यात काहीतरी पुढे व्हावं अशी कोणाचीच अपेक्षा नव्हती. काही वेळा जेवायला एकत्र गेल्यावर मला त्याचा जास्त सखोल परिचय झाला. तो श्रद्धाळू होता आणि स्वतःचा आध्यात्मिक विकास करायला कटिबद्ध होता. तो स्वतः नोकरी करून कॉलेजची फी भरत होता आणि पदवीनंतर कायद्याचं शिक्षण घ्यायचा त्याचा मानस होता. एकदा

आम्ही जेवून परतत असताना आमच्या समोरच रस्त्यावर एक व्हॅन उलटली आणि तिनं पेट घेतला. जेम्सनं आमची गाडी कडेला थांबवली आणि मी ठीक आहे याची खात्री करून धावतच त्या गाडीतल्या लोकांना बाहेर काढायला गेला. ॲम्ब्युलन्स वगैरे मदत तिथं आल्यावरच तो परत आमच्या गाडीत आला. आपण काही विशेष केलं नाहीये असंच त्याला वाटत होतं. पण माझ्या दृष्टीनं तो हीरो होता.

सुरुवातीला आम्ही आमचे संबंध फार वाढू दिले नाहीत. आपापली कामं करत राहिलो. पण जानेवारी २०११मध्ये अचानक आमची पुन्हा भेट झाली आणि मध्ये एवढा काळ निघून गेलाय असं वाटलंच नाही. आम्ही जवळच असलेल्या केन्द्रात एकदा प्रस्तरारोहणाला गेलो. मग खूपदा जेवायलाही. एकंदरीत आम्ही मजा केली. जसजसं आम्ही जास्त काळ एकत्र घालवू लागलो, तसतसं आमचं नातं गाढ होत चालल्याचं मला जाणवलं. आम्ही एकमेकांना बॉयफ्रेन्ड-गर्लफ्रेन्ड म्हणू लागलो. मला जेम्ससोबत खूप सुरक्षित वाटायचं. मला तो मनापासून आवडायचा. आमच्या भविष्याबाबत मी जरा सावधतेनंच विचार करत होते. पण एक निश्चित- जेम्ससारख्या कोणाहीबरोबर माझं छान जमलं असतं.

२०११च्या सुरुवातीला माझी खात्री पटली. जेम्स आमच्या घरी जेवायला आला होता. आई-बाबा गावाला गेले होते. आम्ही दोघांनी खायला काहीतरी आणलं. जेवल्यानंतर कोचावर बसून एक धमाल सिनेमा पाहिला. मध्यरात्रीच्या सुमारास 'गुडनाईट' किस घेतला आणि मी समोरचं दार उघडलं. गेल्या तासाभरात फूटभर बर्फ पडलं होतं. डॅलासमध्ये कधीच बर्फ पडत नाही!

जेम्सनं त्याच्या आईला फोन केला. तिनं बर्फातून गाडी न चालवण्याचं बजावलं. प्राप्त परिस्थितीचं दोघांनाही हसू आलं. वा! किती सोयीस्कर होतं सगळं. पण जेम्स कोचावर झोपला. मी माझ्या बिछान्यावर. संधी असूनही माझ्या बॉयफ्रेन्डनं शरीरसंबंधासाठी दबाव आणला नव्हता. मला खूप बरं वाटलं. आम्ही एकाच घरातले असल्यासारखा मोकळेपणा आमच्यात होता. आणि खूप काळ हे असंच राहिलं असतं.

त्या सुमारास मला बॉक्सिंग हा नवा छंद लागला. मी तशी तंदुरुस्त आहे, पण मला नवा व्यायामप्रकार हवा होता. मला रूडी बॅरिएन्टेस हा एके काळचे मुष्टियोद्धा चॅम्पियन भेटला. मी गुलाबी ग्लोव्हज विकत घेतले आणि कामाला लागले. रूडीनं मला प्राथमिक हालचाली शिकवल्या आणि एक आठवड्याआड तो माझ्याशी दोन हात करू लागला. तो पूर्ण ताकदीनिशी जरी ठोसे मारत नसला, तरी फार दमानंही घेत नव्हता. मला या खेळातलं आव्हान एकदम पसंत पडलं. बॉक्सिंगच्या रिंगणात तुम्हाला लपून राहता येत नाही.

फॅशन जगताबद्दल मला वाटणारी ओढ अजून कायम होती आणि त्या जगाच्या

संपर्कात कसं राहता येईल याचा शोध मी एकीकडे घेतच होते. मी मेक्सिकन उपाहारगृहातली नोकरी सोडून एका कपड्यांच्या दुकानात घेतली. मार्च २०११मध्ये मी पॅरिस फॅशनवीक कव्हर करायला गेले. यापूर्वी मी कधीच फ्रान्सला गेले नव्हते. अर्थात, काही महिन्यांपूर्वी मॉन्ट्रियल फॅशन वीकला जाऊन आल्यानं फ्रेंच संस्कृतीशी किंचितशी ओळख झाली होती.

पॅरिसला माझ्या एका मैत्रिणीकडे मी राहिले. ती बराच वेळ कामानिमित्त बाहेरच होती, त्यामुळे माथियू या तिच्या बॉयफ्रेन्डनं त्याच्या स्कूटरवर मला मागे बसवून पॅरिस दाखवून आणलं. आयफेल टॉवर, सेन नदीचा परिसर, नोत्रदाम कॅथिड्रल – पॅरिस हे थक्क करणारं शहर आहे.

दुसऱ्या दिवशी सकाळी शोला जाण्यासाठी लवकर बाहेर पडले. काही गाईड्स वाचूनही माझं फ्रेंच अगदीच जुजबी होतं, त्यामुळे पॅरिसच्या सबवे प्रकारात मी हरवले. मी ऐकलं होतं त्यापेक्षा पॅरिसचे नागरिक खूपच तत्परतेनं मदत करणारे निघाले. मला फॅशन शोची जागा सापडली. न्यू यॉर्कहून आलेले काही फोटोग्राफर्सही तिथं भेटले. तेही पॅरिसमध्ये भांबावून गेले होते. मग आम्ही पुढचे काही दिवस एकमेकांबरोबरच सगळीकडे फिरलो.

पॅरिस फॅशनवीकमधले डिझायनर्स आणि इतर लोक न्यू यॉर्कमधल्या लोकांपेक्षा अधिक 'रिलॅक्स्ड' वाटले. हा कदाचित युरोपीय अत्याधुनिकपणाचा भाग असेल, पण इथल्या सगळ्याच लोकांचे पाय अगदी जमिनीवर होते. ते माझ्या कल्पनेतल्यापेक्षा कितीतरी जास्त स्वागतोत्सुक होते. इथल्या मॉडेल्सही विनासंकोच वावरत होत्या आणि त्यांच्याबरोबर वेळ घालवायला मला मजा आली.

मी ज्या प्रकाशनासाठी लेख लिहिणार होते, त्यांना माझे लेख वर्णनानं ओतप्रोत भरलेले हवे होते. 'फॅशन विंडो'साठी लिहिलेल्या लेखाची मी अशी सुरुवात केली –

> 'ॲन दमलमीस्तर (एक डिझायनर)नं बुधवारच्या शोमध्ये आमच्यावर सौंदर्याचा वर्षाव केला. तिच्या मॉडेल्सनं चित्रविचित्र पक्ष्यांसारखे रूप धारण केले होते. पोशाख संपूर्ण काळे कुळकुळीत होते. चामड्याच्या सुशोभीकरणामुळे हे पोषाख ॲमेझॉनमधल्या योद्ध्यांसारखे भासत होते. चिलखताची जागा पिसांच्या पट्ट्यांनी घेतली होती. केसांना टोकं काढलेली होती आणि काळा-पांढरा रंग दिला होता – '१०१ डालमेशियन्स'ची खलनायिका क्रुएल द व्हिलची आठवण करून देणारी ही वस्त्रं भीतिदायक न वाटता, निव्वळ सौंदर्य आणि शक्ती दर्शवत होती.''

हे लिखाण संपादकांना पसंत पडेल अशी मला आशा होती.

फॅशनवीकचं काम आटोपून मी अमेरिकेला परतले. डॅलास विमानतळावर जेम्सनं आलिंगन देऊन माझं स्वागत केलं. स्वगृही परतल्यावर माझ्या आयुष्याची घडी नीट बसत चालल्याची भावना मला झाली. मला उत्तम बॉयफ्रेन्ड मिळाला होता. अर्ध वेळ नोकरीतून चार पैसे मिळत होते. फॅशन दुनियेत नातेसंबंध प्रस्थापित होत होते आणि फ्रीलान्स स्तंभलेखक म्हणून थोडीफार प्रसिद्धीही मिळाली होती. पण ठोस करिअरची मात्र उणीव होती. अर्थात, त्यासंबंधी माझ्या मनात काही संकल्पना होत्या.

गेले काही महिने मी स्वप्नं रंगवत होते, बेत आखत होते, प्रार्थना करत होते, संशोधन करत होते... आदर्श नोकरीचं स्वरूप माझ्या मनात पक्कं असलं तरी घरबसल्या मला कोणी अशी नोकरी देणार नव्हतं. कोणा अनुभवी व्यक्तीच्या हाताखाली काम करून, या धंद्यातल्या खाचाखोचा समजावून घ्यायची माझी तयारी होती. पण संपादिका असलेल्या एका मैत्रिणीनं ही कल्पना धुडकावून लावली होती. मी स्वतःचं काहीतरी करावं असं तिचं म्हणणं होतं. चाळिशीच्या पुढेच असलेल्या या मैत्रिणीनं आजवर या क्षेत्रात मला खूपच आधार दिला होता.

"निर्दोष, आदर्श नोकरी मिळणं खूपच अवघड असतं," ती म्हणाली. "तू स्वतः ती निर्माण का करत नाहीस?"

स्वतःच निर्माण करायचं? हां... मला हे जमेल असं वाटतंय.

# लोलो मॅगझिन

## लॉरेन

स्वतःला निःसंकोचपणे आणि ठणकावून लोकांसमोर उभं करण्याकरता स्फूर्ती देणाऱ्या मासिकाचं स्वप्नं मी पाहत होते. तरुण स्त्रियांसाठी असलेल्या सामान्य मासिकांसारखं माझं मासिक नसेल. जिद्द, सौंदर्य, धमाल, ध्येय अशा आयुष्यात जोश निर्माण करणाऱ्या गोष्टी यात आढळतील. तरुण स्त्रियांच्या आयुष्यातले विरोधाभास हे मासिक नेमकं टिपेल- धीरगंभीर तरी उच्छृंखल, महत्त्वाचं तरी तऱ्हेवाईक. अभ्यास पुस्तकांतल्यासारखे नीरस किंवा वर्तमानपत्रातल्यासारखे रोख-ठोक लेख यात नसतील. मुलींच्या वसतिगृहातली 'कूल' संभाषणं आणि गप्पांची आठवण माझ्या मासिकातल्या लेखांनी झाली पाहिजे. किंवा न्यू यॉर्कच्या रस्त्यालगतच्या कॅफेमधल्या देवाण-घेवाणीसारखी.

खरा उत्साह म्हणजे काय हे मी स्वतः अनुभवलंच होतं. मला प्रवास, कला, फॅशन, सौंदर्य अशा गोष्टींबद्दल प्रचंड प्रेम होतं. ईश्वरानं आपल्यासाठी जो मार्ग निवडलेला असतो, त्या मार्गावरून आपण उत्साहाच्या जोरावर मनमुराद जीवन जगू शकतो. मला या मासिकातून इतर तरुण स्त्रियांना हाच उत्साहाचा मार्ग दाखवायचा होता. त्यांनी स्वतःतली ऊर्जा वापरावी यासाठी त्यांना आमंत्रित करायचं होतं.

सौंदर्याच्या बाबतीत सांगायचं, तर नैतिक सत्त्व हीच स्त्रीची प्रमुख ओळख असते. हे सत्त्व तिच्या नुसत्या दिसण्यातनं नव्हे, तर तिच्या वागण्यातून प्रतीत होत असतं. फॅशनच्या बाबतीत लोकांनी मासिकांमध्ये पाहिलेले आविष्कार स्वतःच्या शैलीत योग्य प्रकारे वापरावेत, असं मला वाटायचं. दिवसभर काम करण्याची ऊर्जा टिकवण्यासाठी आरोग्यपूर्ण आहाराविषयी मला सांगायचं होतं. स्वतःच्या राहत्या गावाच्या कोषातून बाहेर पडून, प्रवास करून लोकांनी आपल्या सांस्कृतिक कक्षा

रुंदावाव्यात असं मला वाटत होतं. तर असं माझं मासिक असेल- आहार, फॅशन, सौंदर्य, आरोग्य, प्रवास. पण हे सगळं रोजच्या आयुष्यात करता येण्यासारखं.

कोणीही बिनधास्त जिणं जगू शकतं, हाच संदेश मला माझ्या मासिकातून लोकांसमोर मांडायचा होता. एक संपादिका या नात्यानं मॉलीनं मला करिअरसंबंधी खूप चांगला सल्ला दिला होता. योग्य संधी चालून येण्याची वाट न पाहत बसता, मीच माझ्यासाठी संधी निर्माण करावी याकरता तिनं मला प्रोत्साहन दिलं. मी आई-बाबांशी बोलले, प्रार्थना केली. मला हाच मार्ग निवडायचा होता. मॉलीनं मला आराखडा दिला आणि ती बाजूला झाली.

लवकरच मी शॅनन योचम या माझ्या चांगल्या मैत्रिणीची मदत घेतली. शॅनन टेक्सास विद्यापीठात शेवटच्या सत्रात शिकत होती. तिला फॅशन पत्रकार व्हायचं होतं. मी न्यू यॉर्क फॅशनवीकला शॅननला आमंत्रण दिलं. आम्ही या माझ्या मासिकाविषयी खूप चर्चा केली. ती बाणेदार असेल, तर आम्ही चांगल्या प्रकारे एकत्र काम करू शकू, असं आम्हाला वाटलं. आम्ही सहजगत्या एकमेकींना समजू शकत होतो. आमची जोडी अगदी योग्य होती.

मासिक कसं असावं याबद्दलच्या संकल्पनांवर आम्ही काम सुरू केलं. लोगो तयार केला. काही चित्रं काढून घेतली. नमुन्यादाखल लेख लिहिले. अगदी हातातोंडाशी गाठ आली असताना वेबसाइटमध्ये काहीतरी गडबड झाली. फारसे पैसेही हातात उरले नव्हते. आम्हाला अपेक्षित उच्च दर्जाची वेबसाइट तयार करायला दहा हजार डॉलर्स तरी लागले असते. एका ओळखीतनं जॉश नामक हुशार, तरुण डिझायनरची भेट झाली. आमच्या कामाविषयी आस्था आणि खात्री वाटल्यामुळे त्यानं हजार डॉलर्सच्या आत आमची वेबसाइट तयार करून दिली.

ज्या दिवसाची वाट पाहत होतो तो दिवस ऑगस्ट २०११मध्ये उगवला. मासिकातले लेख, वेगवेगळ्या विषयांची विभागवार मांडणी, सर्व तयारी झाली होती. अगोदरच सोशल मीडिया साइट्सवर आम्ही मासिकाबद्दल जाहीर केलेलं होतं. शेवटी एक दीर्घ श्वास घेऊन साइट 'ऑन' केली. 'लोलो मॅगझिन'चा जन्म झाला होता. फेसबुक आणि ट्विटरवर ही गोष्ट जाहीर केली आणि प्रतिसादाची वाट बघत बसलो. दोन-चारशे लोक साइट बघतील असं वाटलं होतं. पण दिवस मावळला तोवर चार हजारपेक्षा जास्त 'हिट्स' आम्हाला मिळाले होते. शानदार सुरुवात झाली होती!

दररोज आम्ही काहीतरी नवीन शिकत होतो. रोज काहीतरी संशोधन करायचं आणि तीन लेख लिहायचे, असं आम्ही ठरवलं. ही गती टिकवणं अवघड होतं; पण आम्ही कष्ट करत राहिलो. फॅशन उद्योगातल्या लोकांना भेटलो, मुलाखती घेतल्या, शोजना भेटी दिल्या. कोणत्या प्रकारचे लेख लोकांना आवडतात याचा

अंदाज घेऊ लागलो. सजावट आणि मांडणी कशी करायची, फोटो कुठं टाकायचे, अशा गोष्टींवर प्रयोग करू लागलो. आपल्या प्रॉडक्ट्सचं परीक्षण करावं किंवा आपला इव्हेंट कव्हर करावा यासाठी कंपन्या आमच्याकडे येऊ लागल्या. आम्ही सोशल मीडियावर आमचे लेख टाकू लागलो, त्यावरच्या प्रतिक्रियांना उत्तरं देऊ लागलो. जाहिराती देणं, मार्केटिंग, कर भरणं अशा धंद्यातल्या गोष्टीही सांभाळू लागलो.

पण एवढं काम करूनही नफा मात्र नगण्य होता. किमान वेतन कायद्यानुसार मिळाले असते एवढे पैसेही मिळत नव्हते. हे तसं अपेक्षितच होतं. पहिल्या वर्षी वाचक वर्ग वाढवणं हे उद्दिष्ट होतं. नंतर जाहिरातदारांसाठी पाया उभारायचा होता. सुरुवातीला आमच्या वाचकांची संख्या खूप कमी झाली; पण पुन्हा तिनं बाळसं धरलं.

माझ्या मनात सतत मासिकाचाच विचार असे. नवीन बाळाबद्दल वाटते तशी मला काळजी वाटत होती. प्रार्थना करायची, रात्री-अपरात्री या 'बाळाला दूध पाजायचं' वगैरे! पण मजाच येत होती. प्रत्येक क्षण मी आनंदात घालवत होते. हेच माझ्या स्वप्नातलं काम होतं. असंख्य शक्यता माझ्या डोळ्यांसमोर येऊन जात होत्या. आम्ही काही लेख आता फ्रीलान्सर्सकडून लिहून घेऊ लागलो. दोनएक उमेदवारही घेतले. न्यू यॉर्कमध्ये आमचा एक पत्रकार 'आतल्या बातम्या' काढण्यासाठी नियुक्त केला होता. शॅनन आणि मी जातीनं सगळ्या कामात लक्ष घालत होतो. आम्ही लवकरच व्हिडिओ क्षेत्रात पदार्पण केलं. 'ट्वायलाइट सागा' सिनेमातल्या केलन ल्यूट्झ या मॉडेल-नटीची मुलाखत मिळवली. याखेरीज फॅशन डिझायनर रेबेका टेलर, 'गॉसिप गर्ल'मधले लोक, चेस क्रॉफर्ड हा नट आणि नेपथ्यकार एरिक डॅमनच्या मुलाखतीही घेतल्या.

'आम्हाला मासिकाशी काहीतरी जवळचं नातं असल्यासारखं वाटतं' ही वाचकांची प्रतिक्रिया सर्वाधिक समाधान द्यायची. लोकांना आमच्याकडून स्फूर्ती मिळत होती. आमचं मासिक पाहून ते 'स्टाईल'चे प्रयोग करू लागत. प्रवास करत. अनेकांनी कॉलेजातला मुख्य विषयच आमचं मासिक वाचून बदलला असल्याचं सांगितलं. ईश्वराचा स्पष्ट उल्लेख जरी आमच्या लिखाणात नसला, तरी आयुष्याच्या सखोलपणाबद्दल आम्ही जरूर ऊहापोह करायचो. 'श्रद्धा' आयुष्याच्या प्रत्येक पैलूत आणण्याबाबत आम्हाला संकोच नव्हता.

***

मासिकाचं काम मार्गी लागून सुरळीत चालू लागल्यावर मी माझ्या स्वतःच्या आयुष्यावर पुनश्च लक्ष केंद्रित केलं. नोव्हेंबर २०११मध्ये जेम्स आणि मी आमच्यातल्या संबंधाला स्वल्पविराम दिला होता. गेल्या काही महिन्यांत आम्ही अधूनमधून

संपर्कात होतो. पण आता मात्र तूर्तास तरी पूर्णविराम द्यायची वेळ आली होती. मला तो खूप खूप आवडायचा.

पण, गोष्टी जरा गुंतागुंतीच्या होत्या.

आम्ही जसे एकमेकांच्या अधिक जवळ येत गेलो तसं लक्षात आलं की, प्रकरण निव्वळ डेटिंगपुरतं डेटिंग राहिलं नव्हतं. एकत्र चित्रपट पाहणारे टीनेजर्स नव्हतो आम्ही. आम्ही विशीतले होतो आणि आयुष्य एकत्र घालवण्यासंबंधी विचार करत होतो. आम्हाला दोघांनाही लग्न हा गांभीर्यानं घ्यायचा विषय वाटत होता. जेव्हा केव्हा आम्ही लग्न करणार होतो, तेव्हा तो निर्णय हा आमच्या आयुष्यातला सर्वांत अविचल, भक्कम निर्णय असायला हवा होता. आम्हा दोघांच्या मनात लग्न करताना यत्किंचितही शंका असायला नको होती.

पण माझ्या मनात शंकेची पाल चुकचुकत होती. अगदी जेम्सबद्दल नाही. तो उत्तमच होता; मी स्वतःबद्दलच साशंक होते.

प्रामाणिकपणे सांगायचं तर अजूनही मी इतर मुलांचा विचार करत होते. एखाद्याच्या जवळ असताना असा इतरांचा विचार मनात येणं 'नॉर्मल' आहे का, मला ठाऊक नाही. निर्णय जास्तीत जास्त काळ लांबणीवर टाकणारी मीच एकटी होते का या डेटिंगच्या दुनियेत? कदाचित जेम्स या भल्या माणसाशीसुद्धा वचनबद्ध व्हायला मी कचरत असेन.

मी सतत याबद्दल प्रार्थना करायचे. ब्रिटनी, शॉन आणि आई-बाबांशीही बोलले. माझ्या ओळखीच्या काही विवेकी स्त्रियांशीही बोलले. माझं मन परस्परविरोधी संदेश देत होतं. जेम्स सर्वांचाच लाडका होता. पण होकार देण्याअगोदर माझं मन निःशंक असावं हे त्यांना मान्य होतं, समजत होतं. काहींच्या मते माझ्या आयुष्यात दुसरंच कोणीतरी होतं- अजून माझी त्याच्याशी भेट झाली नव्हती, इतकंच.

एकीला तर माझ्याबद्दल स्वप्नही पडलं होतं. त्यात माझं एकाशी लग्न झालं होतं आणि हडसन, डॉसन आणि कॅन्यन नावाची तीन देखणी मुलं मला झाली होती. ही नावं किंवा असं काहीही मी तिच्याशी कधीही बोलले नव्हते. त्यामुळे याचा अर्थ मला लावणं शक्य नव्हतं. कदाचित हे स्वप्न म्हणजे तिनं आदल्या रात्री खराब पिझ्झा खाल्ल्यामुळे पडलं असेल किंवा कदाचित आमच्या घरी काही वर्षांपूर्वी आलेल्या त्या निराश्रित माणसाप्रमाणे हिलाही भविष्यातल्या गोष्टी दिसत असतील.

आमच्या घरी आलेल्या त्या निराश्रित माणसानं ब्रिटनी आणि माझ्याबद्दल जे भाकीत केलं होतं, ते खरं ठरलं होतं. त्यानं सांगितल्याप्रमाणे माझा प्रवास, लिखाण, सेलेब्रिटीजशी घनिष्ठ संबंध होता. मी 'अतिमहत्त्वाच्या' आणि प्रसिद्ध व्यक्तींच्या संपर्कात होते. (त्या वृद्धानं असंही भाकीत केलं होतं की, माझ्या आयुष्यात झुंज देण्याचे प्रसंग येतील. अजून तरी असं काही घडलं नव्हतं. यावर

मी अधूनमधून विचार करायचे. कदाचित ही झुंज माझं मासिक सुरू करण्याबाबत असेल).

अर्थात, भविष्यातल्या गोष्टी कोणालाच अगोदर समजत नाहीत. म्हणूनच जेम्सबद्दल निर्णय घेणं अवघड जात होतं. तो सर्वार्थानं उत्तम तरुण होता. मला तो हातचा मुळीच गमवायचा नव्हता. पण मनाची द्विधा अवस्था कायम होती. जेम्सच्या दृष्टीनं त्याच्या भावी पत्नीच्या आयुष्यातली सर्वांत महत्त्वाची व्यक्ती तो असायला हवा होता. त्यामुळे मी त्याला प्रामाणिकपणे सर्व सांगायला इच्छुक होते. देवानं, माझ्या मनाने मला निश्चित दिशा दाखवेपर्यंत त्याला झुलवत ठेवणं योग्य नव्हतं. मला अजून वेळ हवा होता. देव मला दुसऱ्या दिशेनं नेतोय का, हे बघणं भाग होतं. म्हणून मी आमचे संबंध सध्यापुरते थांबवायचं ठरवलं.

"तू स्वतःची काळजी घेशील असं मला वचन दे, लो," मला आमच्या शेवटच्या भेटीच्या वेळी घरी सोडताना तो म्हणाला. "का कुणास ठाऊक पण तुझ्या आयुष्यात काहीतरी वाईट घडणार आहे, असं मला वाटतंय."

मी मान हलवली. आम्ही एकमेकांना मिठी मारली. माझ्या अंगावर किंचित शहारा आला. जेम्स माझ्यासाठी होताच. त्याला प्रत्येक गोष्टीत दैवी हात दिसतो. एखाद्या मुलीला याहून काय हवं असतं?

३० नोव्हेंबर २०११. मी पुढच्या काही काळासाठी का होईना, पण माझ्या डायरीत शेवटची नोंद केली. पेन खाली ठेवलं, दिवा मालवला आणि पांघरूण अंगावर ओढून घेतलं. उद्या गुरुवार. लोलो मॅगझिनसाठी एक नवा दिवस आणि एक दिवस गेला की वीकएन्ड. शनिवारी, ३ डिसेंबरला ब्रिटनी आणि शॉन ख्रिसमसच्या पूर्वतयारीला येणार होते. खूप मजा येणार होती. त्यानंतर संध्याकाळी आम्ही चर्चमध्ये जाणार होतो. तिथून एक स्नेह्यांकडे रात्रीचं जेवायला. बाबा येऊ शकला तर बरं. अलीकडे तो खूप थकलेला वाटतो. ते सर्दीनं बेजार असू नये अशी मी आशा करत होते.

# वेदनादायी प्रवास

## जेफ

३ डिसेंबर २०११च्या संध्याकाळी वारा उत्तरेकडून वाहत होता. ओक्लाहोमाहून सतत वाहणारे वारे हायवे ७५ वरून दक्षिणेकडे आपला मार्ग रेटत टेक्सासमधल्या मॅकिनी गावी अेरो कंट्री विमानतळावर पोहोचले. हवेच्या वाहण्याच्या या दिशेमुळे असा काही घटनाक्रम सुरू केला, की ज्यानं आमचं सर्वांचं आयुष्य कायमचं बदलून जाणार होतं.

अपघात झाला त्या ठिकाणी मी कित्येक महिन्यांनी, पहिल्यांदाच गेलो होतो. तोपर्यंत हवेच्या दिशेचं महत्त्व मला समजलं नव्हतं. मी त्या विमानाच्या मालकाशी, म्हणजे माईकशी सतत संपर्कात होतो. पण अद्याप मी घटनास्थळी गेलो नव्हतो. मला मुळीच तिथं जायची इच्छा नव्हती. माझी मुलगी ज्या ठिकाणी जवळजवळ मृत्युमुखी पडली होती, त्या ठिकाणी जाणं म्हणजे पुन्हा त्या वेदनेला सामोरं जाणं होतं आणि या स्मृती आम्ही मनातून काढून टाकायचा आटोकाट प्रयत्न करत होतो.

पण तरी मला अपघाताविषयी जास्तीत जास्त माहिती मिळवायची होती. फेडरला एव्हिएशन ॲडमिनिस्ट्रेशन, कोर्ट आणि विमा कंपन्या असंख्य तांत्रिक बाबींचा अभ्यास करत होत्या. दुसरीकडे या अपघाताबद्दल निराधार अंदाज व्यक्त केले जात होते. इंटरनेटवर येणाऱ्या बातम्यांच्या खाली दिसत असलेल्या प्रतिक्रिया अजिबात वाचायच्या नाहीत, हा धडा मी सुरुवातीलाच शिकलो. बहुसंख्य प्रतिक्रिया या उत्तेजन, शुभेच्छा देणाऱ्या होत्या. पण काही मात्र अतिशय दुष्ट, दुखावणाऱ्या आणि परिस्थितीचा विपर्यास करणाऱ्या होत्या. लोक अपुऱ्या माहितीच्या आधारावर वाटेल ते निष्कर्ष काढत होते.

मनाला सर्वांत लागणाऱ्या प्रतिक्रिया म्हणजे- लॉरेन ही एक मूर्ख मुलगी आहे ('डंब ब्लॉन्ड'), नक्कीच मद्यधुंद असणार किंवा ड्रग्ज घेतले असणार वगैरे. टीका करणारं असो किंवा शुभेच्छा देणारं असो, प्रत्येकाला मत व्यक्त करायचं होतं. या सगळ्यांना उत्तरं देणं शक्यही नव्हतं आणि माझी तशी इच्छाही नव्हती. मला फक्त स्वतःच्या डोळ्यांनी अपघाताची जागा बघायची होती.

एका दुपारी माईकनं मला विमानतळाचा फेरफटका घडवून आणला. आकाशात ढग आले होते; पण प्रकाश प्रखर होता. सुरुवातीला मला भावनावेग अनावर झाला आणि अश्रू मागे सारायचा प्रयत्न करत मी नुसत्या येरझाऱ्या घालत होतो. त्या दिवशी मला सगळ्या गोष्टी समजणं शक्य नव्हतं. तरी माईकनं काही मुद्दे स्पष्ट केले.

वायव्य टेक्सासमध्ये सर्व धावपट्ट्या उत्तर-दक्षिण बांधलेल्या असतात, कारण सहसा वारा याच दिशांनी वाहतो. वाऱ्याच्या दिशेवरच विमानाचं उड्डाण, उतरणं आणि पार्क करणं अवलंबून असतं.

३ डिसेंबरच्या रात्रीही या नियमानुसारच विमान उतरवून धावपट्टीवरून 'टॅक्सीवे'वर नेण्यात आलं. याचा अर्थ विमानाचा दरवाजा पूर्वेकडे, म्हणजे टॅक्सीवेच्या दिशेला होता- पश्चिमेकडे म्हणजे हॅन्गर किंवा घराच्या दिशेला नाही. जर वारा दक्षिणेकडून वाहत असता तर विमानाचं नाक विरुद्ध दिशेला असतं आणि लॉरेन विमानातून उतरल्यावर थेट हॅन्गर आणि घराच्या दिशेनं चालत आली असती. पण असं न झाल्यामुळे तिला उतरल्यावर विमानाला वळसा घालून घराकडे जावं लागलं असणार. अर्थात, ती उजवीकडे वळून विमानाच्या शेपटाला वळसा घालून घराकडे जाऊ शकली असती. पण ती डावीकडे वळली आणि फिरणाऱ्या पंख्यातच गेली.

तिनं असं करण्यामागंही सयुक्तिक कारण होतं. अपघाताच्या सर्व बातम्यांमध्ये दोन चुकीचे किंवा दिशाभूल करणारे शब्दप्रयोग वापरण्यात आले होते. ते म्हणजे लॉरेन 'फॅशन मॉडेल' आहे आणि तिनं 'खासगी विमानातून' प्रवास केला होता. तिनं काही जवळच्या लोकांसाठी किरकोळ मॉडेलिंग केलं असलं तरी ती मॉडेल नाही. अर्थात, ती तशी वाटणं स्वाभाविक आहे. एका पत्रकारानं तर तिचा उल्लेख 'सुपर मॉडेल' असा केला होता. ही संज्ञा जगातल्या अगदी थोड्या, उच्चतम मॉडेल्सच्या संदर्भातच वापरली जाते. उदा : केट मॉस किंवा जिसेल बुन्डशेज. नंतर केव्हातरी लॉरेनला हे कळलं तेव्हा तिला हसूच आलं. ती 'खासगी विमानातून' उतरली हे अंशतः खरं होतं. पण जेव्हा 'फॅशन मॉडेल' आणि 'खासगी विमान' हे शब्द एकत्र वापरले जातात तेव्हा एखाद्या पॉश, उंची विमानातून कोणीतरी ग्लॅमरस सेलेब्रिटी उतरते आहे असं चित्र डोळ्यांसमोर येतं. असं काहीच झालं नव्हतं.

लॉरेन 'एव्हिॲट हस्की ए-वन सी' या अत्यंत छोट्या आणि साध्या

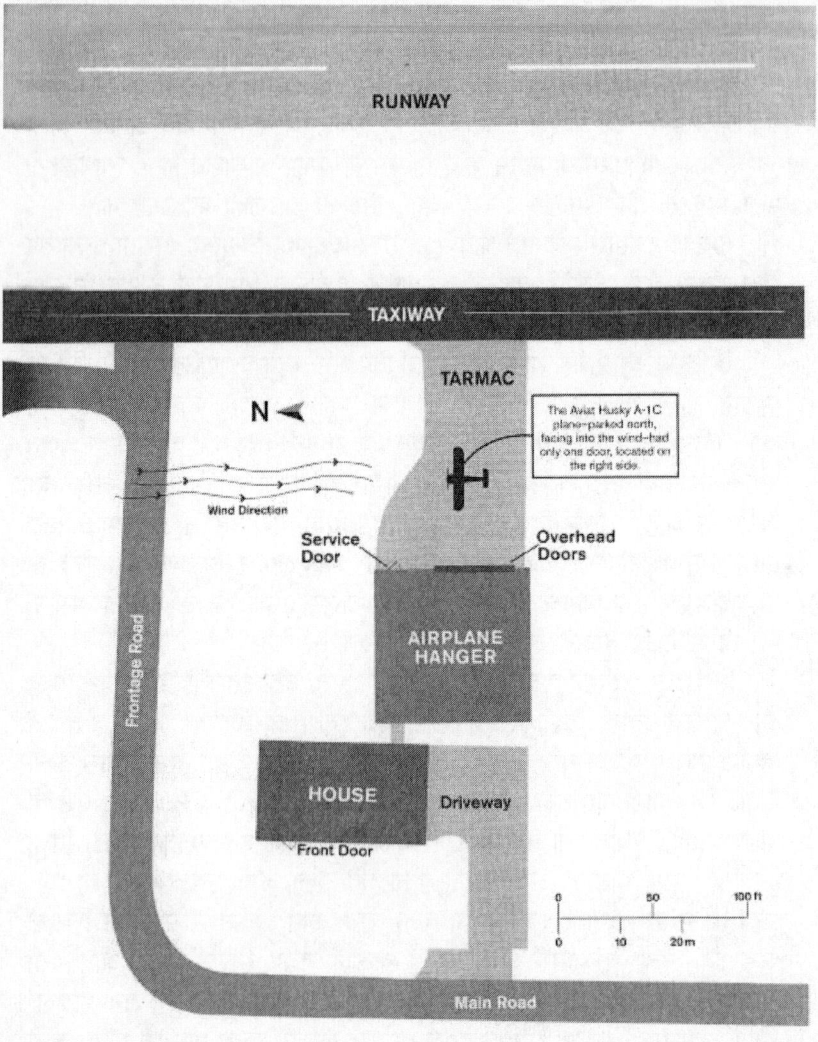
RUNWAY
TAXIWAY
TARMAC
N
The Aviat Husky A-1C plane–parked north, facing into the wind–had only one door, located on the right side.
Wind Direction
Service Door
Overhead Doors
AIRPLANE HANGER
Frontage Road
HOUSE
Driveway
Front Door
0
50
100 ft
0
10
20 m
Main Road

विमानातून फिरून आली होती. तुम्ही अलास्कातल्या अतिदुर्गम भागात पोस्टमन असाल किंवा युकॉन प्रांतात शिकारी असाल, तर तुमच्यासाठी हे विमान एकदम योग्य आहे. ते शेत, कच्चे रस्ते किंवा डोंगर उतारांवरून उड्डाण घेऊ शकतं किंवा अशा प्रदेशात उतरवता येतं. यात एकामागे एक अशा दोनच सीट्स असतात. त्याच्यामागे तुमचा तंबू वगैरे किंवा तुम्ही मारलेलं हरीण जेमतेम मावेल एवढी छोटी जागा असते. संपूर्ण विमानाची लांबी एखाद्या सेदान गाडीपेक्षा काही फूट जास्त. कॅबिनची उंची असते केवळ चार फूट आणि रुंदी निव्वळ २७ इंच. उडणारी नावच म्हणा ना. फक्त बंदिस्त आणि इंजिन असलेली.

माईकच्या मालकीचं हे दुसरं एव्हिॲट विमान. त्यामुळे ते त्याच्या पूर्ण परिचयाचं होतं. त्यानं हजारो तास अशी विमानं उडवली होती. त्यातली कुठलीच गोष्ट त्याच्या दृष्टीनं नवीन नव्हती. विमानाचं छोटं अंतरंग अपघाताच्या कारणांपैकी एक कारण होतं. या विमानात तुम्ही उभे राहून चालू शकत नाही किंवा विमानातून उतरायला घडीचा जिना वगैरे नसतो. कसं चढायचं किंवा उतरायचं हे समजावणाऱ्या पाट्या तिथं नसतात. आत चढायला विमानाच्या बाहेर रिकिबीसारखी एक 'पायरी' असते आणि वरती धरायला एक दांडी असते. एका हाताने ती धरायची, एक पाय रिकिबीत घालायचा आणि झोका घेतल्यासारखं आत शिरायचं. उतरताना शिडी उतरल्यासारखं, पाठमोरं उतरावं लागतं. माईकच्या मोठ्या मुलानं वैमानिकाची परीक्षा दिली, तेव्हा त्याचा प्रशिक्षकच वीस मिनिटं विमानात अडकला होता. इतकं छोटं असतं हे विमान. यात भर म्हणजे 'हस्की'चा दरवाजा हा खरंतर कारच्या खिडकीएवढाच असतो. फक्त मध्ये बिजागरी असते. काचेचा भाग वर उघडतो आणि खालचा, लोखंडाचा भाग खाली उघडतो. म्हणजेच विमानातून उतरताना ती रिकीब तशी नजरेआडच असते.

दरवाजाच्या जवळ विमानाच्या खालच्या भागापासून पंखाच्या टोकापर्यंत दोन गज असतात- पंखांना आधार म्हणून. विमानात चढताना किंवा उतरताना हे गज टाळून ते करावं लागतं. या गजांच्या पुढे विमानाची पुढची चाकं असतात. चढ-उतार करताना या चाकांचा पायरीसारखा उपयोग करता येतो. उतरण्याची सगळ्यात सुलभ पद्धत आपोआपच तुम्हाला विमानाच्या पुढच्या भागाकडे नेते.

लॉरेन विमानातून जेव्हा उतरली तेव्हा वर वर्णन केलेल्या मार्गानं ती उतरली, असं गृहीत धरायला हरकत नाही. काही दिवसांपूर्वी तिनं दुसऱ्या एका विमानातून प्रवास केला होता. तेव्हा असं उतरण्याची पद्धत ती शिकली असावी, म्हणजे पुढच्या चाकावर पाय देऊन.

हॅन्गरच्या पाठीमागे असलेल्या सीसीटीव्ही कॅमेऱ्यातल्या चित्रफिती उपलब्ध

आहेत, पण त्यातून सगळ्या गोष्टींचा उलगडा होत नाहीये. माईकने आणि एफ.ए.ए.च्या अधिकाऱ्यांनी त्या फिती बघितल्या आहेत; पण मी नाही पाहिलेल्या. कॅमेरा आणि विमानाच्या दरवाजामध्ये प्रत्यक्ष विमान असल्यामुळे लॉरेन उतरतानाचं दृश्य दिसणं अशक्य आहे.

मग प्रश्न उरतो, लॉरेनला फिरणारा पंखा कसा दिसला नाही?

तुम्ही कधी एखाद्या छोट्या विमानातून प्रवास केलात, तर खिडकीतून पंख्याकडे नीट बघा. कमी वेगानं फिरत असतानाही फिरणाऱ्या पंख्याची पाती अदृश्यच होतात. पात्यांमधून पलीकडचं सर्व काही दिसतं. काही विमानांच्या पंख्यांना लाल रंग लावलेला असतो. अशा वेळी, लख्ख प्रकाशात पुसटसं लाल वर्तुळ तुम्हाला दिसू शकतं. पण लॉरेनला अपघात झाला त्या वेळी संध्याकाळ होती, हलका पाऊस पडत होता आणि चंद्रही शुक्ल पक्षाच्या सुरुवातीचा होता. विमानाचे काही दिवे आणि हॅन्गरच्या पाठीमागचे दिवे चालू असले तरी ती उतरली ती बाजू अंधारातच होती. तिला फिरणारा पंखा दिसणं अशक्यच होतं. तरी शेवटचा एक प्रश्न होताच. असं कोणाच्याही बाबतीत घडू शकलं असतं का? पण याचं उत्तर शोधायला पुन्हा केव्हातरी, अधिक संशोधन करणं आवश्यक होतं.

विमानाच्या पंख्यानं माणसांना झालेल्या अपघातांची- 'प्रॉप टु पर्सन स्ट्राईक' – नोंद १९८२ पासून ठेवायला सुरुवात झाली. यात विमानं आणि हेलिकॉप्टर्स दोन्हींचा समावेश आहे. एका मित्रानं १९९० पासून लॉरेनच्या अपघातापर्यंतच्या नोंदींचा अभ्यास केला. यात हेलिकॉप्टर अपघात वगळले, तर एकवीस वर्षांदरम्यान एक्क्याण्णव गंभीर अपघात घडल्याचं आढळून आलं. यात काहींचा मृत्यूही झाला होता. अपघातांत हाता-पायांची फ्रॅक्चर्स, हात-पाय तुटणं किंवा डोक्याला मार लागणं असे सगळे प्रकार होते. लॉरेनला झाला तसा अपघात अमेरिकेत दर वर्षी चार लोकांना होतो. म्हणजेच, मोटारगाड्यांच्या अपघातांपेक्षा खूप कमी असले तरी असे अपघात काही नगण्य नाहीत.

अपघात झालेल्यांमध्ये डॉक्टर्स, इंजिनिअर्स वगैरेंचाही समावेश होता. थोडक्यात, हे कोणी मूर्ख लोक नव्हते. एक प्रसिद्ध घटना १९८३ मध्ये घडली. सत्तरीच्या दशकातला ऑस्ट्रेलियाचा यशस्वी गोल्फ खेळाडू जॅक न्यूटन सिडनी विमानतळावर सेस्ना विमानात चढायच्या तयारीत होता. तेव्हाही अंधार आणि पाऊस होता. जॅकलाही पंख्याचा झटका बसला आणि उजवा हात आणि डोळा त्याला गमवावा लागला. शिवाय त्याच्या पोटालाही जबर मार लागला.

न्यूटन त्याच्या करिअरच्या शिखरावर होता. तुम्हाला वाटेल की या अपघातानंतर त्याचं अर्थपूर्ण आयुष्य संपलं असणार; पण नाही. अनेक शस्त्रक्रिया आणि रीहॅबमध्ये कष्ट करून तो स्वतःच्या पायांवर उभा राहिला. वर्तमानपत्रात पत्रकार

म्हणून आणि टीव्ही व रेडिओवर समालोचक म्हणून त्याचं पुनरागमन झालं. तो गोल्फ कोर्सेस डिझाइन करू लागला. वक्ता बनून प्रवास करू लागला. शिवाय जॅक न्यूटन गोल्फ फाउंडेशनचा अध्यक्ष झाला. इतकंच नाही, तर तो एका हातानं गोल्फ खेळायला शिकला. उजव्या हातानं खेळणारा जॅक डाव्या हातानं खेळू लागला.

जॅक न्यूटनचा हा प्रवास अद्भुत होता. पण लॉरेनला अपघात झाला त्या रात्री आमचं कुटुंब पुन्हा 'नॉर्मल' अवस्था पाहील की नाही याविषयी आम्ही साशंक होतो. अपघाताबद्दल आम्हाला आणखी एक गोष्ट समजली होती, जी आमच्या मार्गातला सर्वांत मोठा अडथळा बनणार होती. विमानाच्या पंख्याविषयीची ही गोष्ट आम्हाला शस्त्रक्रिया झाल्यावर समजली.

अपघातानंतर लगेच माईकनं विमानाचा पंखा पोत्यात गुंडाळून ठेवला. मीडियानं त्याचे फोटो घेऊ नयेत म्हणून. पुढचे कित्येक दिवस चॅनेलवाले आणि पत्रकार त्याच्या घराभोवती तळ ठोकून होते. काहींनी तर तोडफोड करून हॅन्गरमध्ये घुसण्याचा प्रयत्न केला. त्यानं नियमानुसार पंखा एफ.ए.ए.च्या ताब्यात दिला होता. सध्या तो एका अज्ञात स्थळी त्यांच्या 'एव्हिडन्स रूम'मध्ये आहे, पुढच्या दोन-एक वर्षांकरता. विमान कॅन्सासमध्ये एका गॅरेजमध्ये चुपचाप नेण्यात आलं- पुढील दुरुस्तीकरता. लॉरेनला लागला त्या पंख्याला दोन पाती होती. आता त्या विमानाला तीन पात्यांचा पंखा आहे. दोन पाती का तीन हे तो-तो पायलट ठरवतो.

तरीही, फिरण्याची गती आणि पात्यांचा आकार यांनी अपघातात फार महत्त्वाची भूमिका बजावली. हस्कीचं इंजिन 'आयडलिंग्'ला ६२५ ते ६७५ आर.पी.एम. गतीनं फिरत असतं. म्हणजेच पंखा सर्वांत हळू फिरत असतानादेखील, प्रत्येक पातं सेकंदाला दहा वेळा फिरत असतं. हे पातं लोणी लावायच्या सुरीसारखं सपाट नसतं. पवनचक्कीच्या पात्यांप्रमाणे हे थोडं वक्राकार असतं. आमच्या लक्षात आलं की लॉरेनला फिरणाऱ्या पात्याची फक्त कड लागली होती. पण वक्राकार असल्यानं एवढं पुरेसं होतं. पात्याचा किती भाग तिला लागला असेल? एखाद्या नाण्याच्या जाडीच्या दीडपट. म्हणजेच इंचाचा सोळावा भाग. इनमीन एक सोळांश इंच. ओझरत्या स्टीलच्या एवढ्याशा स्पर्शानं माझ्या मुलीला इतकं घायाळ केलं होतं.

माझ्या दृष्टीनं हा सर्वांत मोठा विरोधाभास होता. लॉरेन एकसोळांश इंच दुरून चालली असती तर ती आज या अवस्थेत नसती. याउलट ती आणखी कणभर जरी पात्याच्या जवळून गेली असती तरी मानेतून जाणारी आणि मेंदूला रक्त पुरवणारी तिची 'सबक्लेव्हिअन' धमनी कापली गेली असती आणि लॉरेन प्राणांना मुकली असती. जगणं आणि हा आघात यात इतकं थोडं अंतर होतं. वरकरणी एकमेकांशी संबंध नसलेल्या अनेक गोष्टी एकत्र येऊन हे वादळ आमच्यावर कोसळलं होतं.

लॉरेनच्या जागी दुसरं कोणी असतं तरी असा अपघात होऊ शकला असता ही

जाणीव काही क्लेश कमी करत नाही. त्या रात्री मी तिथं असायला हवं होतं! अपघात टाळण्यासाठी मी काही करू शकलो असतो का नाही मला ठाऊक नाही, पण माझ्या लाडकीवर मी नजर तरी ठेवली असती.

अपघाताची जागा पाहिल्यावर मी परत परत प्रत्येक बारकाव्याचा विचार करत होतो. माझा नाइलाज होता. कदाचित बापाचं हृदय असं करायला मला भाग पाडत असेल- विशेषतः अनेक गोष्टींचं कोडं कायम असल्यामुळे.

मला एवढं नक्की माहीत आहे की त्या रात्री उत्तरेकडून वारं वाहत होतं; हेच जर दक्षिणेकडून वाहत असतं, तर आज परिस्थिती वेगळी असती.

# पुढचे चोवीस तास

## ब्रिटनी

ॲम्ब्युलन्सबरोबर आलेल्या वैद्यकीय मदतनिसांनी नंतर पत्रकारांना सांगितलं की, घटनास्थळी पोहोचल्यावर लॉरेनच्या जखमांचं स्वरूप पाहून त्यांनाही धक्का बसला होता. झालेला रक्तस्राव, डोक्यावरच्या जखमा पाहून ती जगणार नाही असंच त्यांना वाटलं होतं किंवा जगलीच तरी तिचा मेंदू पूर्ववत काम करू शकणार नाही.

अपघातानंतर हॉस्पिटलमध्ये त्या न संपणाऱ्या रात्रीत लॉरेनच्या जखमांचं गांभीर्य हळूहळू आमच्यापर्यंत पोहोचवण्यात आलं. त्याच संध्याकाळी 'स्थिर' प्रकृती हा जादुई शब्द आमच्या कानावर पडला होता, त्यामुळे तिच्या जिवाला धोका नाही हे आम्हाला कळलं होतं. पण ती पुढेही आम्हाला परिचित असलेली लॉरेन राहील का, हा प्रश्न मनात घर करून होता.

हॉस्पिटलमधले सर्वच आमच्याशी संवेदनशीलपणे वागत होते. तरी आमच्या इच्छेनुसार ते प्रामाणिकपणे आमच्याशी देवाणघेवाण करत होते. त्या रात्री आमच्या मदतीला आलेले सगळेच लोक भन्नाट होते. एकापाठोपाठ एक येणारी धक्कादायक माहिती झेलायला त्यांचा खूप आधार मिळाला.

मला आठवतंय, सगळ्यात आधी मेंदूवरची शस्त्रक्रिया झाली. तुटून, मेंदूत रुतून बसलेला कवटीचा तुकडा आधी बाहेर काढावा लागला. हा भयानक प्रकार होता. हे करताना बरीच काही गडबड होऊ शकते असं डॉक्टरांनी आम्हाला सांगितलं. जिथं लॉरेनच्या मेंदूला इजा पोहोचली होती, त्या डाव्या भागातून आपल्या व्यक्तिमत्त्वावर, वागणुकीवर, स्मरणशक्तीवर आणि भाषेवर नियंत्रण ठेवलं जातं. अशा प्रकारे अपघात झालेले लोक पूर्णपणे बरे न होण्याची खूप शक्यता असते. ते तर्कट, हिंस्र वगैरे होऊ शकतात. लॉरेनचा मेंदू जरी बरा झाला, तरी लहान

मुलाप्रमाणे तिला बऱ्याच गोष्टी आधीपासून शिकाव्या लागल्या असत्या.

रात्र सरत गेली तशा तशा एकापाठोपाठ एक वाईट बातम्या येतच राहिल्या. आम्ही सगळेच सुन्न झालो होतो.

मेंदूवरची शस्त्रक्रिया ठीक पार पडल्यावर, हातावर शस्त्रक्रिया करणारे डॉक्टर्स कामाला लागले. तिचा डावा हात मनगटाच्या जवळ कापला गेला होता. थोडा आणखी वर तुटला असता, तर कदाचित तो परत जोडता आला असता. पण पंजा पूर्णपणे ठेचला गेल्याने, मनगटाच्या हाडाच्या वरतीच कापून काढावा लागला. असं केल्यानं कृत्रिम हात बसवणं सुलभ होणार होतं.

सर्जन्सच्या आणखी एका गटानं तिच्या खांद्यावर शस्त्रक्रिया केली. तिच्या डाव्या डोळ्याचे जवळजवळ दोन तुकडेच झाले होते. कवटीची आणि चेहऱ्याची हाडं डोळ्याच्या वरच्या आणि खालच्या बाजूला भंग पावली होती. सर्जन्सनं डोळ्याच्या वरच्या आणि खालच्या बाजूला त्वचेखाली प्लेट्स बसवल्या. दुसऱ्या दिवशी शरीराला थोडी उसंत मिळाल्यावर डोळा काढून टाकण्यात येणार होता. पण वाइटात चांगलं म्हणजे पहाटे सहाला त्यांनी हा बेत बदलला. डोळ्यातल्या काही पेशींमध्ये त्यांना धुगधुगी आढळली होती आणि डोळा परत शिवून ती जखम भरेल आणि तिला पुढे कधी तरी त्या डोळ्यानं बघता येईल, अशी आशा त्यांना होती.

सर्व सर्जन्स म्हणाले की जखमांमध्ये इन्फेक्शन होऊ नये म्हणून सतत जखमा स्वच्छ करणं आवश्यक होतं. कारण विमानाच्या पंख्याच्या पात्याला ग्रीस, धूळ, किडे- काय वाटेल ती घाण लागलेली असते.

रविवारी, म्हणजे ४ डिसेंबरला सकाळी साडेसातच्या सुमाराला डॉक्टरांनी आम्हाला घरी जाऊन थोडी विश्रांती घ्यायला सांगितलं. दहा वाजता डोळ्यावर शस्त्रक्रिया सुरू होणार होती आणि हे काम दुपारी साडेचारपर्यंत चालणार होतं. तोपर्यंत तिथं करण्यासारखं आमच्यापाशी काही नव्हतं. आम्हाला जावंसं वाटत नव्हतं; पण जाण्यात शहाणपणा होता. आम्ही सगळेच रात्रभर जागे होतो. बाबाला तर सर्दीही झाली होती. त्याला या सगळ्याचा जास्त धक्का बसला होता.

शॉन आणि मी घरी जाऊन थोडं झोपायचा प्रयत्न केला. मग उठून आई-बाबांकडे गेलो. मला वाटत नाही पंधरा मिनिटांपेक्षा जास्त कोणी झोपलं असेल. बाबा हातात मोबाइल पकडून नुसता येरझारा घालत होता. आई नुसतीच तळमळत पडली होती. शॉन आणि मी पोहोचल्यावरसुद्धा बाबाचं एकच पालुपद चालू होतं – "आपल्याजवळ आणखी लोक पाहिजेत. आणखी माणसं आपल्याभोवती हवीत." मला तर भीती होती की बाबांनाच ॲडमिट करावं लागेल. तो सुन्न आणि गोंधळलेला– या दोन अवस्थांतून जात होता.

लवकरच आमचे स्नेही डेव्हिड आणि एलिझाबेथ आले. त्यांच्या पाठोपाठ ख्रिस आणि डॅना. मग माईक आणि शॅनन. ख्रिस विल्सन, ब्रायन आणि टॅमी. दुपारपर्यंत घरात साठ लोक जमले होते. कोणी कोणी काहीतरी खायला आणलं होतं. अंत्यसंस्कारानंतरच्या रिसेप्शनसारखं वाटत होतं हे सगळं. बाबानं डेव्हिड आणि ब्रायनच्या मध्ये कोचावर बसून दुपार काढली. किंबहुना अंगाचं छोटं मुटकुळं करून डेव्हिडच्या मांडीवर डोकं ठेवून तो पडून होता.

आमच्या मित्रपरिवारानं आमचा सर्वांचा ताबा घेतला. लोची मैत्रीण कॅरोलीन क्लार्कनं संपर्कासाठी एक संकेतस्थळ सुरू केलं. तिच्याबरोबर आईची मैत्रीण शॅनन केन्डॉल होती. शॅननचा मुलगा कार्टर आणि लॉरेन नववीत असताना अधूनमधून डेटिंग करायचे. या संकेतस्थळावरून कुटुंबीय आणि मित्रपरिवाराला ताज्या बातम्या आणि लोसाठी प्रार्थना करण्याच्या विनंत्या आम्ही लोकांपर्यंत पोचवत होतो. शॅरन आणि सिंडी किचननं जेवणखाण्याचा ताबा घेतला. हॉस्पिटलमधून जाण्या-येण्यात आई-बाबांचा वेळ जाऊ नये म्हणून ट्रेसी आणि डेनिस मेटेन या जोडप्यानं हॉस्पिटलजवळ एका हॉटेलात त्यांच्यासाठी खोली बुक केली.

सगळीकडे लोक लॉरेनच्या कथेकडे लक्ष देऊन होते. संकेतस्थळ सुरू झाल्यावर लगेचच फोन आणि ई-मेल्सचा ओघ सुरू झाला. काहींना पैसे देऊन हातभार लावायचा होता. शॅरननं सुचवलं की येणारी मदत साठविण्यासाठी बँकेत खातं उघडावं.

***

लॉरेनच्या डोळ्यावर शस्त्रक्रिया चालू असताना आई-बाबा सतत सर्जिकल आय.सी.यू.च्या संपर्कात होते. अर्ध्या अर्ध्या तासानं आम्हाला लॉरेनच्या अवस्थेबद्दल फोनवरून कळवण्यात येत होतं.

दुपारी लॉरेनची शस्त्रकिया संपण्याच्या थोडा वेळ आधी आम्ही पुन्हा हॉस्पिटलमध्ये आलो. आमची वाट पाहत सुमारे शंभर लोक आय.सी.यू.च्या बाहेर थांबले होते. शॉननं मेसेज पाठवल्यामुळे जेम्सही तिथं आला होता. तो आमच्यासाठी आवश्यक ती सर्व मदत करणार होता. "मला ठाऊक आहे," म्हणून शॉननं पुन्हा एकदा त्याला मिठी मारली.

एव्हाना आम्ही सगळेच बऱ्यापैकी सावरलो होतो- अगदी बाबासुद्धा. शस्त्रक्रिया झाल्यावर आम्हाला आय.सी.यू.त जायला परवानगी मिळाली. लॉरेनला तिथं, त्या अवस्थेत पाहिल्यावर बाबाचा तोल पुन्हा एकदा सुटला. त्याचं रडणं थांबेना. लॉरेनच्या नाका-तोंडातून नळ्या घातल्या होत्या. तिला अनेक प्रकारच्या मॉनिटर्सला जोडलेलं होतं. आई मनातल्या मनात बाह्या सरसावून येणाऱ्या दिवसांकरता तयार होत होती. आम्ही थोड्याच वेळात आय.सी.यू.तून बाहेर आलो.

त्या संध्याकाळी पहिल्यांदाच डॅलासच्या स्थानिक टीव्हीवरून लॉरेनची बातमी दाखवण्यात आली. आम्ही पाहिलंच नव्हतं. कोणीतरी सांगितलं म्हणून समजलं. यातून फार काही निष्पन्न होणार नाही, असं आम्हाला वाटलं होतं.

अपघाताच्या दुसऱ्या रात्रीपर्यंत (रविवार रात्र) लॉरेनला मोठ्या प्रमाणात गुंगीची औषधं देण्यात येणार होती. ती जागी व्हायची शक्यता नव्हती. आई-बाबा हॉटेलवर गेले. शॉन आणि मी घरी जायची तयारी केली. आय.सी.यू.तील नर्स कॅरोल, चर्चमुळे आमच्या ओळखीची होती. रात्रभर कॅरोल लॉरेनसोबत असल्यानं आम्ही जास्त निर्धास्त होतो.

हॉस्पिटलच्या पार्किंगमध्ये आम्ही थोडा वेळ गाडीतच बसून राहिलो. शॉननं माझा हात हातात घेऊन घट्ट धरून ठेवला. मी समोर काचेबाहेर टक लावून बघत होते. मग माझ्या नवऱ्याकडे बघण्याची चूक मी केली. अपघाताच्या पहिल्या रात्री, आई-बाबा कोलमडलेले असताना मी खंबीरपणा टिकवला होता. लॉरेनला हॉस्पिटलमध्ये पाहिल्यावरसुद्धा मी अश्रूंवर ताबा ठेवला होता. लॉरेनच्या डोक्यावरचे निम्मे केस पूर्णपणे काढलेले होते. डोकं चेंडूएवढं सुजलं होतं. माझी बहीण पूर्ववत होईल की नाही, याचा पत्ता नव्हता. तरी मी स्वतःला सावरलं होतं.

माझ्या जुळ्या बहिणीला काहीही झालं, तरी ती बरी होण्याकरता मला जे-जे शक्य होतं, ते सर्व मी करणार होते; सर्वशक्तिनिशी करणार होते. हा निर्णय मी एका क्षणात घेतला होता. शॉनसकट आम्हा सगळ्यांचाच तो निर्धार होता हे मला ठाऊक होतं. शॉनच्या डोळ्यांत मी ते पाहत होते.

मी तिथल्या तिथं ठरवलं की हॉस्पिटलच्या बाहेर, माझ्या नवऱ्याबरोबर गाडीत असतानाच मी रडेन. तो आणि मी ही लढाई एकत्र लढणार होतो. मी अन्य कुठंही रडणार नव्हते. मी शॉनच्या खांद्यावर डोकं टेकलं आणि माझ्या दाबून ठेवलेल्या अश्रूंना मुक्तपणे वाट करून दिली.

# ओळखीची पहिली चिन्हं

## शेरिल

रविवारी रात्री, लॉरेनचं डोळ्याचं ऑपरेशन झाल्यावर आठच्या सुमाराला जेफ आणि मी सुमारे मैलभर दूर असलेल्या आमच्या हॉटेलच्या खोलीवर गेलो. आम्ही एकमेकांशी बोलूही शकत नव्हतो. आम्ही जेमतेम श्वास घेऊ शकत होतो. आम्ही जेवलो की नाही, हेही मला आठवत नाहीये. शॉवर घेऊन, कपडे बदलून बिछान्यावर पडल्याचं आठवतंय. जेफनं बायबलचं 'साम ४६' हे पान उघडलं होतं. त्याच्या खांद्यावरून पाहत मी वाचलं –

'ईश्वर आमचा आधार आणि शक्ती आहे,
संकट काळी मदतीला सरसावलेला.
त्यामुळे धरणी दुभंगली तरी आम्ही निर्भय राहू.'

आमच्या दृष्टीनं धरणी खरोखर दुभंगली होती. ईश्वराचा आधार होताच. पण मी फार फार थकले होते. हा अपघात होणार हे ईश्वराला ठाऊक असणार अशी माझ्या मनात भावना होती. पण टाळणं शक्य असून त्यानं हा अपघात घडू दिला होता. त्याअर्थी यामागे काहीतरी हेतू असणार. आताच सर्व प्रश्नांची उत्तरं मिळणार नव्हती. पण ईश्वरानं लॉरेनसाठी काहीतरी योजून ठेवलंय, या दृढ श्रद्धेमुळेच मी टिकून राहू शकले.

दिवे मालवून जेफ आणि मी अंधारात पडून होतो. मला झोपी जाऊन सर्व विसरायचं होतं; पण ते शक्य झालं नाही. देवाला प्रार्थना करायची होती, त्याच्याकडून काहीतरी ऐकायचं होतं; पण नेमके शब्द सुचत नव्हते. मनात कुठंतरी ईशस्तवनपर ओळी असणार, पण या क्षणी मला काहीच आठवत नव्हतं. काही क्षणांपूर्वीच वाचलेल्या 'साम ४६'च्या ओळीही आठवल्या नाहीत. घड्याळात मध्यरात्रीचे बारा

वाजलेले पाहिले. मग १२.३०, १२.४५. झोप हवीय. एक वाजायच्या थोडंसंच आधी माझ्या मनात एकच शब्द उमटला... तो प्रार्थना म्हणून मी उच्चारला.

येशू!

माझ्या सर्व आशा, निराशा मी त्याच्या पायांवर ठेवल्या. तोच माझा आधार. जी प्रार्थना मी शब्दांत मांडू शकत नव्हते, ती प्रार्थना येशू समजून घेईल. मी याच शब्दाचा पुनरुच्चार करत राहिले. येशू... येशू... येशू.

मी पुन्हा घड्याळाकडे पाहिलं तेव्हा पहाटेचे पाच वाजले होते. मला थोडी झोप लागली होती. जेफलादेखील. चार तास का होईना. आम्ही सकाळी ठीक सहाला लॉरेनला भेटायला गेलो. "तिनं काही हालचाल केली का?" मी नर्सला विचारलं. "डोळे उघडले का? काही बोलली का ती?"

नर्सनं फक्त मान हलवली- नकारार्थी. आमचे गावाबाहेरचे नातेवाईक येऊ लागले. माझ्या दोन बहिणी, नणंद आल्या. हॉस्पिटलची वेटिंग रूम आप्तेष्टांनी भरून गेली. जेफ, ब्रिटनी किंवा मी- आमच्यापैकी कोणीतरी एक जण सकाळभर लॉरेनसोबत होतो. दुसरे दोघं बाहेर नातेवाइकांशी बोलत होते.

मी खोलीत लॉरेनकडे बघत होते. तिचे डोळे मिटलेले होते, ती बिछान्यावर निपचित पडली होती. मला डॉक्टरांचे शब्द आठवत होत- हे दुखणं प्रदीर्घ काळ चालणार आहे. दिवस किंवा आठवडेच नाही, तर कदाचित कित्येक महिने सुधारणेची चिन्हं दिसणारही नाहीत. माझी प्रार्थना चालूच होती. आम्हाला काहीतरी धुगधुगी बघायची होती. छोटीशी हालचाल. एखादा शब्द. काहीतरी. काहीही.

सोमवारी सकाळी लॉरेनच्या हातावर आणखी एक ऑपरेशन करणार होते. इतके दिवस उघडी ठेवलेली जखम आता शिवून बंद करायची होती. यामुळे इन्फेक्शन होण्याची शक्यता कमी झाली असती. माझ्या मनातली खळबळ चालूच होती. ईश्वर पाठीशी होताच; पण लॉरेनच्या जागी मी असायला हवे होते असं सारखं वाटत होतं. मनानं मी पार थकून गेले होते. असहाय वाटत होतं. हे वाईट स्वप्न आहे आणि चुटकीसरशी ते विरून जावं, असं मनोमन वाटत होतं.

ऑपरेशन संपवून लॉरेनला पुन्हा आय.सी.यू.त आणलं गेलं. जेफनं तिचा दुसरा हात धरला होता. तो तिच्याकडे टक लावून बघत होता. एका हातानं तिचा हात कुरवाळत होता. "लॉरेन," तो हळूच पुटपुटला. मग अधिक जोरानं- "लॉरेन, तुला जर माझं बोलणं ऐकू येत असेल तर माझा हात दाब." जेफ असं का म्हणाला मला ठाऊक नाही. कदाचित आमच्या सगळ्यांच्या मनातल्या भावनेला तो कृतीचं रूप देत असेल.

त्या क्षणी जेफला रडू आलं.

मला ते दिसलं होतं. एक अतिसूक्ष्म हालचाल. लॉरेननं हात हलवला होता. आमची लेक लढत होती.

जेफनं पुन्हा एकदा लॉरेनला हात हलवायला सांगितलं. पण या वेळी कोणतीच हालचाल झाली नाही. हरकत नाही. मळभानं झाकोळलेल्या लॉरेनच्या मनात बाहेरून आलेला विचार शिरकाव करू शकला होता. तिनं त्या विचाराचा अन्वयार्थ लावून प्रतिसाद दिला होता. मी मनातल्या मनात 'आमेन' म्हणाले. ''येशू, मी आभारी आहे.''

त्याच दुपारी लॉरेनच्या घशातली नळी काढली गेली. ती काही बोलली का, अशी स्पीच पॅथॉलॉजिस्टनं चौकशी केली. आम्ही मान हलवली. ''तिला काहीतरी म्हणायला सांगा. बघा प्रतिसाद देतेय का,'' त्यानं सूचित केलं.

जेफ पुन्हा लॉरेनचा हात हातात घेऊन म्हणाला, ''लॉरेन, मी डॅड बोलतोय. आम्ही सगळे तुझ्या सोबत आहोत. तुला जर हे ऐकू येत असेल, तर 'हाय' म्हण.''

''येशू, तू सर्व काही करू शकतोस,'' मी प्रार्थना केली.

या वेळी प्रतिसादाला तितकासा वेळ लागला नाही. तिच्या चेहऱ्यावरूनही काहीतरी जाणीव सरकली. डोळा अर्धवट उघडून पुन्हा मिटला. ओठांची थोडी हालचाल झाली. आणखी एक ठिणगी. आम्ही श्वास रोखून धरला होता.

''लॉरेन, तुला माझं बोलणं ऐकू येत असेल, तर 'हाय' म्हण,'' जेफ पुन्हा म्हणाला

''हाय,'' लॉरेन अस्फुटपणे म्हणाली.

यानंतर पुन्हा काही नाही. ओळखीची जाणीव नाही. पुटपुटणं नाही. हाताची हालचाल नाही. तासाभरानं माझी बहीण स्यू तिच्या शेजारी बसली. ''स्यू मावशी बोलतेय. लॉरेन, मावशीला 'हाय' म्हण,'' मी म्हणाले. खोलीत शांतता होती आणि मग, ''आय लव्ह यू,'' लॉरेन पुटपुटली. तिचं पहिलंच संपूर्ण वाक्य. आमचा आनंद गगनात मावेना! ''ही माझी लॉरेन,!'' मी मनात म्हटलं. ''ती लढणार आणि लवकर बरी होणार.'' पण पाठोपाठ थोडीशी निराशाही झाली. कारण नंतर लॉरेन काहीच बोलली नाही. परस्परविरोधी भावना मनात येण्याचे लाखो छोटे छोटे प्रसंग पुढे घडले. त्यातलाच हा एक. एकीकडे मला माझ्या लेकीच्या लढवय्या वृत्तीचा अभिमान वाटत होता, ईश्वराविषयी कृतज्ञता वाटत होती, पण दुसरीकडे लॉरेन अजून आय.सी.यू.त आहे, ही जाणीव होती. शिवाय ती पूर्ण जागी होईल आणि अपघाताचं गांभीर्य तिला जाणवेल, तेव्हा तिची प्रतिक्रिया काय असेल याचीही काळजी होती.

बोलत नसली तरी तिला ऐकू येत असणार आणि थोडंफार समजतही असणार, असं डॉक्टरांचं म्हणणं पडलं. अशा वेळी पेशंटचं मन गोंधळून गेलेलं असतं आणि

त्यांना सुसूत्रपणे विचार मांडता येत नाहीत. त्या दुपारी ब्रिटनीही तिच्या बिछान्यावर बसून तिच्याशी बोलली. तिला अपघात झाल्याचं आणि खूप मार लागल्याचं तिनं हलक्या आवाजात सांगितलं. ब्रिटनी जशी बोलली, तसं लॉरेननं तिचा हात दाबला. आम्ही सगळ्यांनी ते पाहिलं. काही वेळानं ब्रिटनीनं तिला नाव विचारलं.

"लॉरेन," उत्तर आलं! अशा छोट्या छोट्या गोष्टीत आम्ही आनंद मानत होतो.

एव्हाना आम्हा कुटुंबीयांखेरीज, इतरही कोणी तिला भेटलं तर चालेल असं डॉक्टरांनी सांगितलं. अनेक स्नेही, लॉरेनच्या कॉलेजातले मित्र-मैत्रिणी वगैरे येऊन गेले. आमच्याबरोबर त्यांनी प्रार्थना केली. बहुतेक वेळा लॉरेन प्रतिसाद देत नव्हती. एकदा जेम्स आला. तो आल्याचं जेफनं सांगितलं; पण काहीच प्रतिसाद नाही. जेम्सनं ही गोष्ट मनाला लावून घेतली नाही.

***

त्या दिवशी उशिरा शॅरन केन्डॉलनं मला बाहेर बोलावून घेतलं. तिच्या चेहऱ्यावर काळजीचे भाव होते. "केअरिंग ब्रिज संकेतस्थळावरून मी माझा फोन नंबर काढून टाकला आहे," ती म्हणाली. मी होकारार्थी मान हलवली.

"चर्चमधल्या कोणालाही मदत पाठवायला सुलभ जावं म्हणून मी फोन नंबर साइटवर टाकला होता," शॅरन म्हणाली. "पण फोन सतत वाजतो आहे. टीव्ही चॅनल्स, वर्तमानपत्र, रेडिओवाले. युरोपातूनही फोन येताहेत." मी सुस्कारा सोडला. "काय करावं मलाही समजत नाहीये. मलाही मोबाइलवर सतत फोन येताहेत. मी ते सर्व व्हॉइसमेलकडे वळवते आहे." मीडियावाल्यांना चर्चच्या संकेतस्थळावरून मिळाला असणार.

जेनी हॅरेल एका मैत्रिणीच्या ओळखीची होती. मीडिया जगताशी तिचा संबंध होता, त्यामुळे हे फोन घ्यायची जबाबदारी तिनं स्वीकारली. 'गुडमॉर्निंग अमेरिका' आणि 'टुडे शो'च्या लोकांनी लवकरच तिला फोन केला. आम्ही राष्ट्रीय टीव्हीवर निवेदन द्यावं असं त्यांचं म्हणणं होतं; तेसुद्धा 'लाइव्ह'. मी जेफशी याबद्दल बोलले. आम्ही सुन्न झालो. हा अपघात ही खासगी बाब होती. लोकांना काय सांगणार? आम्हाला हे काही नको होतं. पण मग जेफनं आमच्या पॅस्टरचा सल्ला घेतला. आणखी एका अनुभवी मित्राला विचारलं. त्याचं म्हणणं असं की आम्ही निवेदन देणं जास्त उपयुक्त ठरेल. कारण आम्ही काही म्हणो न म्हणो, मीडिया ही गोष्ट बाहेर काढणारच. त्यामुळे आम्ही पुढाकार घेतला तर सत्याचा विपर्यास केला जाण्याची शक्यता जरा कमी. आमच्या पॅस्टरनाही असंच वाटत होतं. आम्ही संमती दर्शवली.

मंगळवारी पहाटे पाचची वेळ ठरली. आम्ही कोणत्याही चिठ्ठ्याचपाट्या न घेता एकानंतर एक मुलाखती दिल्या. मीडियावाल्यांनाही आम्ही 'जसे आहोत तसे' लोकांपुढे दाखवायचे असावेत. कॅमेऱ्यासमोर जाण्यापूर्वी जेफनं आणि मी प्रार्थना केली.

'टुडे शो'ची ॲन करी अतिशय छान बोलली आमच्याशी. लॉरेन अजून जिवंत आहे हा आम्हाला चमत्कार वाटतो का, असं तिनं विचारलं. ''ईश्वरानं तिला जिवंत ठेवलं याबद्दल आम्हाला कृतज्ञता वाटते,'' जेफ म्हणाला. ''आम्हा सर्वांप्रमाणेच लॉरेनची येशूवर मनापासून श्रद्धा आहे. आमच्या भोवतालचा मित्रपरिवारही आमच्यासाठी प्रार्थना करतोय. कठीण काळ असला तरी आम्हाला आशेचा किरण दिसतोय. लॉरेन ताकदवान मुलगी आहे. कणखर आहे. तिचा आहार उत्तम आहे. ती लढणार आहे.''

ॲननं लॉरेनच्या स्वभावाविषयी विचारलं. या वेळी मी उत्तर दिलं. ''लॉरेन ही मुलगी मनातलं साध्य करून दाखवणाऱ्यांपैकी आहे. येशू या अपघाताचा वापर तिच्या भल्यासाठी करेल याची तिला खात्री आहे. ती स्वतःही तसंच करेल. जेव्हा सगळ्या गोष्टी तिला कळतील, तेव्हा तिला अवघड जाईल. डावा हात गमावणं काही साधी गोष्ट नाही, पण ती लढणार.''

या मुलाखतीपाठोपाठ 'गुड मॉर्निंग अमेरिका'करता जॉर्ज स्टेफॅनोपूलॉसनं मुलाखत घेतली. त्या रात्री नेमकं काय घडलं हे आम्हाला उकललं का, अशी त्यानं चौकशी केली. त्यानंही आस्थेनं लॉरेनची विचारपूस केली. लॉरेन नुकतीच बोलायला लागल्याचं आम्ही जॉर्जला सांगितलं.

मी माझ्या डोळ्यांनी घटनास्थळी काय पाहिलं, असं जॉर्जनं विचारल्यावर मात्र मला रडू कोसळलं. ''मी केवळ तिला धरून ठेवलं होतं. मदत मिळेपर्यंत नुसतं तिच्याकडे, तिच्या अवस्थेकडे बघत बसणं ही सर्वांत अवघड गोष्ट होती.''

चित्रीकरणानंतर जेफ आणि मी लॉरेनच्या खोलीत गेलो. आज आम्हाला जास्त प्रगतीची अपेक्षा होती. लॉरेननं आणखी काही शब्द उच्चारावेत अशी विशिष्ट प्रार्थना आम्ही केली. मुख्य म्हणजे दिवस मावळायच्या आत तिनं काहीतरी हालचाल करावी, अशी आमची इच्छा होती. आम्ही देवाला साकडं घातलं.

मॅट चॅन्डलरच्या सुंदर पत्नीचं नावही लॉरेन आहे. या देवभक्त स्त्रीनं संध्याकाळी आमची भेट घेतली. ती एक उत्तम संगीतकार आहे. तिनं लोसमोर गायची इच्छा व्यक्त केली. संगीतामुळे मनातल्या प्रक्रियांना चालना मिळते आणि पेशंटला शांत वाटतं, दिलासा मिळतो, असं डॉक्टरांनीही सांगितलं. ती 'यू आर फेथफुल' हे लोचं आवडतं भक्तिगीत म्हणाली. लोच्या चेहऱ्यावर पुसटशी ओळख दिसली.

आमच्या चर्चचे मायकल ब्लीकर आले. त्यांनीही गाण्याची इच्छा व्यक्त केली. अपघाताच्या पहिल्याच रात्री आम्हाला प्रचंड धीर देणारे आणि तेव्हाही गाणं म्हणणारे मायकलच होते. आम्ही चर्चमध्ये कधीतरी गात असलेलं, लोच्या आवडीचं एक गाणं 'रिस्टोरेशन' मायकल गायले. साम ३०:११वर हे गीत आधारित आहे. ''तू माझ्या सुतकाचं रूपांतर, जोषपूर्ण नृत्यात केलं आहेस.''

"येशू," मी प्रार्थना केली. "लॉरेनचं शरीर हालचाल करू दे. काहीतरी. काहीही."

मायकल गात राहिले.

"येशू, तू सर्वकाही पूर्ववत करू शकतोस," मी प्रार्थना केली आणि हळूहळू मायकल शेवटच्या ओळी गात असताना... अगदी अलगद, लॉरेननं तिचं पाऊल वर उचललं.

# पहिल्या आठवड्याची अखेर

## जेफ

लॉरेनच्या अपघाताची बातमी म्हणजे झंझावात ठरला. मंगळवार, ६ डिसेंबरपर्यंत डझनभर मीडियावाल्यांनी आमच्या मुलाखती, विशेष लेख वगैरे 'कव्हरेज' द्यायची विनंती केली. त्यात मोठमोठी नावंही होती – 'अॅन्डरसन कूपर ३६०', '२०/२०', 'एन्टरटेन्मेंट टुनाईट' वगैरे जगभरातले वर्तमानपत्र आणि टीव्ही शोजवाले.

आम्ही काही कपडे घेण्याकरता घरी गेलो तर एक स्थानिक कॅमेरा क्रू आमच्या अंगणात हजर होता. दुसरे दोन पत्रकारही होते. आमची याला तयारी नव्हती, म्हणून आम्ही 'मुलाखत देणार नाही' असं त्यांना नम्रपणे सांगितलं. घरात गेलो तर आन्सरिंग मशिन निरोपांनी भरलेलं होतं. यांतले निम्मे संदेश हितचिंतकांचे होते, तर उरलेले मीडियावाल्यांचे. आमच्या एका मित्रानं 'ए लॅरी रॉस कम्युनिकेशन्स' हे एका पब्लिक रिलेशन्स कंपनीचं नाव सुचवलं. आमची केस आता 'हाय प्रोफाईल' बनली होती. या कंपनीला अशा केसेसचा अनुभव होता. रॉसनं त्याच्याकडच्या ज्येष्ठ अधिकाऱ्यांना आमच्याकडे पाठवलं. मीडियासंबंधी सर्व काम त्यांच्यावर सोपवल्यामुळे आम्हाला हायसं वाटलं.

लॉरेनच्या अपघाताला एवढी प्रसिद्धी का मिळतेय हे मला कळेना. तिनं स्वतःचं मासिक सुरू केलं होतं, त्यात सेलेब्रिटीजच्या मुलाखती वगैरे होत्या, हे ठीक आहे. पण मासिक अजूनही बाल्यावस्थेत होतं आणि लॉरेनही कोणी प्रसिद्ध व्यक्ती नव्हती. ती एक विलक्षण मुलगी होती, हे मला तिच्या जन्मापासूनच ठाऊक होतं; पण असं तर प्रत्येक बापालाच वाटत असतं.

काहींच्या मते, या घटनेतल्या विरोधाभासामुळे तिला एवढी प्रसिद्धी मिळाली. एक देखणी मुलगी- स्वतः मॉडेलिंग करू शकेल इतकी; आणि हा भयानक अपघात आणि आता ती बरी होण्याकरता निकराची झुंज देतेय. अशा मुलीबद्दल सगळ्यांना जबरदस्त आकर्षण वाटत असणार. लोक स्वतःला तिच्या जागी कल्पित असणार. 'हे आमचं कुटुंब असतं तर आम्ही काय केलं असतं?' 'हे सहन करण्याची शक्ती कुठून आणली असती?' लोकांना लॉरेनची कथा स्फूर्तिदायक वाटली. केअरिंग ब्रिज संकेतस्थळावर लोक तिच्यासाठी प्रार्थना करत होतेच; शिवाय तिच्या जिद्दीपासून स्फुरणही घेत होते.

पण एवढी प्रसिद्धी मिळणं हे चांगलं असलं तरी त्याबरोबर काही वाईटही वाट्याला येतं, हे लवकरच आमच्या लक्षात आलं. मोठ्या प्रमाणावर लोक आमच्या पाठीशी आहेत ही भावना सुखावणारी होती. पण या प्रसिद्धीमुळे पार्कलॅन्ड हॉस्पिटलला त्यांची सुरक्षा व्यवस्था वाढवावी लागली. ताज्या बातम्या मिळवण्यासाठी लोक तिथं गर्दी करत होते. अनोळखी लोक आले- आशीर्वाद आणि भेटवस्तू घेऊन. पण इतर काही लोक नेमके का आले हे आम्हाला कळलं नाही. लॉरेनच्या सुरक्षिततेकरता हॉस्पिटलनं सर्व कागदपत्रं, तक्ते वगैरेंमध्ये तिचं नाव बदलून 'स्काय' हे पेशंटचं नाव म्हणून नोंदवलं. काही नर्सेस तर तिला याच नावानं हाक मारायच्या.

मंगळवार दुपारपर्यंत बिछान्यातच का होईना, पण लॉरेन थोडी हालचाल करू लागली. आणखी काही शब्दं आणि वाक्यं बोलली. थेरपिस्टनं केलेल्या सूचनांचं ती पालन करू लागली होती- 'बोटं हलव', 'हात वर कर' वगैरे. ब्रिटनी खोलीत आली तर तिनं डोळा उघडला आणि उत्साहात 'हाय, ब्रिट' म्हणाली. नंतर एकदा नर्सला स्पष्टपणे 'थँक यू' म्हणाली. आम्हाला उद्देशून, 'सॉरी, मी फार झोपतेय' म्हणाली. सगळ्यांनाच हसू आलं.

त्याच दिवशी टोनी आणि कॅन्डिस भेटायला आले. कॅन्डिस म्हणजे ख्रिस व डॅना क्रॉफर्डची मुलगी. तिला पाचवा महिना होता. लॉरेनला अपघातापूर्वी कॅन्डिसच्या गरोदरपणाविषयी माहीत होतं. ते आले तेव्हा लॉरेन झोपलेली होती. पण तिनं डोळा उघडला आणि हात पुढे करत कॅन्डिसला थेट प्रश्न केला – ''मी तुझ्या पोटावरून हात फिरवू का?'' अतिशय स्पष्ट आवाजात ती बोलली. कॅन्डिसला हसू आलं. ती लॉरेनच्या जवळ गेली आणि तिला हात फिरवू दिला. हा क्षण हृद्य होता. लॉरेनची स्मृती शाबूत असल्याचं हे लक्षण होतं.

पण एवढं सगळं घडत असूनही मी आतून तितकासा ठीक नव्हतो. माझी सुरुवातीची शक्ती आता क्षीण झाली होती. सर्दी बरी होती; पण कित्येक दिवसांत धड झोप झाली नव्हती. मी थकलो होतो आणि घाबरलोही होतो. पुरुषाला हवं असतं

धडाडीनं परिस्थितीशी दोन हात करणं, आपल्या जवळच्या व्यक्तींची काळजी घेण्यात अग्रेसर असणं. पण मी काहीच करू शकत नव्हतो. भीती आणि असहायतेच्या अजगरानं मला पुरता विळखा घातला होता. नुसतं बसून वाट पाहणं, एवढंच मी करत होतो.

लॉरेनच्या मेंदूला बसलेला धक्का ही चिंतेची सर्वांत मोठी बाब होती. ती जरी बोलू लागलेली असली, तरी पूर्वीची लॉरेन आम्हाला बघायला मिळेल का? पुढे काय घडेल हे डॉक्टर्सनाही सांगता येत नव्हतं. पण तरी एक न्यूरोसर्जन म्हणाले– लॉरेनचे सुरुवातीचे रिपोर्ट्स जर शंभर न्यूरोसर्जन्सना दाखवले असते तर त्यांतले निम्मे लोक तरी म्हणतील की, तिचं व्यक्तिमत्त्व बदलेल आणि ती एक वाक्यही धड बोलू शकणार नाही. या दृष्टिकोनातून पाहिलं तर तिच्या प्रकृतीतली सुधारणा म्हणजे चमत्कारच म्हणावा लागेल. अर्थात, अजून खूप लांबचा पल्ला गाठायचा होता. याखेरीज एखाद्या बापाला पडतील असे प्रश्न मला पडत होतेच – ''जर ही पूर्ण बरी नाही झाली तर?'' ''बरी होवो न होवो, हॉस्पिटलची भलीमोठी बिलं आम्ही कशी भरणार आहोत?''

मुलीसाठी वाटेल ते करायची आमची तयारी असली, तरी चर्चमध्ये काम करून फार काही पैसे मिळत नाहीत. शेरिल आणि मी आता कॉर्पोरेट जगात काम करत नव्हतो. आम्ही आता 'वैवाहिक सल्लागार' म्हणून काम करत होतो. शिवाय व्याख्यानं देऊन आणि आमच्या पुस्तकाच्या विक्रीतून चार पैसे मिळवत होतो. अपघातामुळे उत्पन्नाचे मुख्य स्रोतच बंद झाले होते.

विमा कंपनीनं हॉस्पिटलची काही रक्कम भरली तरी फार मोठी रक्कम आम्हालाच द्यावी लागणार होती. मी बेरीज करत होतो- पॅरामेडिक्स, हेलिकॉप्टर, सर्जन्स, ॲनेस्थेटिस्ट्स, आय.सी.यू., विविध थेरपिस्ट. आणि हॉस्पिटलचा मुक्काम किती लांबणार याचा काहीही अंदाज नाही. पुढे आणखी कोणते संभाव्य खर्च येणार होते? आणखी शस्त्रक्रिया? कृत्रिम अवयव? घरात करावे लागणारे बदल? या सगळ्याचा माझ्यावर प्रचंड ताण होता. एकतर कंगाल होणं किंवा आयुष्यभर बिलं भरत राहणं.

स्टीव्ह आणि मेरी फारार हे आमचे मित्र अपघातानंतर नित्यनेमानं भेटायला यायचे. स्टीव्ह हा धिप्पाड टेक्सन मनुष्य पुस्तक लिहितो आणि पुरुषांसाठी व्याख्यानं देत देशभर फिरतो. तो वयानं माझ्याहून थोडा मोठा आहे. अपघातानंतर चौथ्या दिवशी (बुधवारी) त्यानं सकाळीच फोन करून खरी परिस्थिती काय ते मला सांगायला लावलं.

''फार चांगली नाही,'' मी प्रामाणिक उत्तर दिलं. ''आमचा कसा काय निभाव लागणार आहे कोण जाणे!'' तो काहीच बोलला नाही. त्यानं बायबल उघडून पानं

चाळायला सुरुवात केली असावी. मग इसायाह ३०:१५ या परिच्छेदाचा काही भाग त्यानं वाचून दाखवला – ''स्थिरतेत आणि श्रद्धेतच तुझी शक्ती दडलेली आहे.''

''जेफ, तू सध्या इथं आहेस,'' स्टीव्ह म्हणाला. ''तू गोंधळून गेलेला आहेस. पण ईशवाणी अनुसरून वागणं, एवढंच तुझ्या हातात आहे. शांत हो, स्थिर हो आणि ईश्वर लॉरेनच्या आयुष्यात काहीतरी करतोय, यावर विश्वास ठेव.''

निःशब्दपणे स्टीव्ह थोडा वेळ माझ्यासोबत होता. तो जर प्रत्यक्षात माझ्याजवळ असता, तर त्यानं मला मिठी मारली असती. आणखी थोडं बोलून, आम्ही फोनवरच एकत्र प्रार्थना केली.

***

स्टीव्हनं ऐकवलेले बायबलमधले हे शब्द आमच्यासाठी दिशादर्शक ठरले. एका दिवसापेक्षा जास्त पुढचा विचार केला की मी गांगरून जायचो. मग 'ईश्वर माझ्या आयुष्यावर नियंत्रण ठेवून आहे' असं स्वतःला सांगून मी शांत व्हायचो. फार पुढचा विचार करायचा नाही असं मी ठरवलं. 'एका वेळी बारा तास' हा आमचा कानमंत्र बनला.

हे एका प्रकारे चांगलंच झालं. कारण मंगळवारी रात्रीच 'भेटण्यास मनाई' अशी पाटी आम्हाला लॉरेनच्या खोलीबाहेर लावावी लागली. आम्हा जवळच्या चार-पाच लोकांखेरीज तिच्याजवळ कोणालाही जायला परवानगी नव्हती. इन्फेक्शनचा धोका अजूनही कायम होता आणि लॉरेनला विश्रांतीची गरज होती. तिच्या चेहऱ्याला डोक्यापासून तोंडापर्यंत जखम झाली होती. या जखमेमुळे तुटलेली फेशियल नर्व्ह जर नीट बरी झाली नसती तर तिला हसायला, भुवया एकत्र उंच करायला वगैरे जमलं नसतं. ही नर्व्ह नीट व्हावी म्हणून आम्ही तशी खास प्रार्थना केली.

बुधवार सकाळ- अजूनही लॉरेन मोजकेच शब्द बोलली होती. आज तिला बसता येतंय का, चालता येईल का, हे डॉक्टरांना बघायचं होतं. तिचं श्वसन आणि हृदयक्रिया व्यवस्थित असल्यानं, तिनं लवकरात लवकर स्वतःच्या पायांवर उभं राहून हालचाल करणं महत्त्वाचं होतं. चालू शकणाऱ्या व्यक्तीनं बिछान्यात पडून राहायचं नसतं. तसं झालं तर स्नायू कमकुवत होतात आणि सगळ्याच गोष्टींना बरं व्हायला आणखी वेळ लागतो.

म्हणून त्यांनी लॉरेनला बसवलं आणि खाटेवरून पाय खाली सोडायला सांगितलं. मानेला 'ब्रेस' लावली असूनही तिला डोकं स्थिर ठेवता येत नव्हतं. तिची नजरही शून्यात लागली होती; पण नंतर तिच्या नजरेत जान आली आणि तिनं स्वतःला सावरल्यासारखं वाटलं. त्यांनी तिला व्हीलचेअरवर बसवलं आणि बाहेर आणलं. तिला उभं राहायला मदत केली. लॉरेन एखाद्या सैनिकाप्रमाणे उभी राहिली.

''लॉरेन,'' थेरपिस्ट म्हणाली. ''मला तू चालायला हवं आहेस- वीस पावलं. जमेल तुला? मी तुझा दंड धरलाय. चल, वीस पावलं.'' क्षणभर लॉरेन नुसतीच उभी होती.

''चल, चल,'' मी स्वतःशीच पुटपुटलो. शेरिल आणि ब्रिटनी प्रार्थना करत होत्या.

कसंतरी एक पाऊल पडलं.

''चल लॉरेन. वीसच पावलं, तुला जमेल,'' मी म्हणालो.

एक पाऊल. मग आणखी एक... एकापाठोपाठ एक पाऊल. ती चालत राहिली. आमच्या अपेक्षा आम्ही विनाकारण कमी ठेवल्या होत्या. सगळ्यांचे चेहरे खुलले.

अचानक लॉरेन चालायची थांबली, एखादा स्विच बंद केल्यासारखी.

''काय झालं सोन्या?'' मी विचारलं.

थेरपिस्टनं लॉरेनला सावरलं.

''लॉरेन?'' शेरिलचा आवाज काळजीनं भरलेला होता.

''लो, तुला बसायचंय का?'' ब्रिटनीनं विचारलं. ''तिला बसायचंय असं मला वाटतं.''

''तीस.'' लॉरेन शांतपणे म्हणाली.

''म्हणजे काय?'' थेरपिस्टनं विचारलं.

''पावलं.'' लॉरेन म्हणाली.

'तीस पावलं!' ती चालतेय या आनंदात आम्ही पावलांचा हिशेब ठेवला नव्हता. पण लॉरेननं ठेवला होता. आमच्या आनंदाला उधाण आलं. ती चालू शकत होती. इतकंच नव्हे, तर तिचा मेंदू उत्तम काम करू शकत होता. हा प्रसंग कॅरोलिननं केअरिंग ब्रिज संकेतस्थळावर टाकला; शिवाय रात्रीच्या बातम्यांमध्येही सांगितला गेला. अनेकांनी मला मेसेज पाठवले. 'तीस हा माझा आवडता आकडा झालाय' असं एकानं कळवलं!

गुरुवारी पुन्हा लॉरेन चालली. अगोदरपेक्षा थोडं जास्त. दुपारच्या विश्रांतीनंतर बरीच वाक्यं बोलली, थोडी थट्टा-मस्करीही केली. तिचे काही उच्चार अस्पष्ट आणि अनाकलनीय होते. का कुणास ठाऊक, ती सगळ्यांना 'नगेट' असं संबोधत होती. तिच्या नजरेच्या कक्षेत असलेल्या गोष्टी ती मागायची, पण एखाद्या वस्तूला वेगळ्याच नावानं संबोधायची.

तिला काही स्वप्नं पडली का असं ब्रिटनीनं विचारलं. तिच्या निःसंदिग्ध उत्तरानं आम्ही आश्चर्यचकित झालो- ''मला स्वप्नांत मोठी, सुरेख फुलं दिसली आणि स्वप्नात मी देवाला म्हणाले, 'देवा, मला अशा सुंदर गोष्टी दाखवल्याबद्दल मी तुझी

आभारी आहे,'' आजच्या आणि उद्याच्या दिवसातही 'भेटण्यास मनाई' आदेश लागू होता.

शुक्रवारी सकाळी ती जास्त चालत आणि बोलत होती. पण प्रथमच ती वेदनेबद्दल बोलू लागली. ''बाबा, माझ्या बोटांची पकड सैल करा. खूप दुखताहेत बोटं,'' मला म्हणाली.

ती तुटलेल्या हाताच्या बोटांबद्दल बोलत होती. मी तिला समजावायचा प्रयत्न केला.

''नाही डॅड, नाही. मला माझी बोटं जाणवताहेत. तुम्ही काहीतरी करायलाच हवं. प्लीज, खूप दुखतंय.'' आम्ही नर्सला बोलवलं. वेदनाशामक औषध दिल्यावर लॉरेन झोपली.

उठली तेव्हा तिला भूक लागली होती. पहिल्यांदाच ती असं काहीतरी म्हणत होती. आनंदानं आम्ही तिला 'काय हवंय' म्हणून विचारलं. ''रताळी आणि थोडे ब्रसेल्स स्प्राऊट्स.'' तिनं उत्तर दिलं. तिच्या आवडीचे दोन पदार्थ! थोडी खटपट केल्यावर कुठल्याशा दुकानात मिळाले. पण तिनं एकही घास घेतला नाही. ती झोपून गेली.

शुक्रवारी रात्री लॉरेनची बोटं पुन्हा दुखू लागली. या वेळी ती ब्रिटनीला म्हणाली, ''ब्रिट, माझ्या हाताचं काहीतरी कर. बोटं वाकडीतिकडी अडकली आहेत. प्लीज, तुला काहीतरी करायलाच हवं.'' ब्रिटनीनं शांतपणे तिला समजावलं. ''लो, तुला आठवतंय आपण काय बोललो होतो? हात तिथं आहे असं तुला वाटतंय, पण तो नाहीये.'' लॉरेननं उमगल्यासारखी मान हलवली, पण पुन्हा वीस मिनिटांनी ती तेच बोलली. नसलेल्या हाताला स्पर्श करायचा तिनं प्रयत्न केला. तिचा मेंदू काहीतरी संपर्क साधायचा प्रयत्न करत होता. ब्रिटनीनं पुन्हा सगळं समजावून सांगितलं. लॉरेननं पुन्हा मान हलवली. मग थोड्या वेळानं पुन्हा तोच प्रश्न. पुढचा तासभर असंच चालू होतं.

प्रत्येक वेळी तिला हे सत्य सांगताना मला प्रचंड यातना व्हायच्या. मी विषयांतर करायचा प्रयत्न करायचो. तिनं विश्रांती घेणं गरजेचं होतं. शेवटी मी म्हणालो, ''लॉरेन, तू आणि ब्रिटनी लहान होतात, तेव्हाचं आठवतंय? मी तुला झोपवताना तेच ते गाणं गायचो. ते गाणं आठवतंय? मी आता ते म्हणू शकतो. तू झोपलं पाहिजेस गं. मी म्हणू का गाणं?''

''नाही डॅड,'' असं काहीशा गोंधळलेल्या अवस्थेत ती म्हणाली.

शनिवारी, म्हणजे १० डिसेंबरला लॉरेननं सकाळी उठल्यावर थोडा ज्यूस घेतला. थेरपिस्टच्या मदतीनं तीन फेऱ्या मारल्या. अपघात झाल्याला बरोबर एक आठवडा झाला होता. तिची फेशियल नर्व्ह बरी झाली होती. लॉरेन स्मित करू शकत होती. दोन्ही भुवयाही उंचावू शकत होती.

सगळ्यातून तिचं आंतरिक चैतन्य दिसून येत होतं. ती आता हॉस्पिटलच्या सर्व स्टाफशी बोलू लागली होती. ती वारंवार त्यांचे आभार मानायची. त्यांनाही या कारणासाठी ती भावली होती. वेदनाशामक देणाऱ्या डॉक्टरांचं नाव तिनं 'डॉ. फीलगुड' ठेवलं होतं.

पण अजूनही लांबचा पल्ला गाठायचा होता. सगळ्यांनाच याची जाणीव होती. लॉरेनच्या डाव्या डोळ्यात काहीच सुधारणा दिसून येत नव्हती. त्यासंबंधीच्या आमच्या प्रार्थनेकडे ईश्वर का लक्ष देत नव्हता? तो डोळा नीट व्हावा असं आम्हाला वाटत होतं. पण बुधवारपर्यंत प्रगती दिसली नाही, तर डोळा काढून टाकावा लागेल असं डॉक्टर म्हणाले.

त्या रात्री लॉरेनला खूप वेदना होत होत्या. खांदा दुखत होता. छाती दुखत होती. नसलेल्या हाताच्या बोटांविषयीही ती पुन्हा बोलत होती. या सगळ्यात ब्रिटनी मात्र खंबीरपणे उभी होती. अत्यंत समजूतदारपणे ती लॉरेनला शांत करत होती. किती अभिमान वाटला मला माझ्या दोन्ही पोरींबद्दल!

रात्री साडेदहाच्या सुमारास ब्रिटनी आणि शॉन घरी जायला निघाले. शेरिल लॉरेनच्या पायांजवळ, खुर्चीवर बसली होती. मी शेरिलशेजारी पेंगत होतो. तेवढ्यात, ''डॅड,'' लॉरेन म्हणाली. मला जेमतेम ऐकू आलं.

''बोल सोन्या,'' मी उठत म्हणालो.

''तुम्ही मला आता गाणं म्हणून दाखवाल?''

''अर्थात,'' म्हणत मी तिचा बिछान्याच्या कडेला बसलो. तिच्य हनुवटीखाली पांघरूण खोचून, तिच्या केसांना सारखं करून, मंद आवाजात गाऊ लागलो – ''एडलवाईस, एडलवाई....'' लॉरेननं डोळा उघडला. मी गात राहिलो. तिनं उजवा हात उचलून डावा हात चाचपण्याचा प्रयत्न केला. माझ्याकडे एक गोंधळलेला कटाक्ष टाकून तिनं डावा डोळा मिटला.

मी पूर्वी करायचो, त्याच माझ्या शब्दांत मी गाण्याचा शेवट केला – ''ब्लेस ब्रिटनी अॅन्ड लॉरेन फॉरएव्हर.'' माझं गाणं संपेपर्यंत तिला झोप लागली होती.

# दुसऱ्या आठवड्याची अखेर

## शेरिल

मंगळवारी सकाळी (१३ डिसेंबर) लॉरेन वेदनेनं तळमळत होती. वेदना थांबतील असा नेमका डोस सापडत नव्हता. तिची भूक लुप्त झाली होती. असा हट्टीपणा डॉक्टरांना अपेक्षित होता. यात ती ज्या एकमेव व्यक्तीचं ऐकेल अशी व्यक्ती म्हणजे शॉन. तो तिच्याशी बोलताना आग्रही भूमिका घेऊ शकायचा आणि गंमत म्हणजे तिलाही ते चालायचं.

"हे बघ लॉरेन," शॉन म्हणाला. "एक तर तू आपणहून खा, नाही तर ते पुन्हा एकदा नाकातून नळी घालतील. आता तूच ठरव काय ते."

"ठीक आहे बॉस," म्हणत तिनं थोडं खाल्लं.

आताचा हट्टीपणा वगळला तर लॉरेनच्या स्वभावात नकारात्मक असं काहीच नव्हतं. बहुतेक वेळा ती उत्साही, कृतज्ञ, शांत अशीच होती. थोड्या वेळानं तिनं कॅरोलिनला इसायाह ४०:३१ ही तिची आवडती ओळ केअरिंग ब्रिजच्या संकेतस्थळावर टाकायला सांगितलं. ही ओळ 'ईश्वर आपल्यातल्या शक्तीचं पुनरुज्जीवन करेल' अशी आशा बाळगणाऱ्यांबद्दल आहे.

मोठ्या प्रमाणावर वेदनाशामक औषधं दिली जात असूनसुद्धा लॉरेनचे विचार आणि बोलणं सुधारत चाललं होतं. त्यात स्पष्टता येत चालली होती. कधी कधी एखादा असंबद्ध शब्द तोंडून बाहेर पडायचा; नाही असं नाही. एकदा सकाळी (अपघातानंतर सुमारे दहा दिवसांनी) तिला 'डिओ' लावायचा होता. "बाबा, माझ्या काखेत माझे पळायचे बूट द्याल का?" असं ती म्हणाली. आता इथं तिला बूट का आठवले, कुणास ठाऊक. आम्हाला हसू आलं. तिच्या मनातला गोंधळ दूर व्हावा अशी प्रार्थना चालूच ठेवण्याला हे एक निमित्त मिळालं.

दुसऱ्या आठवड्यापासून लोकांना लॉरेनला भेटायची परवानगी देण्यात आली. चेस क्रॉफर्ड न्यू यॉर्कहून ख्रिसमससाठी आला होता. तो लॉरेनला भेटायला आला. सॉफ्ट टॉईज, सीडी, पुस्तकं अशा अनेक प्रकारच्या भेटवस्तू जमा होऊ लागल्या. एका पंचाहत्तर वर्षीय वृद्ध स्त्रीनं ब्लँकेट पाठवलं, स्वतः बनवलेलं. एका सहा वर्षांच्या मुलानं खेळातलं घुबड पाठवलं. तिला पडल्या पडल्या डावा हात नीट ठेवता येत नव्हता. मग हे घुबड ती हाताखाली घेऊन झोपू लागली.

पार्कलॅन्ड हॉस्पिटल बांधल्याला शंभर वर्षं होऊन गेली आहेत. १९६३ मध्ये जॉन एफ. केनडींवर गोळ्या झाडण्यात आल्या होत्या, तेव्हा त्यांना याच हॉस्पिटलमध्ये आणलं होतं. इथला स्टाफ आणि त्यांची कामाची पद्धत सर्वोत्तमात गणली जाऊ शकते. पण ही इमारत जुनी असल्यानं इथं थोडंसं उदास वातावरण असतं. उगीचच अस्वच्छ वाटतं. इतके दिवस अंथरुणात असल्यामुळे लॉरेनच्या केसांच्या जटा झाल्या होत्या. कॅरोलिन आणि ब्रिटनीच्या सांगण्यावरून तिचे केस धुण्याची परवानगी देण्यात आली. ख्रिस विल्सन बाजारात जाऊन छान वासाचा शाम्पू घेऊन आला. तिला बिछान्यातून उठायची परवानगी नव्हती. त्यामुळे सिंकपासून तिच्यापर्यंत कपातून पाणी आणण्याच्या फेऱ्या आम्ही मारू लागलो. सांडलेलं पाणी गोळा करायला व्हॅक्यूम क्लीनर होता. लॉरेनला या सगळ्याची खूप मजा वाटत होती.

आता तिचं डोकं छान, स्वच्छ वाटायला लागलं. लॉरेनला खूश पाहून मलाही खूप आनंद झाला. आता आम्हाला काहीसं 'नॉर्मल' वाटायला लागलं होतं. तिला लोलो मॅगझिनची आठवण येत होती; त्याचा उल्लेख ती करू लागली होती. पूर्वीच्या लॉरेनची झलक अधूनमधून दिसू लागली होती.

असं असूनही या सगळ्याचा शेवट कसा होणार, याविषयी मला चिंता होती. सध्या माझ्या मनात एकच विचार होता- लॉरेनकरता आपण खंबीर राहिलं पाहिजे. फार पुढचा विचार न करता, एक-एक पाऊल पुढे टाकत राहायचं, बस्स! लॉरेनला भेटायला येणाऱ्यांचा पाहुणचार हाही एक ताण होता. शेवटी माझ्या बहिणीनं मला समजावलं, की सद्य परिस्थितीत त्यांचा पाहुणचार ही महत्त्वाची गोष्ट नाहीये.

माझं मन बधिर झालं होतं. थकलं होतं. शरीरात त्राण उरलं नव्हतं. माझा निभाव कसा लागणार होता? जेफ आणि मी एकमेकांना मिठ्या मारत होतो; पण फारसं बोलणं होत नव्हतं. नजरेतूनच आमचा संवाद होत होता. एकमेकांबद्दल वाटणाऱ्या प्रेमाची ग्वाही आणि आमचं लग्न टिकवल्याबद्दल ईश्वराविषयीची कृतज्ञता या नजरानजरीतून व्यक्त होत होती. आम्हाला एकमेकांबद्दल वाटणारं प्रेम गाढ होतं, यात शंका नाही.

***

गेले कित्येक दिवस लॉरेन स्पायरोमीटर नामक यंत्र वापरून श्वसनाचे व्यायाम करत होती. खोल श्वासोच्छ्वास घेतल्यानं न्यूमोनिया होण्याची शक्यता कमी होते. लॉरेनला हे करायला आवडत नसे, पण मग यंत्रातली निळी गुंडी किती वेळ आणि किती वर धरून ठेवता येतीय, याचा तिनं खेळ सुरू केला. एकदा यंत्राची नळी तिनं माईक असल्याप्रमाणे हातात घेतली आणि मग श्वास घेता घेता म्हणाली, "हां, लोलो मॅगझिनसाठी पुढचा प्रश्न कोणता?" तिला अनेक प्रकारची औषधं चालू असल्यानं, ती खरोखरच विचारपूर्वक विनोद करत होती, की ही औषधांची जादू होती याची आम्हाला खात्री वाटत नव्हती. आम्ही यातून चांगला अर्थच काढला. पण तिच्या या नाट्यानं आम्ही बहिणी आणि माझी नणंद यांची हसून हसून मुरकुंडी वळला, हे नक्की! या हलक्याफुलक्या प्रसंगांमुळे आम्हाला मार्गक्रमण करणं सुकर होत होतं.

लॉरेनच्या डाव्या डोळ्यात सुरुवातीला जी धुगधुगी दिसली होती, त्यानंतर मात्र प्रगती ठप्प झाली होती. तिचा डोळा वाचेल, काहीतरी चमत्कार घडेल या आशेवर मी होते. त्यामुळे डोळा काढावा लागणार हे कळल्यावर माझ्या मनाची विचित्र स्थिती झाली. १४ डिसेंबरच्या बुधवारी सकाळीच ही शस्त्रक्रिया करण्यात आली. फार वाईट दिवस होता तो!

तरीही माझी श्रद्धा कमी झाली नाही. मी देवाला सवाल नाही केला. तोच करता-करविता आहे हे मी स्वतःला सांगत होते. 'देवा, माझ्या श्रद्धेला बळकटी दे. मी तिची आई आहे.' मी तिची वेदना का बरं स्वतःवर घेऊ शकत नाही? तिच्या जागी मी का नव्हते? मीच जर त्या काळरात्री विमानात असते तर? पण मी वस्तुस्थिती बदलू शकत नव्हते. एक खंबीर व्यक्ती अशीच माझी ओळख आहे. जबाबदार, पाच भावंडांतली सर्वांत ज्येष्ठ. पण मनातून मला असहाय वाटत होतं.

एवढंच नव्हे, तर जेफला आणि मला इतकी कमी झोप मिळत होती, की आम्ही रोजचे व्यवहार नीट करत होतो, हे आश्चर्यच होतं. वरकरणी मी स्थिर होते, परिस्थितीवर माझं नियंत्रण होतं. परंतु दुःखातिशयानं म्हणा किंवा अती थकव्यामुळे म्हणा, माझं मन आणि शरीर विलग आहेत, असं मला खूपदा वाटायचं.

लॉरेनचा डोळा काढला, त्या दिवशी मन दोन परस्परविरोधी भावनांमध्ये हेलकावे खात होतं. एकीकडे डोळा वाचवता आला नाही याची खंत, तर दुसरीकडे तिचा जीव वाचला याचा दिलासा. ती जिवंत आहे, तिची तब्येत झपाट्यानं सुधारते आहे याबद्दल समाधान वाटत होतं. तिला कसलंही इन्फेक्शन झालं नव्हतं. माती, ग्रीस आणि घाणीनं माखलेला पंखा, शिवाय रनवेवर पडणं.. एवढं होऊनही. तिच्या जखमी शरीरानं जर प्रतिकार केला नसता, तर माझी लेक मी गमावली असती.

डोळ्याचं ऑपरेशन अतिशय अवघड असतं असं डॉक्टरांनी वेळोवेळी सांगितलं होतं. तरी तेही सुरळीत पार पडलं होतं. त्यांनी डोळ्याच्या खोबणीत 'प्लेसर' बसवून त्याला मलमपट्टी केली होती. भूल उतरल्यानंतर, दिवसभर लॉरेनला कमी-अधिक प्रमाणात वेदना होत राहिल्या. सुरुवातीला ती व्यवस्थित बोलत होती. तिला माझा हात धरायचा होता, ती आमच्यावर किती प्रेम करते हे ती सांगत होती. मग मात्र वेदनेची जोरदार लाट आली. वेदनाशामकाचा सर्वांत जास्त डोस दिल्यानंतर वाट पाहणं एवढंच आमच्या हातात होतं. मी मोठ्यांदा प्रार्थना करू लागले – "येशू... येशू... येशू." मग आम्ही सगळे म्हणू लागलो – "येशू, ही वेदना घालव." पुनःपुन्हा हे शब्द... अगदी डुलकी लागेपर्यंत. पुन्हा एकदा औषधं दिली गेली. आता वेदना कमी झाल्यावर ती झोपी गेली. किती शांत आणि निरागस दिसत होती ती!

जुळ्यांबद्दल जे बोललं जातं, ते आम्ही आमच्या मुलींच्या बाबतीत अनुभवलं होतं. लॉरेनच्या डाव्या डोळ्यावर शस्त्रक्रिया झाली, तेव्हाच ब्रिटनीचा डावा डोळा लवत होता! अर्ध्या अर्ध्या मिनिटाला डोळ्याचे स्नायू थरथरत होते. हे असं दोन आठवडे चालू होतं. ब्रिटनीचा उजवा डोळा कधीच असा लवला नाही.

***

१६ डिसेंबरला लॉरेनची रवानगी खासगी हॉस्पिटलच्या 'झेल' विभागात झाली. इथं न्यूरोसर्जरी आणि न्यूरोथेरपीवर जास्त भर होता. आमच्याप्रमाणे हॉस्पिटल प्रशासनालाही मीडियाबाबतीत अस्वस्थता वाटत होती. माईकचा मित्र क्लिंट स्वतःच्या सिक्युरिटी कंपनीतल्या लोकांना घेऊन आला. त्याची माणसं आमच्या मार्गावर उभी होती. एकानं लॉरेनचा चेहरा झाकला जाईल एवढी मोठी हॅट तिच्या डोक्यावर ठेवली. व्हीलचेअरमधून लिफ्टपर्यंत, तिथून तळघरात आणि मग झेलमधल्या तिच्या खोलीत असा आमचा प्रवास झाला. जागेवर पोहोचेपर्यंत ती माणसं सतत एकमेकांशी वॉकी-टॉकीवर संपर्कात होती. पाहणाऱ्याला वाटलं असतं की राष्ट्राध्यक्षांचीच वरात निघाली आहे!

झेलमध्ये पुन्हा नामांतर. आता 'लॉरेन स्काय' हे नाव जाऊन ती झाली 'लॉरेन ॲन्ड्रॉन्स्की'. लॉरेन खूश होती. हे नाव एखाद्या चित्रपटातल्या हेराचं वाटत होतं! ही नवी खोली जास्त हवेशीर होती. खिडकीतून डाउनटाउन डॅलास दिसत होतं. खोलीला जोडूनच एक छोटा प्रतीक्षाकक्ष आणि बाथरूम होती.

एव्हाना अपघात झाल्याला दोन आठवडे झाले होते. शनिवार रात्र. लॉरेन शांत झोपली होती. जेफ आणि मीदेखील रिलॅक्स्ड होतो. जेफनं प्रेमानं माझा हात त्याच्या हातात घेतला. "माझं आपल्या मुलींवर किती प्रेम आहे," मी म्हणाले. "ती यातून बाहेर येणार. खरंच."

जेफ स्मितवदनानं म्हणाला, "मलाही असंच वाटतंय. ईश्वरानं लॉरेनसाठी

काहीतरी योजून ठेवलंय. ते नेमकं काय आहे याची मी आतुरतेनं वाट पाहतोय. सध्या आपण फक्त एक-एक दिवसापुरता विचार करायचा.''

''होय. पण आपल्याला आणखीही प्रार्थना करायला हवी. माझ्या दृष्टीनं ही माझी वैयक्तिक विनंती आहे ईश्वराला. पण खरंच हे व्हायला हवंय.''

''काय?''

''ख्रिसमसला लॉरेन आपल्या घरी हवी.''

''शेरिल, जेमतेम एक आठवडा उरलाय ख्रिसमसला. तू ख्रिसमसच्या दिवसापुरतं बोलते आहेस का?''

''नाही. ती कायमची घरी असायला हवीय मला.''

''हे किती अवघड आहे याची कल्पना आहे ना तुला?''

''होय जेफ.''

''ठीक आहे. आपण प्रार्थना करू या.''

# ख्रिसमस

## ब्रिटनी

ती आम्हाला ख्रिसमससाठी, तीही कायमची, घरी यायला हवीय हे आम्ही लॉरेनला सांगितलं. तिला आव्हानांशी दोन हात करायला नेहमीच आवडतं, त्यामुळे तिच्यासमोर हे उद्दिष्ट ठेवण्याची कल्पना चांगली होती. तिला भूक लागू लागली होती. ती आपलं आपण खायला लागली होती. आठवडाभर दररोज तिची थेरपी चालायची – ऑक्युपेशनल, फिजिकल आणि कॉग्निटिव्ह. आता उठून चालणं, शॉवर घेणं, सैल कपडे स्वतःचे स्वतः घालणं तिला जमू लागलं. हॉस्पिटलच्या कपड्यांऐवजी तिला नेहमीच्या कपड्यात पाहणं आनंददायक होतं. तिला व्यायामाची सायकलही चालवता आली, हे पाहून आम्ही थक्क झालो. अर्थात आम्ही अजून पूर्ण युद्ध जिंकलेलं नव्हतं. अधूनमधून वेदना येऊन जायच्या. तिची स्मृतीदेखील अधूनमधून लुप्त व्हायची. नसलेल्या हाताचा त्रासही चालूच होता.

पण तिची विनोदबुद्धी टिकून होती. एकदा तिच्या फेशियल नर्व्हची तपासणी करायला आणि चेहऱ्यावरची जखम बघायला डॉक्टर आले. हे तरुण डॉक्टर माझ्या परिचयाचे नव्हते. त्यांनी लॉरेनला हसून दाखवायला आणि भुवया वर करायला सांगितलं. गरज पडली तर जवळ असावा, म्हणून ते जाता जाता मी त्यांचा फोन नंबर मागितला. त्यांनी तो दिला.

तर काहीतरी कारस्थान करत असल्यासारखं, दबक्या आवाज ही म्हणते कशी,'' ब्रिटनी, तू त्या चिकण्या डॉक्टरचा नंबर घेतलास का?''

ख्रिसमस जवळ येऊ लागल्यावर जरा वातावरणनिर्मिती म्हणून लॉरेनला छोटीशी पार्टी द्यावी असं शॉनला आणि मला वाटलं. फक्त आम्ही तिघंच. टिम

ॲलेनची भूमिका असलेल्या 'द सॅन्टाक्लॉज' चित्रपटाची सीडी आम्ही भाड्यानं आणली. हॉस्पिटलच्या खोलीत शक्य होईल तितकी धमाल आम्ही केली.

त्या रात्री झोपेतच लॉरेन कण्हू लागली. वेदनाशामकाचा पुढचा डोस द्यायच्या दहाएक मिनिटं आधी दुखणं सुरू व्हायचं. मग तिचं लक्ष दुसऱ्या कशात तरी गुंतवायला आम्ही धडपडत असू. मला काहीतरी कामाकरता दुसरीकडे पाठवून शॉननं त्याचा 'आय-पॅड' काढला. त्यावर लॉरेनला काहीतरी दाखवून माझ्यासाठी ख्रिसमसभेट काय घ्यावी असं त्यानं विचारलं. कानातलं? एखादी माळ? कोणीही आपल्या मेहुणीला सहज विचारेल अशी गोष्ट. लॉरेनही विचार करून सुचवू लागली. नर्सनं येऊन वेदनाशामकाचा पुढचा डोस देईपर्यंत लॉरेन दुखणं विसरली होती!

लॉरेनच्या शरीरात ज्या प्रमाणात औषधं ढकलली जात होती, ती आमच्यासाठी चिंतेची बाब होती. ती सडसडीत बांध्याची आहे. कधीकधी ती इतकी उत्साहात आणि सकारात्मक असायची, की ते जरा विचित्रच वाटायचं. अपघातानंतर आजपर्यंत ती एकदाही रडली नव्हती. एक डोळा आणि हात गमावल्याबद्दल कुठलीच खंत तिनं व्यक्त केली नव्हती. ना राग, ना काळजी, ना काही. अतिऔषधांनी तिच्या नैसर्गिक भावना खोलवर गाडल्या गेल्या होत्या की काय!

***

लॉरेन ख्रिसमसला घरी यावी म्हणून आई-बाबांची प्रार्थना चालूच होती. मीही प्रार्थना करत होतेच, पण निराशा नको म्हणून मी यात फारशी पडत नव्हते. डॉक्टरांच्या बोलण्यावरून तर तिला कायमच 'रीहॅब'मध्ये असावं लागणार होतं.

दरम्यान मी माझ्या नोकरीत पुन्हा रुजू झाले होते. लॉरेनबरोबर जास्तीत जास्त बसता येईल या हिशेबानं मी कामाचे तास निवडले होते. मंगळवारी, म्हणजे २० डिसेंबरला सकाळी आईनं फोन केला. मी फोन उचलला तर आईच्या रडण्याचा आवाज. पण दुःखाचं रडणं नव्हे.

"ते म्हणाले तिला घरी नेता येईल. या शुक्रवारी!"

माझा विश्वासच बसेना.

शुक्रवार आला. आम्ही हॉस्पिटलची खोली आवरली. नवीन घरी जातोय असंच वाटत होतं. सगळीकडे शुभेच्छापत्रं आणि फुलांचे गुच्छ होते. दोन गाड्या भरतील एवढी फुलं आणि भेटवस्तू. आम्ही तिला गुंडाळून घेतलं आणि मागच्या दारानं बाहेर पडलो.

अपघात होऊन फक्त तीन आठवडे झाले होते. ती जगणार नाही असं वाटल्याला तीन आठवडे. एका प्रकारे हा पुनर्जन्मच होता. ईश्वरानं लॉरेनला पुनश्च आमच्याकडे पाठवलं होतं. किती लोकांची प्रार्थना, आशा यामागे होती?

किती लोकांची पत्रं, रक्तदान, ई-मेल्स, भेटवस्तू... लॉरेनच्या बरं होण्याच्या चमत्कारानं किती जणांच्या आयुष्याला स्पर्श केला होता? अजूनही काही गोष्टी बाकी होत्या; पण एक अतिशय मोठा टप्पा आम्ही ओलांडला होता.

बरं झालं आम्ही ३ डिसेंबरच्या अगोदरच ख्रिसमससाठीची बरीचशी खरेदी केली होती. उरलेली खरेदी डॅना क्रॉफर्ड करून देणार होती.

लॉरेन ख्रिसमसला घरी असण्याच्या आनंदाचं काय वर्णन करू? कोणीतरी आम्हा दोघींसाठी लालभडक रंगावर पांढरे ठिपके असलेले पायजमे आणि मॅचिंग पायमोजे दिले होते. हे पायजमे घालून आई-बाबांच्या खोलीतल्या ख्रिसमस ट्रीसमोर आमचा फोटो काढला. शॉनने सर्व नातेवाइकांना हा फोटो पाठवला. खाली लिहिलं होतं – 'जुळ्या बहिणींसाठी मेरी ख्रिसमस.'

ख्रिसमसच्या आदल्या रात्री आम्ही सगळे बैठकीच्या खोलीत जमलो. बाबांनी आम्हाला ख्रिसमस सणाची गोष्ट वाचून दाखवली. शिवाय 'द नाईट बिफोर ख्रिसमस' आणि 'द पोलर एक्सप्रेस' या आमच्या बालपणीच्या पुस्तकांचं वाचनही केलं. शॉन आणि मी रात्री तिथंच मुक्काम केला. सारं कुटुंब शांत, ऊबदार आणि जादुई समाधानानं झोपी गेलं.

ख्रिसमसच्या सकाळी उठून आम्ही न्याहारी केली. साडेदहाच्या सुमारास डॅनानं आईला मेसेज पाठवला- 'सॅन्टा येण्याच्या तयारीत आहे.'

दोन गाड्या घरासमोर येऊन उभ्या राहिल्या. डॅनानं आमच्यासाठी शॉपिंग केलं होतं. कधी अनुभवला नव्हता एवढा भव्य ख्रिसमस झाला. चाळीस तरी भेटवस्तू असतील. ख्रिसनं ख्रिसमसचं जेवण आणलं. डॅना आणि तिची आई बाकी वस्तू आत घेऊन आल्या. आम्ही अवाक झालो. मित्रपरिवाराचं सहजीवन म्हणजे काय, याचं हे उत्तम उदाहरण होतं. येशूचे हातपाय इतर जणांची काळजी घेताहेत. कधीही लागणार नाही एवढं भरभरून देताहेत.

तो संपूर्ण दिवस आनंदात, निवांतपणात गेला. अनेक आप्तेष्ट येऊन गेले. आम्ही गप्पा मारत, टीव्ही बघत, थट्टा-मस्करीत वेळ घालवला. त्या रात्री लॉरेन सलग तेरा तास झोपली. औषधं घेण्यापुरती उठली आणि पुन्हा झोपून गेली.

लॉरेन जिवंत होती! जवळजवळ नॉर्मल होती. विक्रमी वेळेत घरी आली होती. कायम स्मृतीत राहील असा ख्रिसमस होता हा.

## मळभ

### लॉरेन

आमच्या कुटुंबातल्या सगळ्यांना तो ख्रिसमस कायमचा लक्षात राहणार होता- मी सोडून सगळ्यांना.

मला त्यातलं फारसं आठवत नाहीये.

लोकांच्या दृष्टीनं मी नॉर्मल असले तरी माझी प्रगती माझ्या मनात त्या मानानं कमी वेगानं होत होती. हॉस्पिटलच्या वास्तव्यात तर मी ग्लानीतच होते. अधूनमधून काहीतरी उमगायचं.

मला तीस पावलं चाललेलं आठवत नाहीये. झेल विभागात मला हलवलेलं आठवत नाहीये. एकाही ऑपरेशनबद्दलचं काही आठवत नाहीये. आणि आठवलं असतं तर बरं, असं वाटूनही बाबा 'एडलवाईस' गायला हेही आठवत नाहीये.

एक नर्स मला 'स्काय' हाक मारायची ते आठवतंय, पण 'का' ते आठवत नाहीये.

माझे केस धुतल्याचं आठवतंय. सगळे जण भिजले म्हणून मला मजा वाटली होती. पण यापेक्षा जास्त काही स्मरत नाही.

चर्चमधली आमच्या ओळखीची नर्स कॅरॉल आठवतेय. ती सुरुवातीला आई-बाबांना विश्रांती मिळावी म्हणून माझ्या हॉस्पिटलच्या खोलीत झोपली होती. ओळखीचं कोणीतरी जवळ असल्यानं मला खूप बरं वाटलं होतं. कॅरॉल 'झोपली होती' असं म्हणते, पण मी हाक मारताच ताडकन उठून माझ्याजवळ यायची.

आजी हॉस्पिटलमध्ये आलेली आठवते, पण बाकी फारसं कोणी नाही.

अपघाताच्या धक्क्यातून सावरायला औषधं घेणं चांगलं असं म्हणतात. मोठा अपघात झाल्याचं समजल्यावर माणूस सैरभैर होतो. औषधांमुळे ते तितकंसं जाणवत नाही. 'मी इथं का आहे' हे आई-बाबांना मी विचारलं होतं. त्यांनी मला

अपघाताबद्दल सांगितल्यावर मी ''ओह, ओके,'' एवढंच म्हणाले होते. मला धक्का वगैरे बसला नव्हता. ख्रिसमसला घरी असल्याचं आठवतंय, पण हॉस्पिटल सोडल्याचं नाही. ख्रिसमसच्या सकाळी ब्रिटनीनं आणि मी त्या गोड पायजम्यांत आमचा फोटो काढला होता, हेही आठवतंय. कदाचित फोटो ख्रिसमसच्या आदल्या दिवशीही काढला असेल.

मी अनेक वर्षं रोजनिशी लिहीत आले आहे. ३० नोव्हेंबर २०११ला त्यातली शेवटची नोंद आहे. मग पुन्हा २१ डिसेंबर २०११ पासून नोंदी सुरू होतात. या नोंदीत माझं अक्षर जवळजवळ पूर्ववत झालं आहे. मी अगदी सहज लिहून ठेवलंय.

'मला खूप मोठा अपघात झाल्यामुळे सुमारे महिनाभर मी काहीच लिहिलं नाही. मी माझा डावा डोळा आणि डावा हात या अपघातात गमावला. हे खूप भयानक आहे, पण मला त्याच्या पलीकडे बघायचंय. देवा, या सगळ्यामागे तुझा काहीतरी निश्चित विचार असणार, यावर माझी मनापासून श्रद्धा आहे. माझी कहाणी 'टुडे शो', 'गुड मॉर्निंग अमेरिका' वगैरे वर झळकली आहे. अनेकांच्या आयुष्यावर, श्रद्धेवर याचा खोल परिणाम झाला आहे. धन्यवाद ईश्वरा! धन्यवाद येशू! मी लवकरात लवकर बरी व्हावी यासाठी प्रार्थना करते. मला खात्री आहे. तीन आठवड्यांत मी घरी परत आलेय यावर विश्वासच बसत नाहीये.'

एका अर्थानं या सगळ्यात तथ्य आहे. पण त्याचबरोबर हे घासून गुळगुळीत केलेलं सत्य आहे. या नोंदीमध्ये भावना किंवा तीव्र दुःखाचा भाग आलेला नाही. लिहिण्याची शैली माझ्या नेहमीच्या शैलीपेक्षा खूप वेगळी आहे. जणू माझ्या शरीरातली औषधंच बोलताहेत. मी हॉस्पिटलमधून घरी आले तेव्हा सात प्रकारची औषधं घेत होते. हळूहळू त्याचं प्रमाण कमी करण्यात येणार होतं; पण औषधोपचार पूर्ण बंद व्हायला कित्येक आठवडे लागणार होते.

औषधं कमी व्हायला लागल्यावर मला वस्तुस्थितीची जाणीव व्हायला लागली. नव्या वर्षाच्या सुमारास एका सकाळी उठून स्वयंपाकघरातल्या टेबलापाशी बसल्याचं मला आठवतंय. खूप थकल्यासारखं वाटत होतं. खुर्चीत बसण्याइतपतही त्राण शिल्लक नव्हतं. मी परत अंथरुणात जाऊन पडले. माझा हात सतत दुखायचा हेही मला आठवतंय. ही वेदना काहीतरी टोचल्यासारखी, त्याचबरोबर ठुसठुसणारीही होती. डाव्या कोपरापासून खाली सरकत जाणारी वेदना. नसलेली बोटं दुखावणारी. बोटं तिथं नाहीत हे मनाला माहीत होतं, पण शरीराला अजून उमगलं नव्हतं. ही वेदना कमी करायचा मार्गच नव्हता. 'फॅन्टम लिंब'ला नसलेल्या अवयवाच्या जाणिवेला काय औषध असणार?

***

२०१२ सालचा दुसरा किंवा तिसराच दिवस असेल. कमी प्रमाणात का होईना, वेदनाशामक औषधं चालू होती. मनातला धूसरपणा कमी झाल्यासारखं वाटत होतं. वस्तुस्थितीची जाणीव होऊ लागली होती. मी स्वतःपुरतं थोडं संशोधन करायचं ठरवलं.

मी एकटीच बाथरूममध्ये गेले आणि शॉवर चालू केला. दरवाजा बंद केला. या बाथरूममध्ये मोठा आरसा आहे. हातात धरायचा छोटा आरसाही आहे, ज्यामुळे मला माझी पाठही न्याहाळता येणार होती.

सर्व कपडे काढून मी स्वतःकडे आरशात पाहिलं. कशाहीपासून लपायला काहीही वाव नव्हता. अपघातानंतर पहिल्यांदाच मी माझ्या शरीरावर झालेल्या परिणामांकडे बघत होते.

डोक्यावर, म्हणजे केस काढलेल्या भागात दोन लांब व्रण होते. मी बाजूला पडायच्या आत विमानाच्या पंख्याची पाती दोनदा लागली असणार. एक व्रण नालेच्या आकाराचा होता- कपाळापासून पार कानाच्या मागेपर्यंत जाणारा. डावीकडे, कपाळाच्या वरच्या भागात कवटीला खड्डा पडल्यासारखं झालं होतं. त्वचेखाली टायटॅनियमच्या प्लेट्स बसवल्या होत्या, कारण मेंदूच्या ऑपरेशनच्या वेळी कवटीचा काही भाग काढून टाकावा लागला होता. प्लेट्स असूनही डोक्यावर आता एक कंगोरा आल्यासारखं झालं होतं.

दुसरा व्रण कपाळाच्या डाव्या बाजूनं, डाव्या भुवईमधून जाऊन डाव्या गालावर आला होता. हा व्रण ओठाच्या अगदी जवळ येऊन ठेपला होता. ओठ एकीकडे खाली ओढले गेले होते. डावा डोळा तर नव्हताच. वरच्या आणि खालच्या दोन्ही पापण्या कापल्या गेल्या होत्या आणि डोळ्याची खोबणी लोंबकळत असल्यासारखी दिसत होती.

शिवाय पाठीमागे डाव्या खांद्यापासून निघालेला एक व्रण कॉलरबोनवरून येऊन, छातीच्या डाव्या बाजूतून जात, डाव्या काखेपर्यंत आला होता.

डावा हात तुटला होता. मनगटाची हाडं शिल्लक नव्हती. आणि हां, चार दातांनाही तडा गेला होता.

मी दहा मिनिटंतरी स्वतःकडे एकटक पाहत उभी होते आणि मग मी नजर फिरवली.

मनाच्या खोल खोल भागातून प्रचंड दुःखाची लाट उसळून वर आली. मी शॉवरखाली गेले तेव्हा या लाटेचा तडाखा माझ्यावर येऊन आदळला. काहीतरी करायचं म्हणून मी शाम्पूची बाटली हातात घेतली खरी; पण एका हातानं ती मला उघडता येईना. बाटली हातातून निसटली. भग्न मनःस्थितीत मी तशीच उभी राहिले. मग जमिनीवर कोसळले आणि हुंदके देत राहिले.

# आशेची चाहूल

## लॉरेन

पुढचे काही दिवस, नव्हे आठवडे अंधकारमय वाटले. पण काही आनंदाचे क्षणही अनुभवायला मिळाले. जानेवारीच्या पहिल्या आठवड्याच्या शेवटी जेम्स भेटायला आला. मला बागकाम आवडतं म्हणून खास त्याकरता काकडी, टोमॅटो, पालक, स्ट्रॉबेरी वगैरेचं बियाणं घेऊन आला. आमचा 'ब्रेक-अप' झाला होता, तरी त्याला पाहून खूप बरं वाटलं.

"तुला जरूर असेपर्यंत मी इथं थांबणार आहे," जेम्स म्हणाला. तो काय भावनेनं हे म्हणाला ते मला ठाऊक होतं. आम्ही एकमेकांना मिठी मारली.

काही आठवड्यांनंतर मी गिउलियाना रॅनचिकचं 'ट्विट' पाहिलं. मागच्या सप्टेंबरमध्ये फॅशन वीकच्या दरम्यान आमची भेट झाली होती. 'लॉरेन स्क्रग्ज' तुझ्यापासून स्फूर्ती घेतली आहे,' तिनं लिहिलं होतं. 'तू एक अधिक सक्षम व्यक्ती म्हणून या सगळ्यातून बाहेर येशील. तुझं आयुष्य अधिक अर्थपूर्ण होईल. तुझ्यासाठी प्रार्थना करते आहे.'

गिउलियाना स्वतः ब्रेस्ट कॅन्सरमधून गेल्यामुळे तिचे हे शब्द माझ्यासाठी फारच महत्त्वाचे होते. ती 'ई न्यूज'ची ॲन्कर होती आणि 'फॅबफिटफन' या स्त्रियांच्या आरोग्य आणि फॅशन वेबसाइटची संस्थापक होती. हे काम ती किती तळमळीनं करायची, हे मला माहीत होतं. तिच्या या 'ट्विट'मुळे मला आशेचा पहिला किरण दिसला. आयुष्य पार उद्ध्वस्त करून टाकणाऱ्या अपघातानंतरदेखील मी माझी ध्येयं आणि स्वप्नं बाजूला सारायचं काही कारण नव्हतं.

'थँक यू सो मच,' मी तिला उत्तर पाठवलं. 'तुझ्या शब्दांवर माझा पूर्ण विश्वास आहे. तुझी तब्येतही ठीक असावी ही आशा.' आमच्या दोघींमधल्या या भावनिक देवाणघेवाणीची 'पीपल' मासिकानं दखल घेतली. यात आम्हा दोघींमध्ये असलेल्या

साम्याचा उल्लेख केला होता. आयुष्याच्या अत्यंत कठीण प्रसंगात श्रद्धेमुळे किती मदत झाला, यासंबंधी आम्ही आमच्या भावना जाहीरपणे मांडल्या होत्या.

अपघातानंतर 'गुड मॉर्निंग अमेरिका'च्या रॉबिन रॉबर्ट्सनेही आमच्या कुटुंबाशी संपर्क साधला होता. किंबहुना आमच्या मनाला उभारी देणाऱ्या अनेक ई-मेल्स तिनं पाठवल्या होत्या. तिलाही कॅन्सर झाला होता. त्या काळात श्रद्धेनं आणि धर्मग्रंथातल्या काही उताऱ्यांमुळे तिला किती मदत झाली होती, हे तिनं आम्हाला आवर्जून सांगितलं होतं. ही आणखी एक उत्साही, स्टायलिश श्रद्धाळू स्त्री मला लढायला प्रोत्साहन देत होती; मला स्वप्नपूर्तीच्या दिशेनं जायला पाठबळ देत होती. हे सर्व तिनं स्वतः केल्यामुळे तिच्या शब्दांना वजन होतं. तिचं उदाहरण डोळ्यांसमोर ठेवल्यानं मला खूप फायदा झाला, माझा मार्ग सुकर झाला.

रॉबिन म्हणाली की त्या आजारपणात एक 'नॉर्मल' व्यक्ती म्हणून आपल्याला वागवलं जावं, अशी तिची इच्छा होती. मला हे अगदी पटू शकत होतं. डोळा आणि हात गेल्यामुळे आपण काहीतरी वेगळे आहोत, या भावनेनं माझ्याकडे कोणी बघितलेलं मला मुळीच आवडत नसे. कोणाला माझी दया आली तर ते मला खपत नसे.

माझा पुढचा प्रवास खडतरच असणार होता. या काळात मी अनेक वेळा गिउलियाना आणि रॉबिनच्या शब्दांचा आधार घेतला. आपण एक 'नॉर्मल' आयुष्य जगू शकू हा विश्वास मला त्यांच्यामुळे मिळाला. त्यामुळे मी आशा धरून ठेवू शकले. हे फार महत्त्वाचं होतं, कारण बाकी सगळं मला अंधकारमय वाटत होतं.

जानेवारीत मी बेलर हॉस्पिटलच्या 'रीहॅब' विभागात आठवड्यातून पाच दिवस जाऊ लागले. सकाळी कसंबसं उठायचं. खूपदा मी खचलेल्या मनःस्थितीत असायचे. कधी काहीही कारण नसताना मला रडू यायचं. वेदना तर होत्याच होत्या. रीहॅबमध्ये चालणं, टेनिसबॉल उडवणं, स्पीच पॅथॉलॉजिस्टबरोबर थेरपी घेणं आणि समुपदेशकाबरोबर बोलणं, असा साधारण कार्यक्रम असायचा. आम्हाला घरी परतायला संध्याकाळचे सात वाजायचे. तोपर्यंत इतकी दमणूक झालेली असायची की, मी थेट झोपायलाच जायचे.

'बेलर'मधले सर्वच थेरपिस्ट समजूतदार होते; पण एकूण मला फार उपयोग होत नव्हता. थेरपीला येणाऱ्यांमध्ये बरेचसे पेशंट अर्धांगवायूचा झटका आलेले होते. छान लोक होते सगळे. मलाही त्यांना जमेल ती मदत करावी असं वाटायचं. पण मी स्वतःपेक्षा इतरांकडे जास्त लक्ष द्यायचे हे पाहिल्यावर बाबा चिडायचा – "तू इतरांना मदत करतेस हे चांगलंच आहे; पण सध्या तू इथं स्वतःसाठी येत आहेस, त्यांच्यासाठी नाही." दुसरीकडे कुठंतरी प्रदीर्घ रीहॅबची सोय होऊ शकेल का, याचा तो अभ्यास करू लागला.

माझी औषधं जशी कमी होऊ लागली, तशी रात्री झोप लागणं अशक्यप्राय होऊ लागलं. मला नेहमीच शांत झोप लागायची, पण आता म्हणजे अक्षरशः तडफडत अंथरुणात पडून राहणं. मी शांत व्हावं म्हणून कित्येकदा आई माझ्याबरोबर

झोपत असे. झोप हा एक कार्यक्रमच होऊन गेला. आई-बाबांनी माझ्या खोलीत यायचं. तिघांनी एकत्र प्रार्थना करायची. बाबा त्याच्या बेडरूममध्ये जाणार आणि आई माझ्याबरोबर राहणार. मग माझ्यासाठी ती प्रार्थना करणार किंवा काहीतरी धार्मिक वाचून दाखवणार. मला झोप लागल्यावरसुद्धा तिचा एक कान माझ्या दिशेनंच उघडा असायचा- मी लहान बाळ असल्यासारखा.

मला माझ्या कुटुंबीयांचं एवढं प्रेम मिळत होतं की, मी कृतकृत्य झाले. रोज वेगवेगळ्या प्रकारे मला त्यांची सेवा लागत होती. हॉस्पिटलमधून घरी आल्यावर माझ्या शरीराचं तापमान खूप अस्थिर झालं होतं. कधी अंग बर्फासारखं व्हायचं, तर पुढच्याच क्षणी अंगाअंगाची लाही व्हायची. हात दुखायचा. तो वर करणंही अशक्य व्हायचं. विचित्र प्रकारे जड वाटायचा.

शारीरिक आणि भावनिक पातळीवर मी रिक्त होते. पूर्णपणे गळून गेलेली. कधी उठल्यावर चादरीची घडी घालू लागले तर लगेच बिछान्यात मुटकुळं करून पुन्हा पडायचे. एका सकाळी उठल्यावर मी न्याहारी करायला स्वयंपाकघरात गेले. बसल्यावर वाटलं की आपण आता पडणार. चक्कर येत नव्हती; पण झोप लागेल असं वाटत होतं.

१७ जानेवारीपर्यंत माझी सर्व वेदनाशामकं बंद करण्यात आली आणि याबरोबरच मला जोरदार डिप्रेशननं घेरलं. मी मनानं खचले होते. भावनांचा चढ-उतारही सारखा चालू होता. मी नेहमीची उत्साही मुलगी राहिले नव्हते. हॉस्पिटलमध्ये पहिल्यांदा निम्म्या डोक्याचे केस काढलेले लक्षात आलं असताना, 'ओह, ठीक आहे' म्हणणारी मीच होते? अर्थात, तेव्हा मी औषधांच्या अमलाखाली होते म्हणा! जेव्हा मला शक्य झालं, तेव्हा स्टायलिस्ट माझ्या केसांसाठी 'एक्स्टेन्शन्स' घेऊन आली. तिनं केसांची नऊ पाकिटं आणली होती; पण शेवटी तेरा वापरावी लागली. धातूच्या छोट्या-छोट्या मण्यांनी ही एक्स्टेन्शन्स तिनं लावली. अर्थात, यामुळे माझे केस जड झाले आणि अनैसर्गिक वाटू लागले.

केसांमुळे मी बरीचशी 'नॉर्मल' दिसू लागले, पण तरीही आरशात पाहिल्यावर प्रत्येक वेळी रडू यायचंच. मी शक्यतो आरशात बघणं टाळू लागले. डोळा आणि हात गमावणं या धक्क्यांमधून मी अजूनही सावरले नव्हते. एक वेळ नसलेला डोळा केसांनी झाकणं शक्य होतं, पण हाताचं काय? बॅन्डेज असतानासुद्धा मला त्या तुटलेल्या हाताकडे पाहवत नव्हतं. डॉक्टरांनी कल्पना दिलीच होती. हाता-पायासारखा अवयव तुटल्याचं दुःख हे कुटुंबातलं कोणीतरी गमावण्यासारखंच वाटतं. कधीकधी सकाळी उठल्यावर मनात विचार यायचा – 'काय भयानक स्वप्न होतं ते.' पण मग आठवायचं. 'ते स्वप्न नव्हतं. माझा हात खरंच गेलाय. आणि याबद्दल मी काहीच करू शकत नाही.'

***

अचानक एके दिवशी रागाचं आगमन झालं. मी आई-बाबांबरोबर बैठकीच्या खोलीत कोचावर बसून टीव्ही बघत होते- बहुधा 'द बॅचलर' हा कार्यक्रम होता. यात अनेक देखण्या मुली एकाच पुरुषाचं लक्ष स्वतःकडे वेधून घ्यायचा प्रयत्न करत असतात. मी माझ्या बॅन्डेज गुंडाळलेल्या डाव्या हाताकडे बघितलं. मनात विचार आला- 'मी या पोरींइतकी छान कधीच दिसणार नाही. मी कधीच नॉर्मल होणार नाही. मी कुरूप आहे. अगदी कुरूप.'

आणि अचानक रागाची लाट माझ्या मनात उसळून आली. अगदी आदिम राग. हाताबाहेरचा राग. मी ओरडायला लागले- ''मी उद्ध्वस्त झाले आहे! माझ्यावर आता कोणीही प्रेम करणार नाही! मी किती कुरूप आहे!''

बाबांनी मला जवळ घेऊन शांत करायचा प्रयत्न केला. मी सर्व शक्तिनिशी त्यांना दूर लोटायचा प्रयत्न केला. हे जरा हास्यास्पद होतं; कारण ते धिप्पाड बांध्याचे आहेत. वाईट म्हणजे आई जवळ आल्यावर तिलाही मी दूर लोटलं.

मी अजिबात अशी नाहीये.

कधीच नव्हते.

रागाच्या भरात मी सैरभैर झाले. रडत, ओरडत पळत होते. शेवटी दमून मी पलंगावर अंग टाकलं. असं म्हणतात की दुखावलेली व्यक्ती आपल्या जवळच्या लोकांवरच राग काढते. त्या रात्री नेमकं हेच झालं. नंतर मला किती वाईट वाटलं म्हणून सांगू!

काय करायचं हे न कळून आई-बाबा हताशपणे माझ्याजवळ उभे होते. मी हळू आवाजात म्हटलं, ''ब्रिटनीला इथं आणा.'' ही विनंती नव्हती, मागणी होती. मला फक्त ती हवी होती. आईनं फोन केल्यावर लागलीच ब्रिटनी आणि शॉन आले. तिला पाहिल्यापाहिल्याच मला शांत वाटलं. मी ही भावना शब्दात मांडू शकत नाही. जुळ्या बहिणीसोबत हे जे वाटत होतं, ते आई-बाबांसोबतही वाटलं नव्हतं. शॉन होता हेही चांगलंच होतं. शॉन अगदी सहज मला हसवू शकतो. तो आल्याआल्याच काहीतरी म्हणाला आणि मी वेड्यासारखी हसत सुटले. ''शॉन, थांब!'' मी म्हटल्याचं आठवतंय. ''मला आता चिडायचंय.''

''लो, चल. आपल्याला आता विश्रांती घ्यायची आहे,'' ब्रिटनी शांतपणे पण खंबीरपणे म्हणाली.

येणाऱ्या काही दिवसांत असा राग मला आणखी काही वेळा आला. मला हे नवीन होतं. एकदा अतिशय किरकोळ कारणावरून मी आईला ओरडले आणि घराबाहेर पडले. पण मग मला कळत होतं की माझ्या अशा विचित्र वागण्यानं मी आई-बाबांना दुखावतीये. आणि त्यानं माझ्या हृदयाला घरं पडत होती. आई-बाबांनी सगळ्यांना गोळा करून सांगितलं की आपण सगळे एक आहोत – एक कुटुंब आहोत.

एकमेकांशी न भांडता, एकत्रपणे यातून मार्ग काढायचा आहे. यामुळे खूप मदत झाली.

एकदा मला इतका राग आला की कोणाला तरी, कशाला तरी मारावं असं वाटत होतं. 'मला पुनश्च बॉक्सिंग करता येईल का?' असं मी डॉक्टरांना खूपदा विचारलं होतं. बाबा या संदर्भात न्यूरोसर्जन आणि रीहॅबच्या डॉक्टरांशी बोलला होता. 'जोपर्यंत माझ्या डोक्याला मार लागत नाही, तोपर्यंत ठीक आहे' असा निर्वाळा त्यांनी दिला. उलट बॉक्सिंग केल्यानं माझ्या रागाला आणि दुःखाला वाट करून दिल्यासारखं होईल. शिवाय मी 'नॉर्मल' आहे अशी धारणा व्हायला मदत होईल. बाबाला जेव्हा मी या रागाबद्दल सांगितलं तेव्हा तो तडक जाऊन एक पंचिंग बॅग घेऊन आला. तिला ठोसे मारायला इतकं मस्त वाटलं ना!

या सर्वांत आई-बाबांनी मला खूप सांभाळून घेतलं. त्यांनी सर्वस्व पणाला लावलं होतं. माझ्या विचित्र वागण्याबद्दल मला त्यांनी कधीच दोष दिला नाही.

बाबा सकाळ, संध्याकाळ माझ्यासाठी प्रार्थना करायचा. कधी साम्स वाचायचा. तर कधी इसायाहतले उतारे. कधीकधी मी पहाटे चारबीर वाजताच उठून स्वयंपाकघरात जायचे. एकीकडे कॉफी गॅसवर ठेवून बाबा आपला बायबल वाचत तिथं हजर असायचा. आई तर कायम माझ्या सेवेतच होती. मला काय काय वाचून दाखवणं, शॅम्पूची बाटली उघडून देणं, कपडे घालायला मदत करणं, बुटाच्या नाड्या बांधणं, डॉक्टरांकडे घेऊन जाणं, हाताला तेल चोळणं.... काय काय करायची म्हणून सांगू? "तू खूप सुंदर आहेस, लो," असं ती सारखं म्हणायची.

एकदा संध्याकाळी आई आणि मी पलंगावर पडलो होतो. मला खूप दुखत होतं. आई प्रार्थना म्हणायला लागली. आमचं मन शांत व्हावं आणि ईश्वराची कृपा आम्हाला लाभावी, अशी प्रार्थना होती ती. देवाचं अस्तित्व त्या खोलीत अनुभवायला मिळावं अशी प्रार्थना तिनं केली.

ती बोलायची थांबल्यावर सगळीकडे शांतता पसरली. मला आईचा श्वासोच्छ्वास ऐकू येत होता. बाहेर लॉनवर रातकिड्यांची किरकिर ऐकू येत होती.

"लो, तू अजून जागी आहेस?" आईनं हलकेच विचारलं.

"हो."

"तुला आता नेमकं काय वाटतंय?"

"खूप आल्हाददायक वाटतंय आई."

"तुला शांती जाणवतेय?"

मी तिच्याकडे पाहिलं, "हो. आणि मला हे संपायला नकोय."

आम्हाला दोघींना झोप लागली. मला जाग आली तेव्हा माझा हात आईभोवती होता. माझा पंजा नसलेला हात. तीही गाढ झोपली होती. मी हात तसाच तिच्याभोवती राहू दिला.

# डॅनाची पिकनिक

## लॉरेन

त्या रात्री जरी इतकं शांत वाटून गेलं असलं, तरी माझा मूड अजूनही वर-खाली होत होता. मी राग, वैमनस्य, नैराश्य, भीती सगळ्यांशी लढत होते. काही दिवस असे होते, जेव्हा मला फक्त झोपावं असं वाटायचं.

एकदा सकाळी मी रडतच उठले. उठावंसं वाटतच नव्हतं. मला काय हवंय, असं आई सारखी विचारत होती. माझं उत्तर 'काही नको' हेच होतं. शेवटी 'ब्रिटनीला बोलावशील का' असं मी विचारलं. ब्रिटनी कॅरोलिन या माझ्या बेस्टफ्रेन्डला घेऊन आली. हायस्कूलमध्ये कॅरोलिनची आणि माझी पक्की मैत्री झाली. तेव्हापासून आम्ही एकमेकींच्या खूप जवळ आहोत. माझ्याजवळ उभं राहून ती आता म्हणाली, ''हे पाहा लो, तू घराबाहेर पडणं फार महत्त्वाचं आहे. काही काळ तरी. कोणाही तरुण मुलीला अशा दिव्यातून जाणं म्हणजे कठीणच. पण तुझ्याएवढ्या मुलीनं सतत आई-बाबांवर अवलंबून राहणं, हेही अवघडच आहे.''

''कॅरोलिन योग्य तेच बोलतेय,'' ब्रिटनी म्हणाली. ''आपण सगळे बाहेर पडणार आहोत.''

मला त्यांच्या बोलण्यातलं तथ्य जाणवलं. गेले कित्येक आठवडे मी घर आणि थेरपी याखेरीज कुठंच गेले नव्हते. ज्या पिंजऱ्यात मी अडकले होते, त्यातून बाहेर पडायचं आव्हान कोणीतरी माझ्यासमोर टाकणं गरजेचं होतं.

दुपारी आम्ही गाडीतून 'विलो बेन्ड' नावाच्या मॉलमध्ये गेलो. थोडंसं फिरून काहीतरी खाल्लं आणि कॉफी प्यायलो. मी 'फॉरेव्हर २१'मध्ये एक भडक रंगाचा शर्ट घेतला. मी टोपी घातली होती आणि लांब बाह्यांचा टॉप. लांबून माझे केस नॉर्मल वाटत होते. तरीही लोक आपल्याकडे बघताहेत, असं मला वाटत होतं.

घरातून बाहेर पडल्यावर बरं वाटलं; पण परत येईपर्यंत मी थकून गेले होते. बाबांच्या आवडत्या खुर्चीत बसून मी डुलकी काढली. ब्रिटनी आणि शॉनची खूप मदत होत होती. मला बदल हवा, म्हणून वीकएन्डला ते मला त्यांच्या घरी राहायला नेऊ लागले. मग कधी 'चायनीज' मागवणं, कधी सिनेमाची सी.डी. भाड्यानं आणणं, तर कधी केवळ गप्पागोष्टी करणं, असा आमचा कार्यक्रम असे. कधी माझे कॉलेजमधले मित्र-मैत्रिणी यायचे. एकूण काय, तर जितकं नॉर्मल असणं शक्य होतं तितकं मी वागत होते. लहानपणी ब्रिटनी आणि मी 'सुपर मारिओ वर्ल्ड' नावाचा व्हिडिओ गेम खेळायचो. आता पुन्हा खेळायचा प्रयत्न केला, तर लक्षात आलं की बटणं दाबायला दोन्ही हातांची बोटं शाबूत हवीत. मग ब्रिटनी माझ्या शेजारी येऊन बसली. ती डावा हात वापरत होती आणि मी उजवा. लवकरच आम्हाला तो गेम जमू लागला. खूप मजा आली.

एकदा ब्रिटनीकडे मुक्कामाला असताना रात्री मला खूप उदास वाटायला लागलं. मनात अनामिक भीती दाटून आली. माझा स्वभाव मत्सरी नाहीये. ब्रिटनी आणि शॉनचं एकमेकांवरचं गाढ प्रेम हा माझ्या दृष्टीनं आनंदाचा विषय होता. पण त्या रात्री मला स्वतःचीच कीव आली. माझ्या खोलीत मी एकटीच रडत बसले. थोड्या वेळानं जेम्सला फोन केला. त्याच्याशी बोलल्यावर थोडंसं बरं वाटलं. पण मग पुन्हा औदासीन्य. मी फोनवर काहीही बरळू लागले. "आज त्या दोघांकडे जे आहे ते मलाही मिळालं असतं," मी जेम्सला म्हणाले. म्हणजे लग्न, स्वतःचा संसार आणि एक नॉर्मल आयुष्य. माझी बडबड तशी दिशाहीन होती. मी जेम्सला उद्देशून काही सांगू इच्छित होते, की एकूणच काहीतरी, हे मला धड कळत नव्हतं. सुदैवानं त्यानं मला काही प्रश्न विचारले नाहीत. माझं म्हणणं शांतपणे ऐकून घेतलं. तो म्हटल्याचं आठवतंय – "जोपर्यंत तुला जरूर आहे, तोपर्यंत मी तुझ्यासाठी असणार आहे." किती उत्तम मित्र होता जेम्स! तो अजूनही माझ्या आयुष्यात असणं ही खूप समाधान देणारी गोष्ट होती.

घरी परतल्यावरचे ते पहिले काही आठवडे माझ्यासमोर ठोस असं काही ध्येय नव्हतं. कितीही निराशा आली, कितीही थकवा आला तरी मी पुढे जायचा प्रयत्न करत होते. थेरपी, बायबल वाचन, प्रार्थना, चालूच होतं. ९ जानेवारीला अपघातानंतर प्रथमच मी ब्लॉगवर लिहिलं होतं- ज्या ज्या लोकांनी आमच्या कुटुंबावर प्रेम केलं त्या सर्वांचे आभार.

थोडंसंच लिहिलं होतं, तरी मला खूप बरं वाटलं. पण मी कितीही प्रयत्न केला तरी मनात अनेक अनुत्तरित प्रश्न होतेच. ज्या ज्या गोष्टी मी कधीच करू शकणार नव्हते त्याबद्दल चिंता वाटत होती. मी रॉकक्लाइंबिंग किंवा स्कीईंग कशी करणार होते... एका हातानं बॉक्सिंग कशी करणार होते... एकच डोळा असताना कार

कशी चालवायची... एका हातानं कपडे कसे घालायचे... असे अनेक प्रश्न होते. माझ्याशी लग्न करणं सोडा, पण आता कुठल्याच मुलाला मी आवडणार नाही, अशी माझी खात्री होती.

मला माझ्या करिअरविषयीसुद्धा चिंता होती. एका हातानं मी पटापट टंकलेखन कशी करणार होते... फॅशन वीकमध्ये मॉडेल्सच्या मुलाखती कशी घेणार होते... त्या व्यवसायातल्या सुंदर सुंदर मुलींमध्ये मी कशी मिसळणार होते... वसंत ऋतूच्या आगमनानं मी नर्व्हस झाले. लांब बाह्यांच्या ड्रेसशिवाय बाहेर पडायला मला संकोच वाटू लागला. किंबहुना चारचौघांत जायची इच्छाच होत नव्हती. की कधीच नॉर्मल होणार नव्हते, हे मी स्वतःला सांगत होते. मला माझ्या बेडरूममधून बाहेरच पडायचं नव्हतं.

***

एका सकाळी मी उठून स्वयंपाकघरात गेले. एवढ्यानंही दमून गेले, म्हणून पुन्हा बिछान्यात शिरले. त्या दिवशी आई-बाबांना कामं होती, त्यामुळे मी घरात एकटीच असणार होते.

"लो, मी माझं काम पुढे ढकलू शकते," आई म्हणाली. "मला सांग, तू काहीतरी बरं-वाईट करायच्या विचारात नाहीयेस ना?"

"नाही, मी ठीक आहे," मी उशीत डोकं खुपसूनच बोलले.

आई गेली. मला झोप लागली असावी, कारण दाराची बेल वाजत होती. 'ती सारखी वाजतेय' असं मेंदूतला एक कोपरा मला सांगत होता. मला कोणालाही भेटायचं नव्हतं. पण बेल पुन्हा वाजली म्हणून मी नाइलाजानं बघायला गेले.

दारासमोर डॅना क्रॉफर्ड उभी होती. मी दार उघडलं आणि रडायला सुरुवात केली. डॅनानं मला जवळ घेतलं. मी रडतच राहिले. शेवटी ती गाऊ लागली – "यू आर माय सनशाइन, माय ओन्ली सनशाइन..." गाणं ऐकून मला हसू आलं. वेड्यासारखं हसू नाही. अगदी नॉर्मल हसू.

तिनं पुन्हा मला मिठी मारली. "तू आज माझ्या घरी का नाही येत? थोडा बदलही होईल," ती म्हणाली.

मी मुसमुसत मान डोलावली. माझ्या खोलीत जाऊन कपडे चढवले. दोन गल्ल्यांपलीकडे राहणाऱ्या डॅनाकडे आम्ही गेलो. पिकनिकला असतं तसं जेवण तिनं तयार केलं. तो दिवसही छान होता. लख्ख सूर्यप्रकाश आणि आल्हाददायक वारा.

"चल, आपण बाहेरच जेवू." ती म्हणाली. "तुला ड जीवनसत्त्वाची गरज आहे."

हळूहळू मी डॅनाजवळ माझं मन मोकळं केलं.

“तुझ्या डोक्यात अनेक असत्यं असणार आहेत. पण आपण त्यातलं खरं काय आणि खोटं काय, हे तपासून पाहू,” डॅना म्हणाली. ती एक एक मुद्दा मांडू लागली. मी अजून जिवंत आहे. मी विचार करू शकत होते. बोलू शकत होते. अपघातात माझा मेंदू निकामी होऊ शकला असता; पण तसं झालं नव्हतं. लोक माझ्यावर प्रेम करत होते. मुलांना मी आवडणार होते. माझं काम मी करू शकणार होते. एकूणच ईश्वर दयाळू होता आणि त्यानं माझ्यासाठी काहीतरी योजून ठेवलं होतं. आताच्या सर्व त्रासांमागे त्याची काहीतरी इच्छा होती.

डॅनाशी बोलल्यावर मनातला बराचसा संभ्रम दूर झाला. तिचं ज्ञानामृत मी पीत होते आणि माझ्या मनात आलं – ‘आता मला फक्त या उन्हात बसायचंय. एकही शब्द बोलायचा नाहीये.’ तेवढ्यात डॅना म्हणाली, “तुला नुसतं पडायचंय का? मी प्रार्थना करते.” मग मी अंग टाकलं. डॅना प्रार्थना म्हणू लागली. अर्धा-एक तास आम्ही तशाच, शांत बसून राहिलो.

तो वेळ किती शांतपणा, निवांतपणा देऊन गेला! तेव्हा मला बोध झाला- प्रकाश दिसण्यापूर्वी अंधारातून जावंच लागतं.

हा क्षण माझ्या जीवनातला कलाटणी देणारा होता.

# बर्फातली सुट्टी

## लॉरेन

एका दुपारी आई आणि मी अशाच स्वयंपाकघरात बसलो होतो. एकीकडे, झालेल्या प्रगतीमुळे बरं वाटतं होतं; पण दुसरीकडे हतबल झाल्याची भावनाही होती. दोघींनाही वाटलं की आम्हा सर्वांनाच हवापालट आवश्यक आहे.

कुठं जाऊ शकतो यावर आम्ही चर्चा केली. तेवढ्यात बाबा आला. म्हणाला की मायकल आणि डेबी या आमच्या स्नेह्यांनी त्यांचं कोलोरॅडोतलं घर आमच्या सेवेसाठी हवं तेव्हा उपलब्ध केलं होतं. त्यांना फोन केल्यावर त्यांनी त्यांचा कार्यक्रम बदलला. पुढच्या वीकएन्डला ते जोडपं आम्हाला चार दिवसांकरता 'स्टीमबोट स्प्रिंग्ज'ला घेऊन गेलं. अपघातानंतर आम्ही प्रथमच असे सुटीसाठी बाहेर पडलो होतो.

त्यांचं घर खूपच सुंदर होतं. म्हटलं तर लॉजसारखं; पण अत्यंत 'घरेलू'. घराकडे पाहिलं तरी रिलॅक्स्ड वाटत होतं. बाहेर बर्फ पडलं होतं. दूरवर रॉकरी माउंटन्सनं परिसर घेरला होता. हवेला पाईन वृक्षांचा सुगंध येत होता. मन अगदी स्थिर आणि शांत झालं. आमच्याबरोबर ब्रिटनी आणि शॉनसुद्धा होते. मी जेम्सलाही बोलावलं. तो खूप जवळचा मित्र होता. शिवाय अपघातानंतर आजपर्यंत सतत आमच्या मदतीला हजर होता. आमच्या कुटुंबातल्या सगळ्यांशी त्याचं छान जमायचं. शिवाय त्याला बर्फ आणि डोंगर आवडतात, हे मला माहीत होतं.

आम्ही सगळे आरामात होतो. निदान मी तरी. पुरुष मंडळी स्नो-बोर्डिंग आणि स्कीईंग करायला जायची. मलाही जावंसं वाटत होतं; पण डॉक्टरांनी मनाई केली होती. किमान एक वर्ष तरी मेंदूला कुठल्याही प्रकारे इजा होणं परवडण्यासारखं नव्हतं. आम्ही बायका जवळच्या शहरात जाऊन 'फेशियल' करून आलो.

दिवसागणिक आमच्यातलं टेन्शन गळून पडत होतं. सकाळी उशिरा उठायचं, कॉफी प्यायची, पॅनकेक्स बनवायचे आणि शेकोटीजवळ आराम करायचा. दुपारी थोडी भ्रमंती, कॉफीपान आणि गंभीर विषयांवर सखोल गप्पा. एकदा रात्री मी पुरुषांबरोबर तिथल्या स्थानिक कार्यक्रमाला गेले. त्याचं नाव 'नाईट एक्स्ट्रव्हॅगान्झा'. अंधार पडल्यावर हातात मशाली घेऊन स्की करणारे लोक भरधाव वेगानं डोंगरावरून खाली येत होते. नागमोडी वळणं घेत धमाल करणारी ही मंडळी पाहून मलाही खूप बरं वाटलं. संपूर्ण वीकएन्ड अपघात किंवा रीहॅबचा विषयही निघाला नाही.

आमच्या या सहलीच्या शेवटी मी ट्विटरवर दोन फोटो टाकले. एकात मी आणि ब्रिटनी होतो. दोघींनी गॉगल घातले होते आणि हिप्पींसारखं दिसायचा प्रयत्न करत होतो, हसत होतो. दुसऱ्या फोटोत आम्ही सगळे होतो. मी ट्विट केल्या केल्या जेम्स म्हणाला, "लो, तू काय केलं आहेस माहीत आहे?"

"का, काय झालं?"

"हे फोटो 'टुडे शो'वर येणार, हे तुला ठाऊक आहे ना?"

"अं, हो, जेम्स," मी वेळ मारून नेली.

पण खरोखरच दुसऱ्याच दिवशी आम्हाला 'टुडे शो'कडून ई-मेल आली. ब्रिटचा आणि माझा फोटो अनेक प्रसारमाध्यमांनी वापरला होता. शिवाय 'माझ्या अपघातानंतरची पहिली सहल' अशा आशयाच्या गोष्टीही छापल्या होत्या. इतक्या प्रसिद्धीमुळे मला धक्का बसला. "तुला अजूनही वाटतंय की तू तुझं पूर्वीचं आयुष्य जगते आहेस," जेम्स म्हणाला. "पण आता तसं नाहीये, लॉरेन. तू आता मजा म्हणून एखादा फोटो ट्विट नाही करू शकत."

***

जेम्सचं म्हणणं बरोबर होतं. माझ्या अपघाताची कथा किती मोठी बनली होती याचा मला अंदाज आला नव्हता. यापूर्वी मी बिनबोभाट कुठंही जाऊ शकत होते, कोणाचीही तमा न बाळगता. एकदा कोण्या छायाचित्रकारानं रीहॅब क्लिनिकमध्ये जात असताना माझा आणि बाबाचा फोटो काढला होता. कळायच्या आत तो बातम्यांमध्ये झळकला होता. इंटरनेटवर सर्वदूर पसरला होता. आम्ही 'हसतमुख' आहोत असा फोटोखाली मथळा टाकला होता. पण हे किती चूक होतं. आम्ही गाडीत एक भक्तिपर सीडी ऐकत आलो होतो. दोघांनाही भावनावेग अनावर झाला होता. रडायला येत होतं.

आणखी एक प्रसिद्धी मिळालेला फोटो म्हणजे शॅरन केन्डॉल आणि मी 'होल फूड्स'मधून बाहेर पडतानाचा. अजूनही दुकानात जाताना मला विचित्र वाटायचं. पूर्णपणे अनोळखी लोक डोळ्यांत पाणी आणून सांगायचे- 'आम्ही तुझ्यासाठी

प्रार्थना करतोय.' हे तसं 'कूल' वाटत होतं. या फोटोखाली 'जिममधून बाहेर पडताना' असं चुकीचं छापलं होतं.

एक फोटो मी रीहॅबमधून घरी येत असताना आमच्या घराजवळच काढला गेला होता. हे फोटो लपूनछपून कोण काढायचं हे कधीच समजलं नाही, पण ही मंडळी कुठंतरी दबा धरून बसत असणार. या घटनांनंतर आम्ही कुठंही जाताना नेहमीचा मार्ग सोडून दुसऱ्याच रस्त्यानं जाऊ लागलो. लोक आपला फोटो काढायला लपून बसले आहेत, ही जाणीव फार विचित्र होती.

एकदा बाबा माझ्याजवळ बसला आणि आमची मुलाखत घेऊ इच्छिणाऱ्या मीडियावाल्यांची यादीच त्यानं मला दाखवली. सगळी मोठी नावं यात होती- डॉ. फिल, एलेन डिजनरेस, 'पीपल' मासिक, 'द असोसिएटेड प्रेस', 'द टाईम्स लंडन', 'हॉलमार्क चॅनेल', 'कॉस्मो यूके', 'ग्लॅमर यूके' वगैरे. कोणीतरी 'डान्सिंग विथ द स्टार्स'मध्ये मी भाग घेऊ इच्छिते का, असंही विचारलं होतं.

"केअरिंग ब्रिज संकेतस्थळ आठवतंय का?" बाबानं विचारलं. "कॅरलिन आणि शॅरनने सुरू केलेलं." या संकेतस्थळावरून आम्ही लोकांच्या संपर्कात राहत होतो.

मी बऱ्याचदा या संकेतस्थळाला भेट द्यायचे. शॅरन माझ्यासाठी काही निवडक प्रतिक्रियांच्या प्रिंटआऊट्स घ्यायची. बहुतेक संदेश हृदयस्पर्शी होते. मला शुभेच्छा देणारे, माझ्यासाठी प्रार्थना करत असल्याचं सांगणारे. किती लोकांनी संकेतस्थळाला भेट दिली होती, हे आजवर मला कोणी सांगितलं नव्हतं.

"नीट बघ," बाबा म्हणाला.

आम्ही 'लॉग ऑन' केलं. पंधरा लाखांपेक्षा जास्त 'हिट्स', जगभरातून हजारो लोकांनी पाठवलेल्या संदेशांची पानंच्या पानं होती. आमच्या अनुभवांमधून ईश्वर इतरांनाही त्यांच्या समस्यांना तोंड देण्याची शक्ती देत होता, असा अनेकांचा सूर होता.

> एक संदेश होता – 'हॅलो, सुंदर मुली. चर्चशी म्हणावा तसा संबंध न ठेवलेली मी एक कॅथलिक मुलगी आहे. तुझ्या आणि तुझ्या आईच्या लिखाणानं अनेक प्रकारे मला स्फूर्ती दिली आहे. तुझं आयुष्य बदललं आहे. दररोज चढ-उतार आहेत. पण ईश्वरावर तुझी अपार श्रद्धा आहे, ही फार महत्त्वाची गोष्ट आहे. तू शक्तिवान आहेस आणि तू या सगळ्यातून बाहेर येशील. पण तू सुंदर आहेस आणि सुंदरच राहशील हे लक्षात ठेव. लव्ह टु यू अॅन्ड युवर फॅमिली.' लेस्ली.
>
> नॅन्सी नावाच्या एका स्त्रीनं लिहिलं होतं- 'तुझी ताकद अद्भुत आहे.' मेरी

म्हणते- ‘तुझ्या नोंदींनी माझ्या मनाला किती उभारी मिळते हे मी तुला सांगू इच्छिते. लॉरेनची तब्येत सुधारत जावो. तुझ्या कुटुंबीयांची श्रद्धा अबाधित राहो. अनेक लोकांच्या जीवनाला तुझ्या कहाणीचा परीसस्पर्श लाभला आहे. ते सर्व लोक तुझ्यासाठी प्रार्थना करत आहेत.’

‘लॉरेन, या दिव्यातून तू इतक्या स्वाभिमानानं मार्ग काढला आहेस. तुझ्या जीवनात आम्हाला डोकावू दिल्याबद्दल आम्ही तुझे आभारी आहोत. लॉरेन, मी तुला ओळखत नाही, पण आय लव्ह यू. ईश्वरानं तुझ्यासाठी काहीतरी खास योजून ठेवलं आहे. तू सदैव माझ्या प्रार्थनेत असशील.’

जेनीनं लिहिलं होतं- ‘लॉरेन, तुला आज बातम्यांमध्ये पाहिलं. तू भन्नाट दिसतेस!! तुझी कहाणी अत्यंत स्फूर्तिदायक आहे हे मला सांगायचंय. देव तुझं भलं करो.’

मी अवाक झाले. मी काहीच विशेष करायचा प्रयत्न करत नव्हते. मी फक्त पुढे जायचा प्रयत्न करत होते, इतकंच. केसी या माझ्या शाळेतल्या मैत्रिणीनं केलं होतं तसं. तिचे वडील वारले होते. भाऊ आजारी होता. तीव्र दुःखात तिला असंही वाटून जायचं की हे सगळं सोडून द्यावं. पण ती खचली नाही. मी तिच्याकडून स्फुरण घेतलं होतं. प्रतिकूल परिस्थितीशी दोन हात करणाऱ्या इतरांचंही उदाहरण स्वतःसमोर ठेवलं होतं.

मी माझ्यापुरती धैर्याची व्याख्या केली होती- जीवनानं तुम्हाला जोरदार चपराक दिली तरी पुढे जात राहायचं- आणि मी फक्त या व्याख्येबरहुकूम जगत होते.

एवढंच केलं होतं मी.

***

त्या सहलीला जेम्स आमच्याबरोबर होता हे खूप छान झालं. तो सारखा मला जवळ घ्यायचा. अगदी सारखा मला जपायचा. एकदा जेवताना मला चिकन धड कापता येत नव्हतं. तेव्हा मी न सांगताच त्यानं मला मदत केली.

शेवटच्या दिवशी जेम्स आणि मी दोघंच बाहेर पडलो. कोलोरॅडोचं आकाश निळंशार, निरभ्र होतं. हवेत गारवा होता. आम्ही जंगलातून थोडं चाललो आणि एका मोकळ्या जागेत आलो. लॉजपासून फार दूर आलो नसलो तरी पुरेसा एकांत होता “जेम्स?” मी म्हणाले, “अं... आपण परत डेटिंग करतोय का?” तो विचारात पडला. नजर दूरवर होती. तो काय म्हणेल मला कळत नव्हतं. माझ्या हृदयाची धडधड वाढली होती. एरवी आम्ही डेटिंग करत असतो तर अशा वेळी आम्ही एकमेकांचं चुंबन घेतलं असतं.

“लॉरेन, तुला ठाऊक आहे मला तू किती आवडतेस. पण मी तुझ्यासाठी ‘ती’

व्यक्ती आहे का, हे मला माहीत नाही. सध्या मी तुझा मित्र म्हणून इथं आहे, बॉयफ्रेन्ड म्हणून नाही.''

मी उगीच पायानं जमीन खरवडली. लांब कुठंतरी एका पक्ष्यानं शीळ घातली आणि तो शांत झाला. ''वेल,'' मी म्हणाले. ''आपण अजूनही डेटिंग करत असतो, तर ती काही वाईट गोष्ट नसती.''

''कदाचित.''

''कदाचित छान होईल. पूर्वीसारखं.''

''कदाचित,'' तो पुन्हा म्हणाला. ''किंवा कदाचित आपण आणखी थोडा वेळ द्यायला हवा या सगळ्याला.''

मी मान होकारार्थी हलवली. आम्ही खूप वेळ एकमेकांना घट्ट मिठी मारली. त्यानं मला इतक्या आपुलकीनं जवळ घेतलं होतं की हे असंच चालू राहावं असं वाटून गेलं.

प्रसंगाचं गांभीर्य दोघांच्याही लक्षात आलं होतं. केवळ करायचं म्हणून डेटिंग नव्हतं करायचं आम्हाला. आयुष्यातल्या फार मोठ्या निर्णयाच्या उंबरठ्यावर आम्ही होतो- उरलेलं आयुष्य एकमेकांबरोबर घालवावं की नाही.

जेम्सचं म्हणणं योग्यच होतं. त्या दुपारचा प्रसंग अगदी 'परफेक्ट' होता. तरीही आम्हाला निःसंदिग्ध उत्तर मिळालं नव्हतं. स्वतःशी प्रामाणिक असणं अत्यंत गरजेचं होतं. अपघातानंतर इतक्या लवकर पुन्हा डेटिंग सुरू करणं योग्य नव्हतं. नवीन वास्तवाचा संपूर्ण परिचय होणं बाकी होतं. आमच्या मैत्रीला या वास्तवाशी जुळवून घ्यायला वेळ हवा होता. तरीही, त्या क्षणी जेम्स आणि माझ्या तारा पूर्णपणे जुळल्या होत्या. हे असं कायम राहायला हवं होतं मला!

# माझं नवं वास्तव

## लॉरेन

स्टीमबोट स्प्रिंग्जच्या सहलीनंतर माझ्यात नवं चैतन्य संचारलं. मी माझ्या समस्यांवर मात करायचं ठरवलं. त्यासाठी जे जे करावं लागेल, ते मी करणार होते. काही आठवडयांपूर्वी मी कृत्रिम अवयव बनवणाऱ्या कंपनीत जाऊन आले होते. 'ॲथलेट्स परफॉर्मन्स' नावाच्या केन्द्रातल्या नव्यानं सुरू केलेल्या रीहॅब कार्यक्रमाचा मी विचार करावा असं तिथल्या ऑक्युपेशनल थेरपिस्टनं सुचवलं. हे केन्द्र हॉस्पिटल न वाटता एखादं जिम असल्यासारखं वाटत होतं. जखमी खेळाडू इथं उपचारांसाठी येत.

मी संपर्क साधला तेव्हा तिथल्या फिजिकल थेरपिस्ट शेरी वॉल्टर्सला सुदैवानं वेळ होता. शेरी माझ्यापेक्षा काही वर्षांनी मोठी आहे. आमचे सूर लगेच जुळले. तिचं ज्ञान, कौशल्य आणि कामावरची श्रद्धा पाहून मी प्रभावित झाले. अर्धांगवायू झालेल्या पेशंट्सपेक्षा खेळाडूंबरोबर रीहॅब करणं किती महत्त्वाचं आहे, हे माझ्या लक्षात आलं. हीच जागा माझ्यासाठी योग्य आहे, हे मला कळून चुकलं.

आठवड्याले पाच दिवस मी शेरीकडे जायचे. दर वेळी सुरुवात व्हायची ती माझ्या वेगवेगळ्या जखमांवर कोको आणि लोणीयुक्त मलम चोळण्यानं. यामुळे व्रण न आखडण्याला मदत व्हायची. यानंतर वेगवेगळे व्यायाम प्रकार. 'पुश-अप्स'वर शेरीचा विशेष जोर होता. सुरुवातीला तर मला एकही 'पुश-अप' करता आला नाही.

"तू काळजी करू नकोस," शेरी म्हणाली. "आताशी सुरुवात आहे." मी वजनं उचलली. शिवाय पळणं, स्ट्रेचिंग आणि डाव्या हाताला लेप लावणं होतंच. इथलं वातावरणच वेगळं होतं. माझ्यासोबत फुटबॉल खेळाडू होते, बेसबॉल खेळणारे होते. कोणाचे गुडघे कामातून गेलेले होते, तर कोणाचे खांदे. काहींना कोणतीच इजा झालेली नव्हती. ते 'ऑफ-सीझन' ट्रेनिंगसाठी आले होते. खोलीत

रॉक संगीत वाजत असे. मी सर्वस्व पणाला लावून कष्ट करत होते. थोड्याच दिवसांत मला बारा पुश-अप्स काढता येऊ लागले. मी आता जे करत होते, ते 'ट्रेनिंग' होतं, थेरपी नव्हे!

अपघातापूर्वी मी बॉक्सिंग करत होते, हे मी सुरुवातीलाच शेरीला सांगितलं होतं. आता मी बॉक्सिंग करू शकणार नाही असं मी गृहीत धरलं होतं. पण शेरी म्हणाली, ''वास्तविक बॉक्सिंगनं तुला खूप फायदा होईल. हलणाऱ्या गोष्टीचा वेध घेत ठोसा मारण्याचा सराव केलास तर तुझं 'डेप्थ पर्सेप्शन' खोलीचा अंदाज सुधारेल. बघू या काय करता येतं ते.'' तिनं माझ्या हातात गुलाबी ग्लोव्ह्ज घातले आणि तिथल्या जनरल मॅनेजरला- स्टुअर्ट गिलला- बोलावलं. तो महाकाय माणूस अकरा वर्षं अमेरिकेच्या तायक्वांदो संघात खेळला होता. त्यानं मला काही वॉर्मअप व्यायामप्रकार करायला सांगितले. मग आम्ही खडा-खडी करू लागलो. माझा ग्लोव्ह हातात मस्त बसला होता आणि माझ्या हालचालीदेखील छान होत होत्या. ''व्वा, लॉरेन! छान केलंस,'' असं स्टुअर्ट म्हणाला.

या साध्या शब्दांनी मला एकदम सक्षम झाल्यासारखं वाटलं. तेव्हापासून मी नियमितपणे तायक्वांदोचा सराव करते आहे. खूप मस्त वाटतं. अपघातापूर्वी मी बॉक्सिंग शिकले; कारण मला काहीतरी नवीन आव्हान हवं होतं. पण आता याचा उपयोग मी बरी होण्याकरता होतोय. मी अगोदर जे करत होते, तेच आता करतेय, पण जास्त जोमानं.

हॉस्पिटलमधून घरी आल्यानंतर सव्वा महिन्यानं मी रॅन्डी ट्रॉनिक नावाच्या डोळ्याच्या डॉक्टरला भेटले होते. हे होतं कृत्रिम डोळा बसवण्यासाठी. या क्लिष्ट प्रक्रियेला कधीकधी खूप दिवस लागू शकतात. पण एका दिवसात सगळं करता येईल का, हे पडताळून पाहायला रॅन्डीनं मला एका शनिवारी बोलावून घेतलं. सैन्यात असताना त्यानं स्वतः एक डोळा गमावला होता आणि आता तो कृत्रिम डोळ्यांचा तज्ज्ञ बनला होता. अतिशय मनापासून काम करायचा.

आई, बाबा, ब्रिटनी आणि मी सकाळी सकाळीच गेलो. सुरुवातीला रॅन्डीनं माझ्या डोळ्याच्या खोबणीचं माप घेतलं. त्यावरून त्यानं मेणाचा डोळा तयार केला. या मेणाच्या डोळ्यावरून मग प्लॅस्टिकचा डोळा तयार केला. शेवटी त्यावर हातानं बारीक रंगकाम करून तो डोळा जास्तीत जास्त खरा वाटेल याची खात्री केली. तो टप्प्याटप्प्यानं काम करत होता. मधल्या वेळात आम्ही स्टारबक्समध्ये जाऊन कॉफी पिणं किंवा तत्सम काहीतरी केलं.

डोळ्याला रंग देण्याची प्रक्रिया फारच उत्कंठावर्धक होती. तो माझ्या उजव्या डोळ्याकडे भिंगातून बघायचा आणि मग कृत्रिम डोळ्यात रंग भरायचा. माझा डोळा हिरवट, राखाडी, थोडा तपकिरी आहे असं त्यानं मला सांगितलं. मला चित्रकला

आणि रंगाचं पहिल्यापासून आकर्षण होतंच. नवीन मार्कर्स हातात आल्यावर जे वाटतं त्याची मला आठवण झाली.

रंगकाम पूर्ण झाल्यावर रॅन्डीनं तो डोळा माझ्या हातात दिला. हा कृत्रिम डोळा फार कडक नसतो. एखाद्या न भाजलेल्या चिनी मातीच्या भांड्यासारखा वाटतो. थोडासा अंडाकृती असतो. त्यानं माझ्या खोबणीत कसलेतरी थेंब सोडले आणि मग कृत्रिम डोळा अलगद आत सरकवला. सुरुवातीला जरा विचित्र आणि घट्ट वाटला. थोडासा खालच्या बाजूला झुकलेला वाटला. याबद्दल डॉक्टरांनी मला अगोदर कल्पना दिली होती. खोबणीवर आणखी एक शस्त्रक्रिया करावी लागणार होती. डोळ्यावर शेवटचा हात फिरवून झाल्यावर दुपारी साडेचारच्या सुमारास तो कृत्रिम डोळा लावून मी तिथून बाहेर पडले. कालांतरानं त्या खोबणीत स्नायू तयार होणार होते आणि तो कृत्रिम डोळा, माझ्या उजव्या डोळ्याच्या बरोबरीनं हलू शकणार होता. हा कृत्रिम डोळा, झोपताना किंवा अंघोळ करताना काढायची जरुरी नसते.

खरंतर कृत्रिम डोळा सुरक्षित राहावा म्हणून मी चष्मा वापरावा असं डॉक्टरांचं म्हणणं होतं. पण मला चष्मा लावायला नाही आवडत. मी त्यात चांगली दिसत नाही. शिवाय चष्मा लावून जोशात बॉक्सिंग कसं करणार? अर्थात माझा डोळा खोटा आहे हे लोकांना कळू नये म्हणून मी कधीकधी गॉगल्स घालते.

सध्यातरी माझा खोटा डोळा, माझ्या उजव्या डोळ्याइतका झटकन हलत नाही. रॅन्डीनं मला दुसऱ्या एका पेशंटचा पत्ता दिला. या माणसालाही कृत्रिम डोळा बसवला होता आणि आता त्याच्या हालचाली व्यवस्थित चालू होत्या. एक टीव्हीवर काम करणारी स्त्री विशिष्ट तंत्र शिकली आहे- उजवीकडून डावीकडे नजर फिरवताना ती डोळ्याची उघडझाप करते. त्यामुळे तिचा कृत्रिम डोळा चटकन लक्षात येत नाही. कृत्रिम डोळा नीट वापरता येण्याकरता सराव लागतो, वेळही लागतो. पण एकूण मी या डोळ्याबाबत समाधानी होते.

पण कृत्रिम हाताच्या बाबतीत जास्त अवघड गेलं. मुळात कृत्रिम हात ही संकल्पनाच माझ्या पचनी पडली नव्हती. डोळा गेल्याच्या मानानं हात गमावल्याचा धक्का फार मोठा होता. खोटा डोळा निदान झाकता तरी येतो; पण कृत्रिम हात 'नॉर्मल' म्हणून कसा खपवणार?

अनेक खेपा मारल्यावर मी कृत्रिम हाताची निवड करू शकले. वेगवेगळ्या प्रकारे काम करणारे हात लावून बघायचे, असा कार्यक्रम असे. त्या वेळी मला कल्पना नव्हती की पुढचे कित्येक महिने मला त्या केंद्रात अगणित चकरा माराव्या लागणार होत्या. कधी ओळीनं तीन दिवस जायचं; प्रत्येक वेळी चार-चार तास घालवायचे. कृत्रिम अवयव केन्द्र तुमच्या आयुष्याचा अविभाज्य भाग होऊन जातं. काहीना काही दुरुस्ती, ॲडजस्टमेंट्स सतत चालू असतात.

तिथले सगळे लोक खूप चांगले होते, तरीही तिथं जाऊन येणं म्हणजे थकवणारा अनुभव असायचा. कधीकधी ताण असह्य व्हायचा, गुदमरल्यासारखं वाटायचं. बहुतेक वेळा तिथं जाऊन आल्याच्या रात्री खूप उदास वाटायचं किंवा खूप राग यायचा. प्रत्येक भेटीनंतर थोडीशी प्रगती व्हायची, तरीही एकूण अनुभव कष्टप्रदच होता.

सुरुवातीच्या एका भेटीत मला आणि आई-बाबांना त्यांनी वेगवेगळ्या प्रकारचे हात दाखवले. बहुतेक पेशंट पुरुष असल्यानं हातांचा आकार आणि रंगरूप पुरुषी होतं. त्या टेबलावर इतस्ततः पसरलेले कृत्रिम हात पाहून माझं मन बिथरलं. माझा हात तुटल्याच्या वास्तवाची नव्यानं जाणीव झाली. आयुष्यभर मी कृत्रिम हात घेऊन वावरणार होते! मी सुन्न मनानं प्रश्न विचारत होते. मग मला रडू आलं. आम्ही सगळेच रडलो. घरी परतताना कोणीच काही बोललं नाही.

''तुम्हाला आजच्या या प्रकाराबद्दल काय वाटलं?'' मी विचारलं.

रडत रडतच आईनं उत्तर दिलं. तिचं मन गोंधळून गेलं होतं. मला कृत्रिम हात मिळणार ही चांगली गोष्ट होती; पण हे सगळंच सरियल- खोटं वाटत होतं. अजूनही विश्वास बसत नव्हता.

पुढची भेट पहिल्यापेक्षा किंचित बरी झाली. तिथल्या लोकांनी एकच हात असलेल्या एका बाईला माझ्याशी बोलायला आमंत्रित केलं होतं. ती खूपच गोड, उत्साही व्यक्ती होती. क्लिनिकनं हे सगळं माझ्या भल्यासाठीच केलं होतं; पण माझ्या मनाची अजून तयारी झाली नव्हती. मला हे सगळं झेपत नव्हतं. त्या बाईनं तिचा कृत्रिम हात काढून ठेवल्यावर तर मी ओक्साबोक्शी रडू लागले. हे मला करावं लागणार, ही कल्पना असह्य होत होती. असा हात बसवून मी काय काय करू शकणार होते, याची दृश्यं माझ्या डोळ्यांसमोर तरळून गेली. माझं मन अजून ते अजमावू शकत नव्हतं. मला फक्त तिथून निघून जायचं होतं!

पुढच्या वेळी शेरी माझ्याबरोबर आली. माझा तिच्यावर पूर्ण विश्वास होता. तिनं योग्य प्रश्न विचारले. या वेळी त्यांनी माझ्या हाताचा साचा केला. एका चिकट द्रव्याच्या भांड्यात मी माझा संपूर्ण हात बुचकळला. ते चिकट द्रव्य वाळून कडक झाल्यावर मी हात बाहेर काढला. या साच्यावरून ते कृत्रिम हात करणार होते- मेणापासून माझा कृत्रिम डोळा केला होता, त्याच पद्धतीनं.

शेरीच्या मदतीमुळे मला योग्य ती माहिती मिळू शकली आणि मी निर्णय घेण्याच्या मनःस्थितीत आले. मी चार प्रकारच्या कृत्रिम हातांची निवड केली. पहिल्या प्रकाराला 'पॅसिव्ह' म्हणतात. हा हात अगदी खऱ्या हातासारखा दिसतो. पण अजिबात हलवता येत नाही. हा हात मी फॅशनवीक किंवा अन्य औपचारिक कार्यक्रमांना जाताना वापरू शकले असते.

दुसऱ्या प्रकारचा हात हलवता येतो आणि त्याने वस्तू धरता येतात. शिवाय

दरवाजा किंवा एखादी बरणी उघडणं अशा गोष्टीही करता येतात. माझ्या कोपराखालच्या हाताचे स्नायू वापरून या हाताची हालचाल होते. थोड्याच वेळात या हाताचा वापर करायचं तंत्र मला जमलं. मी दुसरे दोन हात निवडले ते इतर कामांसाठी. एक हात माझ्या वर्क-आऊटसाठी होता. या हाताला इतर सुटे भाग जोडून वेगवेगळ्या गोष्टी करायला तो वापरता येतो. शिवाय मी मोज्यासारखी घट्ट बसणारी गुलाबी बाही घेतली.

या खेरीज 'हीट ग्लोव्ह्ज' नामक प्रकारही आम्ही घेतला. हे घातल्यामुळे मी चुकून एखादी गरम वस्तू धरली असती तरी माझा हात भाजला नसता. पहिल्या एक-दोन वर्षांत असे तीन-चार ग्लोव्ह्जचे जोड मला लागतील असं मला तिथल्या लोकांनी सांगितलं. मी नवीन हातांकरता ऑर्डर दिली. दीड-दोन महिन्यांत ते तयार होणार होते.

***

या सर्वांच्या दरम्यान आमच्या मित्रमंडळींनी 'लोलो इव्हेंट' नावानं एक खास कार्यक्रम आयोजित केला होता. कार्यक्रम नेमका कसा असणार आहे, हे आम्हाला सांगितलं नव्हतं. या कार्यक्रमातून जमा होणारा निधी माझ्या ट्रीटमेंटच्या खर्चाला हातभार ठरणार होता. आम्ही ७ मार्चला ठरल्याप्रमाणे अगोर स्टुडिओजला गेलो. आत २५० लोक जमलेले पाहून आम्ही थक्क झालो. व्होंडा सार्जन्ट चेंबर्सने आयोजित केलेला फॅशन शो हा माझ्या दृष्टीने कार्यक्रमाचा सगळ्यात महत्त्वाचा भाग होता. कॅम्पबेल एजन्सीच्या मॉडेल्स गुलाबी वाळूच्या रॅम्पवरून चालत होत्या. त्यांनी इंटरमिकस, स्टॅन्ले कोरशॅक, व्ही.ओ.डी., ब्लिंक आणि फाइव्ह फॉर्टी टेनचे पोषाख परिधान केले होते. डाउनटाउन फीवर ग्रुपचा बॅन्ड वाजत होता. जेवण होतं. एक लिलावही आयोजित केला होता.

आमच्या कुटुंबाच्या वतीने आई-बाबांनी उपस्थितांचे मनापासून आभार मानले. ईश्वरी कृपेचा अनुभव आम्हाला कसा आला होत, हे सांगितलं. या कार्यक्रमाच्या मागे अनेक हितचिंतकांचे कष्ट आणि त्यांनी खास माझ्या आवडीच्या स्टाईल्स, जेवण वगैरे आयोजित करण्यासाठी केलेली धडपड दिसत होती. इथं मीडियाला दूर ठेवल्याबद्दल आम्ही विशेष कृतज्ञ होतो. यामुळे आम्ही दिलखुलास गप्पा मारू शकलो आणि कसलंच टेन्शन जाणवलं नाही.

मीडियाला अजूनही माझ्या कहाणीत रस का वाटत होता, हे एक कोडंच होतं. उन्हाळ्याच्या सुरुवातीला मी रनिंग शॉर्ट्स घ्यायला दुकानात गेले होते, तेव्हा कोणीतरी माझा फोटो काढलाच. खरंतर मी दुकानात जायचं योजलंही नव्हतं-अगदी ऐन वेळचा निर्णय होता तो. पण तो फोटोग्राफर बराच काळ आमच्या घराजवळ घुटमळत असणार. कदाचित त्याला माझ्या कृत्रिम हाताचा फोटो हवा असेल. पण नवीन हात मिळायला अजून वेळ होता.

मी काही या गोष्टीचा फार विचार करत बसले नाही.

# एक मोठा गैरसमज

## लॉरेन

मला रात्री जागं ठेवणारी आणखी एक गोष्ट होती. या प्रश्नावर तोडगा काढणं गरजेचं होतं.

सरळ शब्दांत सांगायचं तर माझ्यावरच्या जबाबदाऱ्यांचा प्रश्न होता. मी नेमकं किती देणं लागत होते?

अपघातानंतरच्या सर्व उपचारांदरम्यान नेमके किती पैसे खर्च होत होते याची जाणीव बाबानं मला होऊ दिली नव्हती. तोच सगळे आर्थिक व्यवहार सांभाळत होता. पण मी आता प्रौढ होते आणि हा खर्च निभावणं, ही माझीही जबाबदारी होती.

अमेरिकेबाहेर राहणाऱ्यांना इथल्या आरोग्य व्यवस्थेची कल्पनाच करता येत नाही. समजावून सांगणंही खूप अवघड असतं. (खरंतर इथल्या लोकांच्या मनातही संभ्रम असतोच.) थोडक्यात सांगायचं तर आरोग्य विमा कंपनी संपूर्ण खर्च देत नाही.

कॉलेजातून बाहेर पडल्यावर मी माझा स्वतंत्र विमा उतरवला होता. माझ्या वयाची, उत्तम आरोग्य असलेली कोणीही व्यक्ती घेईल अशीच पॉलिसी मीही घेतली होती. याचं कारण मी फारशी आजारी पडत नसे. माझ्या पॉलिसीचा मथितार्थ हा की, उपचारांच्या खर्चाचा बराच भाग मला स्वतःच्या खिशातून भरावा लागणार होता.

“बाबा, मला खरं खरं काय ते सांग,” एक दिवशी मी म्हणाले. “मला जाणून घ्यायचंय.”

त्यानं एक उसासा सोडला आणि मान डोलवली. खांदे पाडून दुसऱ्या खोलीत गेला आणि असंख्य कागदांनी गच्च भरलेली एक फाईल घेऊन आला.

बाबानं मला तीन महत्त्वाच्या गोष्टी सांगितल्या.

अजूनही सर्व मेडिकल बिलं आमच्या हातात आली नव्हती. शिवाय विमा कंपन्या या बिलांच्या किती टक्के रक्कम देणार, हे हिशेबही झाले नव्हते. त्यामुळे नेमकी रक्कम किती हे माहीत नव्हतं. अर्थात, ती भलीमोठीच असणार होती.

दुसरं, बाबाला सांगण्यात आलं होतं की, कोणत्याही प्रकारचं अपंगत्व आलेल्या व्यक्तीचा एकूण खर्च वाढतो. अशा व्यक्तीला आयुष्यभर वाढीव विमा हप्ता, कृत्रिम अवयवांच्या देखभालीचा खर्च, विविध थेरपी, संभाव्य शस्त्रक्रिया वगैरे असंख्य खर्च असतात. तिसरी गोष्ट म्हणजे 'सब्रोगेशन.' आम्ही हा शब्दही ऐकला नव्हता. विमा कंपनीला मला देय असलेल्या रकमेचा मोठा हिस्सा, 'त्यांचा खर्च' म्हणून वजा करण्याचा अधिकार असतो, असा याचा अर्थ.

माझ्या डोक्यावर नेमकं किती कर्ज आहे आणि आणखी किती कर्ज उर्वरित आयुष्यात राहील, हे काही सांगता येत नव्हतं. पण झालेला खर्च धक्कादायक होता हे निश्चित. तसंच आणखी वाईट गोष्टी वाढून ठेवलेल्या होत्या.

एक-दोन आठवड्यांनंतर 'ॲथलेट्स परफॉर्मन्स'मधून मला घरी घेऊन जायला बाबा गाडी घेऊन आला होता. स्वतःच्याच विचारात मग्न असताना अचानक म्हणाला, ''आज तू इंटरनेट बघू नकोस.'' पण एव्हाना मी ट्विटर अकाउंट उघडलाच होता. त्यावर आलेल्या प्रतिक्रिया वाचून मी सुन्न झाले.

लोक जे काही लिहीत होते, त्यावर माझा विश्वासच बसला नाही. अत्यंत शिवराळ भाषा, ज्यामधून राग आणि अशा भयानक भावना बाहेर पडत होत्या. सर्वांचा रोष माझ्यावर होता. यापूर्वी मी असलं भलतंच काहीतरी कधीच अनुभवलं नव्हतं.

''डॅड,'' माझा आवाज कापरा झाला होता. ''हे काय चाललंय? मी काय केलंय?''

''पोरी, याचा तुझ्याशी काहीही संबंध नाही. तुझं काहीच चुकलं नाहीये.''

मी माझं नाव गूगलमध्ये टाकून पाहिल- या सगळ्याचा स्रोत कळतो का ते बघायला. अनेक हेडलाइन्सनं दावा केला होता की मी दोन लाख डॉलर्स नुकसानभरपाई नाकारली होती. मी आवंढा गिळला. मी पहिल्यांदाच असं ऐकत होते. मी कोणालाही कसलाही इन्कार केला नव्हता.

''डॅड, याचा अर्थ तरी काय?''

''लॉरेन, हा एक मोठ्या गैरसमजाचा भाग आहे. अर्धवट माहितीच्या आधारावर हे लोक असे बिनबुडाचे आरोप करताहेत.'' झालं असं होतं की एका विमा कंपनीनं 'आम्ही फक्त दोन लाख डॉलर्स द्यायला बांधील आहोत' अशी भूमिका सुरुवातीला घेतली होती. आता मला समजलं. बहुतेक लोकांच्या दृष्टीनं ही खूप मोठी रक्कम

आहे आणि मी ती नाकारणं चुकीचं होतं. मलाही ही रक्कम मोठीच वाटत होती. पण वस्तुस्थिती अशी होती की, आमचं देणं या रकमेच्या कितीतरी पट जास्त होतं.

विमा कंपनीनं एका तांत्रिक मुद्द्याच्या आधारावर दोन लाख हा आकडा काढला होता. याविरुद्ध आमच्या वकिलानं कायदेशीर अर्ज दाखल केला होता. या अर्जात विमा पॉलिसीचा अन्वयार्थ लावण्याची न्यायाधीशांना विनंती केली होती. हे कोर्टात दाखल करावं लागत असल्यानं, कुठून तरी ही बातमी मीडियाच्या हाती लागली होती. सुदैवानं पी.आर. कंपनीनं त्याच दिवशी खुलासा देणारं निवेदन प्रकाशित केलं होतं. मी कुठल्याही भरपाईचा इन्कार केलेला नव्हता. कोणत्याही अपघातानंतर होतात, अशा या वाटाघाटी होत्या. अखेर लवकरच, 'आउट ऑफ कोर्ट' समझोता झाला.

दुसऱ्या दिवशी बहुतेक सर्व प्रसारमाध्यमांनी दुरुस्ती प्रकाशित केला; पण एका लेखात मात्र माझा दुसराच कुठलातरी फोटो छापण्यात आला होता. वर मथळा होता, 'नुकसानभरपाईचा धनादेश मिळणं, यापेक्षा जास्त मला कुठलाही आनंद नाही.'

या साऱ्या प्रकरणानं मी कासावीस झाले. आम्ही अजूनही अडचणीतच होतो; एकीकडे आयुष्य पुन्हा मार्गावर आणण्याचा प्रयत्न चालूच होता.

सुमारे दोन आठवड्यांनंतरच्या शनिवारी रात्री, मी आई-बाबांबरोबर चर्चमध्ये गेले. बहुतेक वेळी कीर्तन संपल्यावर आम्ही भक्तिगीतं म्हणतो. त्या रात्री पहिलं गाणं म्हणतानाच मी सगळ्याचा खोल विचार करू लागले. दुसरं गाणं चालू असताना मला सगळं अस्पष्ट दिसू लागलं. माझा उजवा डोळा तापल्यासारखा भासला. मी रडायला लागले. मी आईवर भार टाकून तिच्या खांद्यावर डोकं ठेवलं. तिसऱ्या गीताच्या वेळेस आम्ही दोघी, त्याच अवस्थेत रडत होतो. हे तिसरं गाणं म्हणजे 'रिस्टोरेशन'. हेच गाणं हॉस्पिटलमध्ये मायकल ब्लीकर गायला होता.

तिसऱ्या गाण्यानंतर लोक एक एक करून बाहेर पडू लागले. "आपण थोडा वेळ इथंच बसून प्रार्थना करू या," आई म्हणाली. मी मान डोलावली. अर्धा तास आम्ही तिथंच बसून होतो. आई, बाबा मनापासून प्रार्थना करत होते. निःसंकोचपणे ईश्वराकडे मदतीची याचना करत होते.

प्रार्थनेच्या दरम्यान मी मध्येच डोळे उघडले. आमच्याजवळ एक तरुण जोडपं होतं. त्यांच्यासोबत अत्यंत गोंडस, सोनेरी केसांचं बाळ होतं. इकडे तिकडे चिमुकल्या हातांनी थापट्या मारत, सगळ्यांकडे बघून गोड हसत होतं. मी पण बघून हसले. किती निरागस आणि निष्पाप- आयुष्यातल्या संकटांची त्याला मुळीच जाणीव नव्हती! माझ्या मनात जिव्हाळा दाटून आला. या बाळाचा निरागसपणा वर्षानुवर्षं टिकून राहो. त्याचा गोडवाही अबाधित राहो. मायकल ब्लीकर आमच्या दिशेनं

आले. आम्ही केलेल्या प्रगतीची आठवण करून दिली. मी हॉस्पिटलमध्ये असताना जेव्हा ते 'रिस्टोरेशन' गायले होते, तेव्हा मी फक्त एक पाऊल हलवू शकले होते आणि आज हा अनेक मैलांचा प्रवास पूर्ण केला होता.

***

माझ्यासमोर आणखी एक आव्हान होतं. त्या रात्री चर्चमधून घरी येत असताना मी त्याचा विचार करू लागले. छोटीशीच गोष्ट होती; पण आजपर्यंत जमली नव्हती. मनात काहीतरी आडवं येत होतं. मी हे धड शब्दांत मांडू शकत नव्हते.

मी फॅशन जगतात काम करत असल्यानं मला माझ्या चेहऱ्यावरच्या आणि खांद्यावरच्या व्रणाची काळजी वाटते का, असं मला लोक विचारायचे. मला त्यांचा थोडाफार त्रास व्हायचा, पण 'व्रण' हा विषय काही सतत माझ्या डोक्यात नसायचा. एक डोळा नसणं ही त्यापेक्षा जास्त क्लेशकारक गोष्ट होती. पण त्याहूनही भयानक होतं एक हात नसणं. एकतर दैनंदिन व्यवहार एकाच हातानं करायला शिकणं भाग होतं. शिवाय काही गोष्टी तरी मी कधीच करू शकणार नाही, ही भीती होती. मला एक हात नाहीये हे इतकं सहज लक्षात येत होतं की, मला यामुळे अस्वस्थ वाटत होतं.

मी काहीतरी सांकेतिक करायला हवं, या निष्कर्षाप्रत मी आले. आता उन्हाळा जवळ येत होता. अशा वेळी कुठल्याही तरुण मुलीचे विचर फॅशनकडे वळतात.

माझ्या दृष्टीनं ही वेळ आखूड बाह्या घालून मिरवण्याची होती. हे आव्हान माझ्यापुढे होतं.

जगात असतात त्या समस्यांच्या मानानं किती किरकोळ बाब! जिथं चार लोक मला बघतील, तिथं आखूड बाह्यांचा ड्रेस घालून जायचं... पराभवाची कल्पना मला असह्य होती. मी आता पुढे जायला हवं होतं.

पण हे कसं करावं ते मला कळत नव्हतं.

# रिस्टोरेशन

## लॉरेन

"खरं आव्हान चारचौघांत आखूड बाह्या घालण्यापेक्षा मोठं आहे," एकदा ट्रेनिंगदरम्यान शेरीनं मला समजावलं, "आव्हान आहे ते तुझ्या मनात नव्यानं निर्माण झालेल्या असुरक्षितपणाच्या भावनांचं. आणि हे खूप मोठं आव्हान आहे."

"हे इतकं अवघड का जातंय, मला कळत नाहीये," मी म्हणाले.

"अफगाणिस्तानात सैनिक मरताहेत आणि मी इतकी फालतू गोष्ट करायला घाबरते आहे? मला हा मूर्खपणा वाटतोय."

"हा मूर्खपणा नाहीये. ही समस्या जीवघेणी नाही हे मान्य; पण तुझ्या मनातनं हा विषय जात नाहीये हे महत्त्वाचं आहे आणि म्हणून तू यावर मात केली पाहिजेस."

"पण मला नेमकी कशाची भीती वाटतेय?"

"तुला भीती वाटतेय की तुझ्याकडे पाहून लोक वाईटसाइट बोलतील. कदाचित तुला हसतील. काही लोक नकारात्मक प्रतिसाद देतील. पण हा त्यांचा प्रश्न आहे, तुझा नाही."

मी जरा विचार केला. शेरीचं म्हणणं बरोबर होतं. गेले कित्येक आठवडे ती माझ्याकरता फिजिकल थेरपिस्टपेक्षा खूप काही बनली होती. माझी जवळची मैत्रीण झाली होती. माझं नवं वास्तव तिनं माझ्यासमोर मांडलं होतं. मला डावा हात नव्हता, हे सत्य मी कधीच लपवू शकणार नव्हते.

मग मी मनातल्या भीतीला भिडायचं ठरवलं. मी 'केटी ट्रेल' करायचं ठरवलं.

केटी ट्रेल हा पळणाऱ्यांसाठीचा आणि सायकल चालविणाऱ्यांसाठीचा खास मार्ग आहे. डॅलासमधल्या सुंदर ठिकाणांमधून- ओढे, नाले, बागा-वळणं घेत

जाणारा हा मार्ग आहे. या मार्गावर नेहमीच अनेक लोक असतात. या मार्गावरून जॉगिंग करायचं आणि नंतर जवळच्या उपाहारगृहात जेवायचं, असा विचार मी केला; मुख्य म्हणजे माझ्या वर्कआउटच्या बिनबाह्यांच्या पोषाखात हे करायचं होतं.

हे करण्यानं मी आता माझं व्यंग लपवणं थांबवणार होते. अर्थात मी कृत्रिम हात वापरणार होते. पण माझ्या व्यंगाविषयीची लाज मी मनातून काढून टाकणार होते.

भडक हिरवा 'टँक टॉप', काळी पॅन्ट आणि हिरव्या नाड्या असलेले काळे बूट असा पोषाख मी निवडला.

माझ्यासोबत पळायला शेरी आणि सारा नावाची ट्रेनर आल्या. आम्ही अगोदर दोन मैल पळालो. खूप लोक होते. कोणीही माझ्या हाताकडे बघत नव्हतं. मीही हाताचा विचार डोक्यातून काढून टाकला आणि माझा श्वासोच्छ्वास, माझी गती आणि त्या सुंदर वातावरणावर माझं लक्ष केंद्रित केलं.

पळून झाल्यावर आम्ही कंपनी कॅफेत गेलो. तिथं शॉन आणि ब्रिटनीही आले. आता पळणं झाल्यामुळे मी पुन्हा थोडी अस्वस्थ होते. पण लवकरच आम्ही गप्पांत रंगून गेलो. मी या प्रसंगाचा उगीचच बागुलबुवा केला होता. जेम्सही आला. मी हॉस्पिटलमध्ये असताना त्यानं माझं केस काढलेलं डोकं आणि सुजलेला चेहरा पाहिला होता, पण माझा तुटलेला हात नाही. तेव्हा माझा हात कायम कपड्यांनी झाकलेला असायचा. आता त्यानं मला मिठी मारली आणि सगळ्यांसोबत जेवणाची ऑर्डर दिली. तो अजिबात अवघडलेला नव्हता.

त्या दिवशी पुन्हा कोणीतरी माझा फोटो काढला. मथळा झळकला – 'आपला तुटलेला हात घेऊन लॉरेन स्क्रग्ज प्रथमच बाहेर पडली आहे.'

असो. मी हे माझ्यासाठी केलं होतं. बातमी झळकावी म्हणून नाही.

***

माझ्या डाव्या हातातली वेदना हळूहळू कमी झाली होती. पण मनातला सल मात्र तसाच होता. या गुंत्यातून मन मोकळं व्हावं म्हणून मी आता समुपदेशनाला जाऊ लागले. अजूनही आठवड्यातून एकदा मी तिला भेटते.

माझी समुपदेशक मला मनातली द्वंद्वं, माझी भीती वगैरे मोकळेपणानं मांडायला सांगते. प्रत्येक वेळी ईश्वरी इच्छेकडे ती चर्चा वळवते. मी स्वतःशीच खोटं कसं बोलते याविषयी मला सांगते आणि सत्य काय ते माझ्यापुढे मांडते. मी जर माझ्या वेदनेचा विषय टाळायचा प्रयत्न केला, तर ती मला माझ्या मनात खोल डोकावून बघायला लावते. अशानं माझ्या भावनांच्या मुळाशी जायला मदत होते. असं झालं तरच खऱ्या अर्थानं उपचार होऊ शकतात. माझा हात तुटला आहे हे सत्य स्वीकारायला तिनं खूप मदत केली आहे.

मी जिथं जाते त्या कृत्रिम अवयव केन्द्राचं नाव आहे 'ॲडव्हान्स्ड आर्म डायनॅमिक्स.' तिथल्या प्रत्येक भेटीत माझे चार तास जातात. भेटीच्या शेवटी मी थकून गेलेली असते. तिथल्या लोकांच्या कौशल्याचं आणि प्रामाणिकपणाचं मला खूप कौतुक वाटतं. कृत्रिम अवयव लावण्यातल्या अडचणी ते अतिशय व्यवस्थित समजावून सांगतात. उदाहरणार्थ, कृत्रिम हात बसवल्यावर जर तुम्ही तो नीट वापरला नाही, तर तुमच्या हातून फोन, कॉम्प्यूटर वगैरे फुटू शकतात. ही भीती मला होतीच. शिवाय माझा नवा हात एखाद्या स्त्रीच्या हातासारखा दिसणार नाहा, ही चिंताही होतीच.

शेवटी एकदाचा मे महिन्याच्या अखेरीस माझा 'मायो इलेक्ट्रिक' हात तयार झाला. आई, शेरी, ब्रिटनी आणि मी त्याची ट्रायल घ्यायला गेलो. मी शांत राहण्याचा निर्धार केला होता. तो हात मला बसवला जात असताना ब्रिटनी आणि आई खोलीतून बाहेर पडल्या. त्यांना ते दृश्य बघवलं नाही. मी मात्र अविचल होते.

पण घरी पोहोचता क्षणी माझा सगळा निर्धार गळून पडला. कृत्रिम हाताची बॅग गाडीच्या डिकीत ठेवून मी बिछान्यात शिरले. एरवी मी सकाळी लवकर उठणाऱ्यांपैकी आहे, पण हात आणल्याच्या दुसऱ्या दिवशी मी दुपारपर्यंत झोपून राहिले. सगळा वेळ रडत होते. हा हात वापरायचा या कल्पनेनं खिन्न झाले होते. पुढचे दोन दिवस तो हात मी बाबालाही दाखवला नाही.

सोमवारी मी ट्रेनिंगला जाताना तो हात बरोबर आणावा असं शेरीनं मला सांगितलं होतं; पण मी तो नेला नाही. ती मला काही बोलली नाही, पण परत माझ्याबरोबर घरी आली आणि तो हात मला घ्यायला लावला. केन्द्रात परत गेल्यावर तिनं मला एका रिकाम्या खोलीत नेलं आणि कृत्रिम हात बसवायला लावलं. हा हात बसवल्यावर माझ्या हातून कोणाला तरी दुखापत होईल अशी मला भीती वाटत होती. हे मी रडत रडत सांगितलं. शेरीनं मला मिठी मारून दाखवून दिलं की या हातानं काही इजा वगैरे होत नाही. तिला तो हात वेगळा असा जाणवलाच नाही, असंही ती म्हणाली. त्या क्षणी मी माझ्या मनातल्या असुरक्षितता आणि भीती या भावनांना सामोरं जाणं गरजेचं होतं. पुन्हा एकदा शेरीनं मला मार्ग दाखवला होता.

माझा नवा हात हे मनातल्या रागाचं एक कारण होतं. मी तुटलेल्या हातानं सर्व दैनंदिन व्यवहार करायला शिकले होते. आता कृत्रिम हात लावून पुन्हा एकदा सगळ्या गोष्टी नव्यानं शिकायला लागणार होत्या. ज्या गोष्टीनं आयुष्य सुकर होणं अपेक्षित होतं, ते आता आणखी क्लेशकारक झालं होतं.

शेरी होती म्हणून बरं. तिनं मला माझ्या मनाचे चोचले पुरवू दिले नाहीत. दोन

आठवड्यांतच मी नवा मायो इलेक्ट्रिक हात नीट वापरू लागले. अंड्यासारखी नाजूक वस्तूसुद्धा मला नीट उचलता येऊ लागली.

डॅनाला हाताषियी सांगितल्यावर तिनं मला बोलावलं. अजूनही मला थोडा संकोच वाटत असल्यानं मी हात न बसवताच, तिच्या घरी पायी गेले. तिनं तिच्या घराचं दार उघडलं तेव्हा मी हमसाहमशी रडत होते. तिनं मला जवळ घेतलं आणि आम्ही प्रार्थना केली. पण तिनं नंतर मला जी गोष्ट सांगितली, त्यानं माझे अश्रू पळाले. अनेक वर्षांपूर्वी डॅना बासरी वाजवायला शिकत होती. रियाज करताना जेव्हा जेव्हा चुकीचा सूर वाजवायची, तेव्हा तेव्हा वैतागून बासरी गादीवर आपटायची. बोलता बोलता तिनं हात आपटून दाखवला. मला खूप हसू आलं. मग म्हणाली की जशी ती बासरीवर राग काढायची, तशी मी हातावर राग काढत होते असं तिला वाटलं.

तिनं मर्मावर बोट ठेवलं होतं. हात तुटल्याचं दुःख आणि राग मी या प्लॅस्टिक आणि स्टीलच्या वस्तूंवर काढत होते. पुढे अनेक दिवसांनंतर शेरी आणि मी 'ॲथलेट्स परफॉर्मन्स'मध्ये व्यायाम करत असताना स्टुअर्ट हा माझा तायक्वांदो ट्रेनर तिथं आला. मी मायो इलेक्ट्रिक हात बसवला होता. तो तिथं असायला माझी हरकत नाही ना, असं त्यानं विचारलं. मी 'काही हरकत नाही' असं सांगितलं.

"तुला माहीत आहे का, लो," तो म्हणाला. "आपल्या सगळ्यांनाच आयुष्यात कठीण प्रसंगांना तोंड द्यावं लागतं. पण नेमकं याच कारणामुळे प्रत्येक व्यक्तीची खासीयत आणि वेगळेपणा आपल्या समोर येतो." आहे तो क्षण जसा आहे तसा स्वीकार, असं आव्हान त्यानं मला आपुलकीच्या भावनेनं दिलं.

काही दिवसांनंतर स्टीव्ह या तिथल्या परफॉर्मन्स ट्रेनरनंही स्टुअर्टच्या म्हणण्याला दुजोरा दिला. "सर्वांच्या अपेक्षांपलीकडे तू येऊन पोहोचली आहेस." मी करत असलेल्या वेगवेगळ्या गोष्टींची जंत्रीच त्यानं माझ्यासमोर मांडली- पुशअप्स, साईड प्लँक्स, टी.आर.एक्स. इंटरव्हल्स, तायक्वांदो आणि हाफ-मॅरथॉन ट्रेनिंग. या प्रगतीचा, कर्तृत्वाचा मला अभिमान वाटायला हवा.

यानंतर इतर तीन कृत्रिम हातांशी जमवून घेणं खूप सोपं झालं. माझ्या 'वर्कआउट' हाताबद्दल माझ्या मनात साशंकता होती- तो हात मशिनसारखा वाटेल अशा; पण मला सुखद धक्का बसला. ॲडव्हान्स्ड आर्म डायनॅमिक्सच्या डिझायनर्सने 'लोलो' मासिकाचा अभ्यास केला होता आणि त्याप्रमाणे या हाताला गुलाबी आणि हिरवा हे माझे दोन आवडते रंग दिले होते. ठीक आहे. हा हात म्हणजे मशिनच आहे, मग मशिनसारखा दिसला तर कुठे बिघडलं? आणि महत्त्वाची गोष्ट ही होती की या मशिनसदृश हातामुळेच मला 'वर्कआउट' ही माझी आवडीची गोष्ट करता

येऊ लागली.

कालांतरानं शेरीनं आणि मी माझ्या कृत्रिम हातांचं बारसं केलं. माझा डाव हात आता उजव्याच्या मानानं आखूड असल्यानं ब्रॅड पिट आणि अॅन्जेलिना जोलीला स्मरून 'अॅन्जी' हे नाव दिलं. अर्थात उजवा हात म्हणजे 'ब्रॅड'. जो हात अगदी माझ्या खऱ्या हातासारखा दिसतो. त्याचं नाव 'ब्यूटी'. माझ्या वर्कआउट हाताचं नाव 'बीस्ट' किंवा 'पुशी' – कारण तो पुशअप्स करतो. वर्कआउट स्विम आर्मचं नाव 'स्कवर्ट'.

आणि मायो इलेक्ट्रिक हाताचं काय? डॅनाच्या बासरी शिकण्याच्या स्मृतीकरता त्याचं नाव 'द फ्लूट!.'

# आभार मानताना

## लॉरेन

अनेक आठवडे गेले. वरकरणी तरी सगळं नॉर्मल वाटत होतं. माझं मन आता शांत झालंय याची खात्री वाटत असली तरी मधूनच दुःखाची लाट येऊन जायची. आरशात बघताना तुटलेला हात किंवा कृत्रिम डोळा दिसल्यावर अजूनही कधीतरी धक्का बसतो. शिवाय दुसरी एक भीती आता मनात शिरली आहे- काही कारणानं दुसरा डोळा गेला तर? उजव्या हाताला इजा झाली तर?

असं असलं तरी माझ्या स्वातंत्र्याचं मोल मला कळलं आहे; नव्हे, अधिकच जाणवू लागलं आहे. म्हणूनच आई-बाबा कधी माझ्यासाठी काही करायला लागले तर मी खूप चिडते. ''माझं मला शिकू द्या आणि करायचा प्रयत्न करू द्या,'' असं म्हणते.

कार चालवायचं लायसन्स पुन्हा मिळवणं, ही माझ्यासाठी खूप मोठी गोष्ट होती. कुठंही जायचं तर कोणाच्यातरी गाडीत बसून जायचं म्हणजे मी पुन्हा चौदा वर्षांची झाले आहे, असं मला वाटायचं. अपघातापूर्वी मी जशी सगळ्या गोष्टी स्वतः करू शकत होते, तसं आताही असावं असं मला सारखं वाटे.

पण मला काही काळ थांबावं लागलं. माझं नाव प्रतीक्षा यादीत होतं. मग एक आठवडाभर बाबाबरोबर 'पॅरलल पार्किंग'चा सराव केला. शेवटी ड्रायव्हिंग टेस्टचा दिवस उजाडला. आम्ही गाडीत बसतो ना बसतो, तोच चक्री वादळ येत असल्याची बातमी मिळाली. टेस्ट रद्द! अर्थात दुसऱ्याच दिवशी मी पुन्हा गेले आणि मला लायसन्स मिळालं.

***

नेहमीसारखा एक बुधवार उजाडला. मी लवकर उठले. अगदी ताजंतवानं वाटत होतं. आई-बाबांसाठी न्याहारी केली. उजव्या हातात तवा धरून, डाव्या

हाताचा वापर करून आधी पॅनकेक्स बनवले. मग फळं कापून ब्लेंडरमध्ये 'स्मूदी' बनवली. काम झाल्यावर भांडी धुवून ठेवली.

जिमचे कपडे घातले, एका हातानं बुटाच्या नाड्या बांधल्या आणि कार घेऊन ट्रेनिंग सेंटरवर गेले.

तिथं शेरीनं माझ्याकडून सर्व रीहॅब व्यायाम करून घेतले. मग तिथं नेहमी येणाऱ्या एका खेळाडूबरोबर फुटबॉल खेळले. मी चेंडू आरामात पकडू शकले, हे पाहून मला खूप आनंद झाला.

तिथली काही पोरं माझ्याशी थट्टा-मस्करी करत होती. मग आम्ही 'डान्स ऑफ' करायचं ठरवलं. मी माझं जॅकेट घातलं, गॉगल लावला आणि अशरच्या 'याह' गाण्याच्या तालावर नाचायला सुरुवात केली. तिथला स्टाफ माझ्याबरोबर नाचू लागला. दरम्यान तिथल्या एक-दोन पोरांना मला बाहेर न्यायची इच्छा होती असं माझ्या कानावर आलं. माझ्याबद्दल असं जाहीरपणे कोणालातरी आकर्षण वाटतंय, हा अनुभव 'कूल' होता. मी सुखावून गेले. जेम्स आणि मी एक निर्णय घेतल्यानं तर आणखी छान वाटत होतं.

सध्यातरी जेम्सनं आणि मी डेटिंग करायचं नाही असं ठरवलं होतं. आपल्या मूल्यांशी विसंगत मूल्यं असलेल्या व्यक्तीबरोबर डेटिंग करणं म्हणजे काय, हा अनुभव मी ब्रूक्समुळे घेतला होता. जेम्स अर्थात अगदी माझ्याच विचारांचा, माझ्यासारख्याच श्रद्धा असलेला माणूस आहे. पण त्याच्या बरोबर असण्यानं मला कितीही बरं वाटत असलं तरी मी त्याला होकार द्यायला अजून तरी तयार नव्हते.

ही गोष्ट एकदा स्पष्ट झाल्यावर मी देवावर भरवसा ठेवायचं ठरवलं. उगीचच मनात शंका-कुशंका घेऊन, भविष्याविषयी चिंता करण्यात अर्थ नाही. पुढे जेम्सच्या आणि माझ्या लक्षात आलं की, आम्ही जिव्हाळा आणि प्रेम यात गल्लत करत होतो. एकमेकांना होकार देऊन ताटातूट होण्यापेक्षा मित्र म्हणून विलग झालेलं बरं. आम्हाला एकमेकांबद्दल खूप काही वाटतं; कधी काळी कदाचित जिव्हाळ्याचं आणखी कशात तरी रूपांतर होईल, पण सध्यातरी अनेक प्रश्न अनुत्तरित असल्यानं डेटिंग न करणं बरं.

मी आता 'परफेक्ट माणसा'चा शोध घेणं थांबवलंय. असं कोणीच असत नाही. माझा जोडीदार कोण असावा हे ईश्वर ठरवणार असल्यानं, मी निश्चिंत आहे. त्यामुळे योग्य वेळ आली की मला आणि माझ्या होणाऱ्या जोडीदाराला ते कळेल.

मी घरी परतले, अंघोळ केली, कपडे बदलले. मी आता शॅम्पूची बाटली उघडणं, 'डिओ' लावणं, केस वाळवणं सगळं एका हातानं करू शकत होते. माझे केस तीन इंच वाढले होते. त्यामुळे आधीचं एक्स्टेन्शन्स- 'गंगावन' काढून आता

नवीन केस चिकटवण्यात आले. हे आता नैसर्गिक केसांसारखे वाटत होते. माझे केस पूर्ववत लांबीचे झाले होते. केस विंचरून तयार होत असताना माझ्या कहाणीला मिळत असलेल्या प्रसिद्धीबद्दल मी विचार करू लागले. अपघातापूर्वी मी फारशी कोणाला माहीत नव्हते. नंतर मात्र माझी प्रत्येक हालचाल कुठल्यातरी मासिकात किंवा चॅनेलवर किंवा ऑनलाइन झळकू लागली होती. माझं आयुष्य इतक्या विविध तऱ्हेनं आणि इतक्या झटकन बदलून गेलं होतं की, अजून या वास्तवाला मी नीटसं सामोरं जाऊ शकले नव्हते.

लहानपणी आमच्या घरात मी सर्वांत बुजरी होते. पहिल्यांदा न्यू यॉर्कला गेले तेव्हा माझा आत्मविश्वास खूप उंचावला. 'मला 'मी' सापडले' असं म्हणायला हरकत नाही. याच आत्मविश्वासाचा मला आज फायदा होतोय. तरीही माझं आयुष्य आता सार्वजनिक झालंय, ही गोष्ट माझ्या तितकीशी पचनी पडलेली नाही. कधीकधी ही सर्व लोकांची माझ्यावर असलेली नजर दूर व्हावी असं वाटतं. मला चारचौघांसारखं जगता यावं असं वाटतं. पण लोकांच्या जिव्हाळ्याच्या प्रतिक्रिया आणि मनाला उभारी देणारे संदेश वाचले की, नतमस्तक व्हावंसं वाटतं. एक सार्वजनिक व्यक्ती म्हणून माझं नवं अस्तित्व असणं, यात ईश्वरी इच्छेचाच भाग असणार, हे माझ्या लक्षात आलंय.

***

मेकअप लावता लावता आजचा कार्यक्रम डोक्यात आला. आजच्या दिवसाचा माझ्या करिअरशी, तरुण मुलांशी, मी स्वतंत्र असण्याशी किंवा फॅशन जगाशी काहीही संबंध नव्हता. काही खास लोकांसाठी, काहीतरी खास करण्याचा दिवस होता.

काही महिन्यांपूर्वी प्रेस्टनवुड एलिमेंटरी स्कूलच्या तिसरीच्या विद्यार्थ्यांनी माझ्यासाठी निधी गोळा करायचं ठरवलं होतं. याच शाळेच्या हायस्कूलमधून मी बाहेर पडले होते. त्यामुळे या निधिसंकलनानं मी हेलावून गेले होते. या छोट्या छोट्या मुला-मुलींनी जमतील ती कामं करून पैसे उभे केले होते. कोणी भांडी धुतली होती तर काहींनी बागेतला पालापाचोळा गोळा केला होता. मी शाळेत जाऊन त्या चिमुकल्यांची मदत स्वीकारू शकले होते. तेव्हा माझी तब्येत फार बरी नव्हती; पण पोरं मात्र अगदी गोड होती. त्यांनी मला मिठ्या मारल्या आणि रंगीबेरंगी भेटकार्डं दिली.

आज मी शाळेत जाऊन सगळ्यांचे आभार मानणार होते.

मी तिथं गाडी घेऊन गेले. ब्रिटनी, आई आणि बाबाही आले होते. तिथल्या शिक्षकांनी मी येत असल्याचं सांगून ठेवलं होतं. त्यामुळे मी गेल्यावर माझं जोरदार स्वागत झालं. मी सगळ्यांसाठी कपकेक्स बनवले होते. ते आम्ही वाटले. खूप आवडले सगळ्यांना. खाऊन झाल्यावर प्रश्नोत्तरांचा कार्यक्रम होता. ती मुलं आधी

थोडी लाजत होती, पण मग मोकळेपणानं बोलू लागली. "तुझा हात दुखतो का?" "तुला आता किती दिसतं?" "तुला जॅकेटशिवाय पहिल्यांदा बाहेर पडणं अवघड गेलं का?" असे अनेक प्रश्न त्या पोरांनी मला विचारले.

गप्पा-गोष्टी झाल्या. मी जायला निघाले तशी सगळ्या मुलांनी मला पुन्हा मिठ्या मारल्या. काही पोरं आणखी प्रश्न विचारायला आजूबाजूला घुटमळली. आठ वर्षं वयाला साजेशा बेधडक आणि निःसंकोच मनानं त्यांनी प्रश्न विचारले.

"अं, लॉरेन, तो कसा दिसतो?" एका मुलानं विचारलं.

"माझा हात?"

"हो."

बऱ्याच मुलांच्या मनात हा प्रश्न असावा. "वेल..." मी शब्दांची जुळवाजुळव केली. पण तेवढ्यात एक मिस्कील विचार मनात येऊन मी दबक्या आवाजात म्हणाले, "तुम्हाला बघायचा आहे?" सगळ्यांनी माना डोलावल्या.

मग मी त्यांना माझा हात दाखवला. 'ऊह्', 'आह्' असे उद्‌गार सर्वत्र निघाले. माझ्या दृष्टीनंदेखील माझ्या सत्य स्वीकारण्यातली ही एक महत्त्वाची पायरी होती. लोकांना माझ्या अपघाताबद्दल नेहमीच कुतूहल वाटणार, हे माझ्या लक्षात आलं. जे घडलं ते मी लपवू शकणार नव्हते, त्यामुळे लोकांनीही आडपडदा न ठेवता मला प्रश्न विचारलेले बरे. 'काहीच वेगळं घडलं नाही' अशा खोट्या आविर्भावात लोकांनी माझ्याशी वागण्यापेक्षा असा स्पष्टपणा बरा. आजचा हा प्रसंग माझ्यासाठी आणि माझ्या मते त्या विद्यार्थ्यांसाठीही चांगला होता. सगळे लोक एकसारखे नसतात आणि तसं नसण्यात काहीही गैर नाही, हा त्यांच्यासाठी चांगला धडा होता.

ज्या मुलानं पहिल्यांदा माझा हात पाहण्याची इच्छा व्यक्त केली होती, त्यानं हे सगळं फार सुंदर पद्धतीनं व्यक्त केलं. त्यानं त्याचा हात हलकेच माझ्या खांद्यावर ठेवला आणि काहीशा खट्याळपणे म्हणाला, "लॉरेन, हे काही फारसं अस्वस्थ करणारं नाहीये."

माझ्या मनातली जखम भरून निघण्यात तिसरीतल्या एका गोड मुलाच्या प्रामाणिकपणाचा एवढा मोठा वाटा असेल, अशी मी कधीही कल्पना केली नव्हती. या मुलाच्या चार शब्दांनी माझ्या जीवनाला दिशा मिळाल्यासारखं वाटलं. पुढे कित्येक दिवस माझ्या मनात त्याचे शब्द घुमत होते.

अपघातानंतर मी अगदी सहजपणे अनेक चुकीच्या समजुतींना 'सत्य' मानत आले होते.

या विचारांनी माझ्या मनात अनेक चिंता निर्माण केल्या होत्या – 'माझं आयुष्य उद्‌ध्वस्त झालं आहे.' 'मी कुरूप आहे', 'माझ्यावर आता कोणीही प्रेम करणार नाही.' पण सत्य हे लख्ख प्रकाशासारखं असतं. मला भविष्यकाळातलं दिसत नसलं तरी

सत्यामुळे मनात आशा निर्माण होते.

अपघातापूर्वी सर्व लोकांप्रमाणे माझ्याही मनात काही बाबतीत असुरक्षिततेची भावना होती. मुलांचं लक्ष कसं वेधून घ्यायचं, ही त्यांपैकी एक. मग हव्यासापोटी आणि स्पर्धात्मक दृष्टिकोनामुळे मी चुकीच्या मुलांबरोबर डेटिंग केलं. अपघातानंतर मी हे असुरक्षिततेचं भिंग स्वतःवर धरलं. पूर्वीपेक्षा जास्त बारकाईनं मी माझ्या बाह्य रंगरूपाकडे बघू लागले.

एका अत्यंत बेसावध क्षणी, एक सोळांश लोखंडी तुकड्यानं माझं आयुष्य कायमचं बदलून टाकलं, नव्हे जवळजवळ संपवलंच. पण हेही खरं की तितक्याच लहान गोष्टीनं आयुष्यात पुन्हा चांगला बदल होऊ शकतो.

अपघातामुळे मी उद्ध्वस्त होणार की नाही, हे मलाच ठरवायचं होतं. त्यामुळे मी अपघाताचा स्वतःसाठी फायदा करून घ्यायचं ठरवलं. 'मी कशी दिसते' यापेक्षा आयुष्यात कितीतरी महत्त्वाच्या गोष्टी असतात याची मला जाणीव झाली. आयुष्यात काहीतरी नवीन करावं, असा मी नव्यानं निर्धार केला. मला नव्यानं ईश्वरसेवा करायची होती, नव्या जाणिवेनं लोकांना काहीतरी द्यायचं होतं आणि स्वतःचा आवाज बुलंद करण्यासाठी स्फूर्ती द्यायची होती. या तिसरीतल्या चिमुरड्यानं त्याच्या प्रामाणिकपणानं आणि भारी वागण्यानं मला माझ्या मार्गावरून जाण्याचं धैर्य दिलं होतं.

***

माझ्या अपघातानं एक अत्यंत महत्त्वाचा प्रश्न ऐरणीवर आणला होता- 'स्वतःच्या पलीकडे जाऊन काहीतरी भव्य करण्यासाठी मी माझं जीवन कसं खर्ची करू?' 'मी एक योद्धा होणार'असं जेव्हा जोशुआ म्हणाला होता, तेव्हा मला काहीच कळलं नव्हतं. अजूनही तितकंसं कळत नाहीये. पण शेरीचे शब्द मी मनात पक्के लक्षात ठेवले आहेत- 'काही क्षण (जे येणं पूर्णपणे नॉर्मल आहे) वगळता तू योद्ध्यासारखं जगली आहेस.'

योद्धे निर्भय असतात, कणखर असतात, अजेय असतात, असा मी गैरसमज करून घेतला असेल. आता मला कळलंय की योद्धे अजिंक्य नसतात, तर आशेच्या जोरावर ते स्वतःची शक्ती आणि ऊर्जा वाढवतात. अपघातानंतर काही काळ मी पूर्ण निराश होते. पण चर्चमध्ये ऐकलेल्या शब्दांतलं तथ्य हळूहळू मला जाणवलंय – माणसं आशेसाठीच बनवली गेली आहेत... आपण कायम कशाबद्दल तरी आपल्या हृदयात आशा बाळगून असतो.

आता मला कळून चुकलंय की माझं रूप, पुरुष, व्यावसायिक यश यांपैकी काहीच शाश्वत नाही. माझ्या सर्व आशा या गोष्टींवर केंद्रित केल्या तर भ्रमनिरास हा होणारच. येशू मात्र कधीच माझी साथ सोडणार नाही. मी बरी होणं, हा एक

चमत्कारच मानावा लागेल. याचा अर्थ असा नव्हे की, मी आता मनापासून, तळमळीनं काम करत नाही. उलट सप्टेंबरमध्ये शॅननं आणि मी 'लोलो मॅगझिन' नव्या रूपात पुन्हा सादर केलं. यात फॅशन, आहार आणि फिटनेसवर भर आहे. आमच्या संकेतस्थळाचे कोणते भाग लोक अधिक पाहतात, याचा अभ्यास करून आम्ही हा निर्णय घेतला.

ईश्वरानं आणखी काही दरवाजे उघडले आहेत. मी माझ्या अनुभवांबद्दल जाहीरपणे बोलू शकते. विशेषकरून तरुण मुलींनी स्वतःच्या रूपावर लक्ष केंद्रित करण्यापेक्षा येशूवर श्रद्धा ठेवावी, असं मला अगदी मनापासून सांगावंसं वाटतंय. सरतेशेवटी, यातनांनी आपल्याकडून काहीही हिरावून घेतलं तरी आपली आशा कायम राहू शकते. मी या सत्याचं जिवंत उदाहरण आहे, हे मी लोकांना सांगू इच्छिते.

# उपसंहार

## स्क्रग्ज कुटुंबीय

*गेलं वर्ष आमच्या कुटुंबाच्या दृष्टीनं अतर्क्य होतं.*

*खूप अवघड, तरीही खूप चांगलं.*

*मागे वळून पाहता, वर्ष चांगलं गेलं असं आम्ही कसं म्हणून शकतो, असा प्रश्न साहिजकच लोकांना पडतो. अजून आम्हालाही पूर्ण उत्तर मिळालं नाहीये. जे वाटतंय ते नीट शब्दांत मांडता येत नाहीये, पण तरी ते खरं आहे याची आम्हाला खात्री आहे.*

*अर्थात, लॉरेन सुखरूप आहे, ही यातली सर्वांत चांगली गोष्ट आहे. या अपघातात तिनं किती सहज जीव गमावला असता याची आम्ही सतत स्वतःला आठवण करून देत असतो. मेंदू, डावा डोळा, चेहरा, डावा हात गंभीररीत्या जखमी झाले होते. पण तिनं आजवर केलेली प्रगती पाहून डॉक्टर्सही थक्क होतात. आम्हाला तर हा चमत्कार आहे याची खात्रीच वाटते.*

*सगळ्यात भन्नाट गोष्ट ही, की ती अजूनही 'आमची पूर्वीची लोलो'च आहे. असं असलं तरी भावनिक वेदनेशी आमचा संघर्ष अजूनही चालू आहे. नव्या वास्तवाला सामोरं जाताना आम्हाला जाणीवपूर्वक ताण कमी करावा लागतो. कृत्रिम हाताची सवय होणं तिला अवघड गेलं , हे तुम्हाला माहीत आहे. तिचा वर्कआउट हात तयार झाल्यावर काही आठवड्यांनी तिनं तो बसवला आणि स्टुअर्टशी दोन हात करायची तिनं तयारी केली. गुद्दागुद्दी करताना कृत्रिम हाताखाली तिच्या जिवंत हाताला खूप घाम आल्याचं तिच्या लक्षात आलं नाही. तिनं एक ठोसा मारल्यावर कृत्रिम हात निघून आला आणि दूर भिरकावला गेला. सुन्न शांततेच्या दोन क्षणांनंतर दोघंही हसत सुटले.*

आपल्या भावना अशा प्रकारे आपल्याला अनपेक्षित धक्के देत असतात. एक क्षण मस्त वाटत असतानाच पुढच्याच क्षणी तीव्र दुःखाची चपराक बसते. अशा वेळी जेफ बायबल उघडतो आणि त्यातून डेव्हिड या ज्यू मेंढपाळ मुलाची गोष्ट वाचतो. दहा वर्षांहून जास्त काळ एक मत्सरी राजा त्याच्या वाइटावर असतो. या काळ्याकुट्ट काळाचं वर्णन डेव्हिड असं करतो – 'मी ईश्वराला साकडं घातलं आणि त्यानं माझी सर्व भीती दूर केली... ज्यांना तीव्र वेदना आहे किंवा ज्यांची आंतरिक ऊर्जा दडपली गेली आहे, अशांना ईश्वर जवळ करतो.' (साम ३४ : ४, १८) आम्ही या गोष्टीचा आधार घ्यायचं ठरवलं.

आमच्या आणखी एक गोष्ट लक्षात आली. आपल्या समस्यांबद्दल जेव्हा आपण प्रामाणिकपणे आणि मोकळेपणाने बोलतो, तेव्हा इतरांना ते स्फूर्तिदायक ठरतं. मग ते लोकसुद्धा तितक्याच प्रामाणिकपणे आपला उत्साह वाढवतात. कृत्रिम अवयव केन्द्रात लॉरेनला बर्नी नावाचा एक तरुण भेटला. तो तिच्यापेक्षा वयानं थोडा मोठा आहे. काही वर्षांपूर्वी त्यानंही आपला हात गमावला आहे. दोघंही समान भावनांशी झगडत असल्यानं दोघांचं मस्त जमतं. टॉम हा लॉरेनच्याच वयाचा 'वेकबोर्डिंग' करणारा. त्यानंही आपला हात गमावला आहे. तो आणि लॉरेन एकमेकांना ई-मेल पाठवत असतात. आपल्यासारख्याच परिस्थितीतून गेलेल्या व्यक्तीशी बोलल्यानं खूप बरं वाटतं.

बेथनी हॅमिल्टनमुळेदेखील आमच्या कुटुंबाला खूप उभारी मिळाली. हॉस्पिटलमधून बाहेर पडल्यावर काही दिवसांतच लॉरेननं 'सोल सर्फर' हा चित्रपट बघितला. सर्फिंग करताना तेरा वर्षांच्या बेथनीनं शार्कच्या हल्ल्यात आपला हात गमावला, त्यावरचा हा चित्रपट. अशा हल्ल्यानंतर किती लोक परत पाण्यात उतरले असते कुणास ठाऊक ! पण बेथनीनं हे धाडस दाखवलं. आज ती प्रोफेशनल सर्फर आहे.

हा चित्रपट लॉरेननं पाहिल्यानंतर काही महिन्यांनी बेथनी आणि तिची आई आमच्याशी फोनवर बोलल्या. त्यानंतर बेथनी आणि लॉरेनची 'स्काइप'वर अनेकदा बातचीत झाली आहे. त्या शार्क हल्ल्याला आठ वर्षं लोटली आहेत आणि बेथनी अनेक लहान-मोठ्या गोष्टी त्यानंतर शिकली आहे. एकदा 'स्काइप'वर बोलत असतानाच बेथनीनं एका हातानं स्वतःची 'पोनीटेल' बांधली. 'हे कसं जमतं?' असं लॉरेननं तिला विचारल्यावर तिथल्या तिथं बेथनीनं तिला ते शिकवलं. दोघींचं ई-मेलिंग चालूच होतं. अखेर, जून २०१२ मध्ये प्रथमच दोघी एकमेकींना प्रत्यक्षात भेटल्या. बेथनीचा आनंदी स्वभाव आणि ज्या पद्धतीनं तिनं स्वतःच्या भीतीवर मात करून तिच्या आवडत्या खेळात पुन्हा पदार्पण केलं, त्याचा लॉरेनवर फार मोठा परिणाम झाला.

हे सर्व सांगताना आम्हाला लॉरेनच्या किंवा कोणाच्याच वेदनांना कमी लेखायचं नाहीये. कठीण समयी खरोखरच यातनांना सामोरं जावं लागतं (अजूनही आम्ही त्या अनुभवतोय) यात शंकाच नाही. ते क्लेशकारकच असतं. पण या एका वर्षात यातना भोगणाऱ्यांच्या आम्ही नवीन प्रकारे जवळ येऊ शकलो आहोत. त्यांचं दुःख खऱ्या अर्थानं समजू शकलो आहोत. जगात आमच्यापेक्षाही भयंकर संकटांशी अनेक लोकांना सामना करावा लागतोय, याची आम्हाला नव्यानं जाणीव झाली आहे.

अशा अनेकांची कहाणी लिहिण्यासारखी आहे. हे पुस्तक, आम्हाला आमच्या संकटकाळात आधार देणाऱ्यांना आम्ही अर्पण करतच आहोत; पण त्याखेरीज जगभरात ज्यांच्या वाट्याला दुःख आलं आहे आणि जे अशांसाठी झटत आहेत, अशा सर्वांना आम्ही पुस्तक अर्पण करत आहोत. एखादा डोळा किंवा अवयव गमावला असला, तरी दैनंदिन जीवनात या संकटाशी झुंज देणाऱ्या सर्व 'हीरोज'साठी हे पुस्तक आम्ही अर्पण करत आहोत.

या सगळ्यातून आम्ही मार्ग काढू शकलो ते केवळ आमच्या श्रद्धेमुळे हे निश्चित. येशूचा भक्कम पाठिंबा नसता तर हे शक्य झालं नसतं. आम्हाला सातत्यानं एक प्रश्न विचारला जातो तो हा – "असं का? जर ईश्वर असेल आणि तो सर्वांवर माया करत असेल तर त्यानं असं का होऊ दिलं?"

या प्रश्नाचं आमच्याकडे उत्तर आहे का?

नाही.

अर्थात, पुस्तकी उत्तरं असतीलही. ईश्वर सर्वांवर माया करतो, पण तो काहींच्या जीवनात काहीतरी वाईट घडवून आणतो आणि याची कारणं तोच जाणतो. प्रामाणिकपणे सांगायचं झालं तर ईश्वरानं हा अपघात का घडू दिला हे आम्हाला ठाऊक नाही; त्याचं खात्रीशीर उत्तर कधीच मिळणार नाही. पण ईश्वरी मायेवर आमची श्रद्धा आहेच. या श्रद्धेच्या आधारेच आम्ही जगत आहोत. कोण जाणे, पुढे कधीतरी सगळ्या गोष्टींचा उलगडा होईलही. आज एवढं नक्की, की आमची श्रद्धा अबाधित आहे.

लॉरेनच्या अपघाताच्या रात्री आमच्या चर्चमध्ये ज्या पॅस्टरनं भाषण केलं, त्या पॉल डेव्हिड ट्रिप यांनी 'फॉरेव्हर' नावाचं पुस्तक लिहिलं आहे. या पुस्तकामुळे आम्हाला काही गोष्टी उमगल्या आहेत. पॉल म्हणतात की आयुष्य सुरळीत चालू असताना अवघड प्रश्नांकडे दुर्लक्ष करणं सोपं जातं.

'आपण सगळेच प्रश्न विचारत असतो आणि उत्तरं शोधत असतो. रोजच्या रामरगाड्यात दंग असताना कुठल्याही गोष्टीचा उलगडा झाला नाही तरी आपल्याला चालतं. त्या क्षणी आपलं आयुष्य आरामात चाललं असलं तर आपल्याला त्याबद्दल कृतज्ञताही वाटते.'

डिसेंबर २०११च्या सुरुवातीला आमचं कुटुंब आणि लॉरेन यावर वर्णन केलेल्या अवस्थेत होतो. लोलो मॅगझिन नुकतंच वर येत होतं. जेफ आणि शेरिलचं चर्चमधलं काम जोरात चालू होतं. शॉन आणि ब्रिटनी वैवाहिक जीवनात आनंदाने रुळत होते.

आणि मग एका क्षणात सारंच बदलून गेलं – वेदनेबद्दलच्या आमच्या भावनाही. पॉल म्हणतात – 'एरवी, अवघड प्रश्नांची उत्तरं न मिळणं ही गोष्ट अस्वस्थ करणारी, भीती निर्माण करणारी असते. एकीकडे आपण दुर्लक्ष करू शकत नसतो, तर दुसरीकडे काही उमगत नसतं.'

अपघात झाला तेव्हा आमचं असंच झालं होतं. पॉल पुढे म्हणतात –

'कायमस्वरूपी आहेत असं जेव्हा आपल्या भोवतालच्या गोष्टींबद्दल वाटत असतं, तेव्हा त्या गोष्टींचं महत्त्व आपण खूप वाढवून ठेवत असतो. त्यामुळे यांपैकी आपण जर काही गमावलं, तर खूप काहीतरी नुकसान झालं अशी आपली धारणा होते. मानवी जीवनात जास्तीत जास्त धनसंचय आणि सुख मिळणं हेच एकमेव ध्येय जर आपण मानलं आणि विश्वाच्या अनंत स्वरूपाचा विसर पडला, तर वाट्याला आलेलं दुःख अधिकच असह्य आणि अन्यायाचं वाटतं.'

अगदी बरोबर. आम्हाला वाटणाऱ्या भीतीशी सामना करताना, लॉरेनच्या न संपणाऱ्या वेदना पाहताना आम्हाला आमच्या पूर्ण असमर्थतेची जाणीव झाली. चहूबाजूला अंधकार असताना ईश्वरही सहजासहजी गवसत नाही हे जाणवलं, आणि तरीही, आमच्या सर्व धडपडण्यात, अडखळण्यात, चाचपडण्यात अखेरीस आमच्या लक्षात आलं की ईश्वर तिथंच होता. क्षुद्र मानवी जीवनापलीकडलं काहीतरी असतं, हा दृष्टिकोन तो आम्हाला देत होता आणि आम्हाला आशेचा किरणही दाखवत होता. पॉल म्हणतात तसं – 'येशूच्या विलक्षण अनुग्रहामुळे आणि त्याच्या असण्यानं कधीही... आपल्यापाशी असलेल्या साधनांच्या मर्यादित कक्षांमध्ये तो आपल्याला अडकून राहू देत नाही.'

वेदनेकडे नकारात्मक भावनेनं बघणं किती सोपं असतं हे आमच्या लक्षात आलं आहे. आपल्या मनात असलेल्या आराखड्यानुसार आयुष्य गेलं पाहिजे असं आपण मानत असतो. तरीही दुःखात आणि झगडण्यात शक्तीचा उदय होत असतो. सतराव्या शतकातले धर्मपंडित फ्रान्स्वा फेनेलाँ म्हणतात – 'तुम्ही जर क्रूस दूर सारला, तर तुमच्या वाट्याला आलेलं दुःख पचवणं दुप्पट अवघड होतं. एकूणात, क्रूसाला विरोध करत जगणं, हे क्रूसाला मानण्यापेक्षा जास्त अवघड असतं.'

ख्रिस क्रॉफर्डनं नुकतीच आम्हाला आठवण करून दिली की त्याच्या आयुष्यातल्या सर्वांत आनंदाच्या आणि यशाच्या काळात तो माणूस म्हणून कधी 'वाढला' नाही. पण तीव्र वेदना आणि कष्टांमुळे मात्र तो खूप 'मोठा झाला'. या दृष्टीनं पाहिलं तर

त्रासदायक वाटणारा काळही आपल्यासाठी काहीतरी 'अहेर' घेऊनच येतो.

लॉरेनच्या कहाणीतून काय संदेश मिळावा असं आम्हाला वाटतं?

इतकंच, की विपरीत परिस्थितीतून आपली 'वाढ' होऊ शकते. विपरीत परिस्थिती हा आयुष्याचा अविभाज्य भाग आहे. कमी-अधिक प्रमाणात प्रत्येकाच्या वाट्याला ती येतेच. पण त्यानं आपण मोडून जायचं कारण नाही. विशेषकरून आपण ईश्वरावर भरवसा ठेवत असतो, तेव्हा आपल्यासाठी त्यानं काहीतरी योजून ठेवलेलं असतं. आम्हाला येणाऱ्या वेगवेगळ्या अनुभवांची गोळाबेरीज केली, तर सरतेशेवटी सगळं चांगल्याकरताच घडलेलं असेल, असा आमचा विश्वास आहे.

दरम्यान, येणारा प्रत्येक दिवस आम्ही आनंदानं आणि प्रेमानं घालवायचा प्रयत्न करतो. बहुतेक वेळा या दोन गोष्टींमुळे जगणं सुलभ होतं. काही दिवसांपूर्वी बेथनी हॅमिल्टननं तिचं व्याख्यान ऐकण्याकरता लॉरेन आणि शेरिलला 'कॉर्पस ख्रिस्ती'मध्ये आमंत्रित केलं होतं. या दोघी आणि बेथनी व तिची आई शेरी जेवायला भेटल्या. जेवणानंतर संध्याकाळच्या व्याख्यानाची तयारी करायला बेथनी जाईल असं वाटलं होतं. पण बेथनी आणि तिची आई तो सारा दिवस लॉरेन आणि शेरिलबरोबर घालवणार होत्या. अगदी ब्यूटी पार्लरमध्येही.

या माय-लेकींशी बातचीत करायची संधी मिळाली म्हणून लॉरेन आणि शेरिल कृतकृत्य झाल्या होत्या. बेथनी स्वतः अशाच प्रकारच्या संकटातून तावून-सुलाखून निघाल्यामुळे, लॉरेनचा प्राण गेला नाही याकरता त्यांनाही आमच्याइतकाच आनंद झाला होता. शिवाय आम्ही दुःख आणि यातनांशी मुकाबला करत जे मार्गक्रमण करत आहोत ते त्यांना पूर्णपणे, स्वानुभवातून ज्ञात असल्याने, एक वेगळीच आपुलकी निर्माण झाली. या दरम्यान भरपूर हसणं-खिदळणंही चालू होतं.

दुसऱ्या दिवशी लॉरेन आणि शेरिल डॅलासमध्ये परतल्या, त्या नव्या उत्साहानिशीच. सगळं जवळजवळ नॉर्मल वाटत होतं. विमानतळावर सामानाच्या बॅगा ओढत बाहेर पडताना एक कॉफी शॉप लागलं. तिथून काहीतरी पेय घ्यावं आणि कारमध्ये त्याचा आस्वाद घेत घरी यावं असं त्यांनी ठरवलं. शेरिलनं ऑर्डर दिली, तोवर लॉरेन वॉशरूममध्ये गेली. शेरिलनं बरिस्ताकडून स्मितवदनानं दोन गरमागरम कॉफीचे कप घेतले. मग तिची नजर सामानाच्या ढिगाकडे गेली आणि ती खचली.

लॉरेनच्या जखमांची आठवण होते तेव्हा तेव्हा जे घडतं, तेच शेरिलच्या बाबतीत आताही घडलं. अपघातानंतर लॉरेनला त्या धावपट्टीवर, रक्ताच्या थारोळ्यात तिनं प्रथम पाहिलं होतं, ते दृश्य तिच्या डोळ्यासमोर आलं. तेव्हा तर ती जिवंत राहील का, हेदेखील माहीत नव्हतं. आता पुन्हा एकदा शेरिलला जाणवलं की, आमचं सगळ्यांचं आयुष्य किती बदलून गेलंय.

*पण या वेळी बेथनीमध्ये तिनं जो विवेक आणि धैर्य पाहिलं होतं, ते शेरिलला आठवलं. 'लॉरेनचं आयुष्य संपलेलं नाही' हे तिला जाणवलं. आमची 'नॉर्मल'ची व्याख्या बदलली आहे, इतकंच.*

*लॉरेन वॉशरूममधून परतली, तोच शेरिल तिला म्हणाली, "लो, जरा प्रॉब्लेम झाला आहे. हातात हे कॉफीचे दोन कप घेऊन, आपण दोघी हे सर्व सामान कसं उचलून नेणार आहोत? कुठे एक जास्तीचा हात मिळू शकेल का?"*

*दोघी क्षणभर काहीच बोलल्या नाहीत. एकमेकींकडे, सामानाकडे आणि कॉफीच्या कपांकडे बघत राहिल्या. आणि मग एकदम हसत सुटल्या. काउंटरवर जाऊन पुठ्ठ्याचा बॉक्स मागतानासुद्धा शेरिलच्या चेहऱ्यावर हसू कायम होतं. काही मिनिटांतच त्या पार्किंगच्या दिशेनं चालू लागल्या. तिथून त्या थेट ब्रिटनी आणि शॉनच्या घरी जाणार होत्या. तिथे आम्ही सारेच, 'फादर्स डे'च्या डिनरसाठी जमणार होतो.*

*अपघातानं काही गोष्टी कायमच्या बदलल्या हे खरंच आहे. आमचं आयुष्य आता पूर्वीसारखं राहिलेलं नाही. पण सारं संपलं आहे असंही नाही- मुळीच नाही.*

◆